동아시아한국학 번역총서 1

한월 사신 창화시문
韓越 使臣 唱和詩文

김석회 한국어 번역

찐 칵 마인·응웬 득 또안 월남어 번역

인하대학교 한국학연구소 기획

이 저서는 2007년도 정부(교육과학기술부)의 재원으로 한국연구재단의 지원을 받아 수행된 연구임(NRF-2007-361-AM0013).

동아시아한국학 번역총서 1

한월 사신 창화시문

1판 1쇄 인쇄: 2013년 06월 15일
1판 1쇄 발행: 2013년 06월 30일

한국어 번역 김석회
월남어 번역 찐 칵 마인·응웬 득 또안
기   획: 인하대학교 한국학연구소
펴낸이: 홍정표
펴낸곳: 글로벌콘텐츠
　　　　등　록_제25100-2008-24호

공급처: (주)글로벌콘텐츠출판그룹
　　　　이　　사_양정섭
　　　　디자인_김미미
　　　　편　　집_노경민 최민지 김현열
　　　　기획·마케팅_이용기
　　　　경영지원_안선영
　　　　주　　소_서울특별시 강동구 천중로 196, 401호
　　　　전　　화_02-488-3280
　　　　팩　　스_02-488-3281
　　　　홈페이지_http://www.gcbook.co.kr
　　　　이메일_edit@gcbook.co.kr

값 29,000원
ISBN 979-11-85650-09-8 93810

1 동아시아
한국학
번역총서

한월 사신 창화시문
韓越 使臣 唱和詩文

인하대학교 한국학연구소·월남 한놈연구원 공동편집
仁荷大學校 韓國學研究所·越南 漢喃研究院 共同編輯

김석회 한국어 번역
金碩會 韓國語 翻譯

찐 칵 마인·응웬 득 또안 월남어 번역
鄭克孟·阮德全 越南語 翻譯

글로벌콘텐츠

간행사

인하대학교 한국학연구소는 2007년부터 '동아시아 상생과 소통의 한국학'을 의제로 삼아 인문한국(HK) 사업을 수행하고 있다. 상생과 소통을 꾀하는 동아시아 한국학이란, 우선 동아시아 각 지역과 국가의 연구자들이 자국의 고유한 환경 속에서 축적해 온 '한국학(들)'을 각기 독자적인 한국학으로 재인식하게 하고, 다음으로 그렇게 재인식된 복수의 한국학(들)이 서로 생산적으로 소통할 수 있는 방법을 구성해 내는 한국학이다. 인하대 한국학연구소에서는 바로 이를 '동아시아한국학'이라는 고유명사로 명명하고 있다. 따라서 동아시아한국학은 하나의 중심으로 수렴된 한국학을 지양하고, 상이한 시선들이 교직해 화성和聲을 창출하는 복수의 한국학을 지향한다.

이런 목표의식하에 본 연구소에는 한국학이 지닌 서구주의와 민족주의적 편향성을 극복하기 위한 방법으로 근대전환기 각국에서 이뤄진 한국학(들)의 계보학적 재구성을 시도하고 있다. 주지하듯이 한국에서 자국학으로 발전해 온 한국학은 물론이고, 구미에서 지역학으로 구조화된 한국학, 중국·러시아 등지에서 민족학의 일환으로 형성된 조선학과 고려학, 일본에서 동양학의 하위 범주로 형성된 한국학 등 이미 한국학은 단성적單聲的인 방식이 아니라 다성적多聲的인 방식으로 존재하고 있다. 본 연구소는 그 계보를 탐색하고 이들을 서로 교통시키고자 한다. 다시 말해 본 연구소는 동아시아적 사유와 담론의 허브로서 동아시아한국학의 방법론을 정립하기 위해 학문적 모색을 거듭하고 있다.

한국학의 계보를 탐색하고 복수의 한국학을 교통시키려는 작업은 국민국가적 한국학의 견고함을 목표하는 것은 아니다. 동아시아 각국의 자국학과 한국학의 쌍생적 소통을 통해 자국학으로서의 한국학을 소통적 한국학으로 견인하고 타국에서도 같은 신호가 발현되기를 기대하는 것이다. 이미 동아시아학의 중추를 이룬 거대한 몸집의 중국학과 일본학과의 소통은 지속적인 상쟁적 상황을 타개하기 위해 피할 수 없는 과제이지만, 전통시대 한국과 베트남의 교류는 쌍생적 소통의 모범을 보여주는 사례가 될 것이다.

전통시대 동아시아에서 유사한 처지에 있었던 베트남에서 한국학이 태동하고, 한국 내에서도 베트남학이 활성화되고 있다. 본 연구소는 2010년 5월 11일 베트남 사회과학원 한놈연구원(원장 鄭克孟, 찐 칵 마인)과 교류협정을 맺었다. 한국학과 베트남학의 교류를 위해 연구인력, 학술행사, 자료교환, 공동조사 등에서 적극 협력하기로 합의했다. 2011년 2월 25일에는 본 연구소에서 한놈연구원장을 초빙하여 콜로퀴엄을 열었다. 鄭克孟 원장은 「한놈연구원 소장 한문 및 놈 자료 - 지리, 가례, 호적, 토지대장, 베한 邦交 관련 자료를 중심으로」를 발표하여 전통시대 한국과 베트남의 한문자료를 통한 역사, 문화 비교연구의 가능성을 확인해 주었다. 본 연구소에서는 임학성 교수 등을 베트남 하노이의 한놈연구원에 파견하여 자료의 실태를 확인하고 공동연구의 가능성을 모색하였다.

본 연구소와 한놈연구원은 우선 명청시대 북경에 파견된 한국과 베트남 사신들의 교류에 대해 공동으로 연구하기로 했다. 그 중에서도 우선 화이체제하 동병상련의 감성을 공유함으로써 사귐의 기쁨과 이별의 아쉬움을 노래한 창화시唱和詩를 집중적으로 연구해 보기로 방향을 잡았다. 그동안 한월 창화시 연구는 한두 사례가 부분적으로 조명되었을 따름 자료의 전모조차 드러나지 않은 상태였다. 이에 필사본 자료를 많이 소장하고 있는 한놈연구원이 필사본 자료들 속의 한월 창화시를 집성하는 작업을 먼저 시도하게 되었다. 이후 양 기관은 이렇게 집성된 창화시 자료를 바탕으로 관련 학술회의를 가졌고, 창화시의 번역 작업에도 착수하게 되었다. 본 연구소에서는 한국어로 번역하고, 한놈연구원에서는 베트남어로 번역하여 한문 원문과 함께 한권의 책으로 출판하기로 합의를 보았던 것이다. 학술회의의 결과는 이미 『한국과 베트남의 사신, 북경에서 만나다』(소명출판, 2013년 5월)라는 이름으로 출간된 바 있거니와, 이제 이 번역서의 출간을 앞두고 있다. 이 책들은 양국의 두 기관이 공동연구를 기획하고 협동을 통하여 과제를 수행한 첫 결과물들로서, 과거의 감성을 되살려 자국학의 쌍생적 소통의 방법을 찾아나가는 좋은 길잡이가 될 것이다.

  이 책이 출간되기까지에는 한국과 베트남의 많은 분들이 수고를 했지만, 특히 세 분 번역자들의 수고가 컸다. 한국어 번역을 맡아 번역의 전 과정을 조율해 나온 인하대학교 사범대학 국어교육과의 김석회 교수, 자료 집성을 담당하고 베트남어 번역을 맡아 수고한 한놈연구원의 鄭克孟 원장 및 阮德全 연구원이 바로 그분들이다. 이 자리를 빌려 진심으로 감사의 말씀을 올린다. 아울러 글로벌콘텐츠의 홍정표 사장님과 편집진께도 감사의 인사를 드린다. 이분들은 한문, 한국어, 베트남어가 뒤섞인 복잡한 편집의 고통을 감내해 가며 좋은 책을 만들기에 수고를 다했다.

  한국학 연구소장   이 영 호

LỜI GIỚI THIỆU

Kể từ năm 2007, trung tâm nghiên cứu Hàn Quốc học, ĐH Inha đã tiến hành dự án Hàn Quốc học nhân văn (HK), với chủ đề "Hàn Quốc học của một Đông Á tương sinh và thấu hiểu". Vậy, định nghĩa 'Hàn Quốc học Đông Á' hướng đến quan hệ tương sinh và thấu hiểu là gì? Trước hết, đó là lĩnh vực giúp những nhà nghiên cứu thuộc khu vực Đông Á tái nhận thức về nghiên cứu Hàn Quốc học mang tính đặc trưng theo thời kỳ, tích lũy trong bối cảnh riêng của từng quốc gia. Tiếp đến, xây dựng phương pháp để tập hợp những nghiên cứu Hàn Quốc học mang tính đặc trưng đó có thể giao lưu và tiếp tục phát triển. Chúng tôi gọi lĩnh vực nghiên cứu này bằng cụm từ riêng là "Hàn Quốc học Đông Á". Theo đó, Hàn Quốc học Đông Á loại trừ khái niệm Hàn Quốc học tiếp thu từ một trọng tâm mà hướng tới khái niệm Hàn Quốc học đa chiều, có thể sáng tạo những giá trị mới trên cơ sở kết hợp các quan điểm tiếp cận đa dạng.

Với mục tiêu như vậy, trung tâm chúng tôi cố gắng tái cấu trúc mang tính phả hệ những nghiên cứu Hàn Quốc học hình thành ở các quốc gia trong khu vực thời kỳ chuyển đổi sang cận đại, như một phương pháp để khắc phục tính phiến diện của chủ nghĩa phương Tây và chủ nghĩa dân tộc trong phạm trù Hàn Quốc học. Lịch sử nghiên cứu cho thấy, Hàn Quốc học không tồn tại một cách cá biệt mà hết sức đa dạng. Về các dạng thức tồn tại của Hàn quốc học, trước hết, ở Hàn Quốc, đây là lĩnh vực nghiên cứu về chính đất nước mình; ở phương Tây có Hàn Quốc học thuộc phạm trù Nghiên cứu khu vực học; ở các nước như Trung Quốc·Nga, là Triều Tiên học, Cao Ly học trong mối liên hệ với Dân tộc học; ở Nhật Bản là lĩnh vực trực thuộc

Đông Dương học v.v. Trung tâm chúng tôi luôn cố gắng tìm kiếm và tạo dựng mối tương quan giữa các nghiên cứu có tính phả hệ này. Nói cách khác, chúng tôi không ngừng tìm tòi để tiến tới xác lập một phương pháp luận cho nghiên cứu Hàn Quốc học Đông Á, như một sự kết nối của những suy nghĩ và tranh luận trong khu vực.

Việc tìm tòi phả hệ các nghiên cứu Hàn Quốc học và xây dựng mối tương quan giữa chúng không nhằm mục đích củng cố Hàn Quốc học mang tính quốc gia dân tộc. Hơn hết, chúng tôi kỳ vọng sự kết hợp giữa nghiên cứu Hàn Quốc học và nghiên cứu về các quốc gia Đông Á sẽ thúc đẩy một Hàn Quốc học mang tính giao lưu, phát triển không chỉ ở Hàn Quốc mà còn mở rộng ra nhiều nước khác. Sự thông hiểu các trọng tâm lớn của Đông Á học (Trung Quốc học và Nhật Bản học) là một nan đề khó tránh khỏi nhằm giải quyết tình trạng tương tranh tiếp diễn. Song, mối quan hệ giao lưu truyền thống giữa Việt Nam - Hàn Quốc lại là ví dụ cho hình mẫu của sự tương sinh và thấu hiểu lẫn nhau.

Trong thời kỳ truyền thống, ở Việt Nam đã thai nghén những nghiên cứu Hàn Quốc học và cùng một bối cảnh ấy, Việt Nam học cũng phát triển trong lòng đất nước Hàn Quốc. Ngày 11 tháng 5 năm 2010, trung tâm chúng tôi đã ký kết hợp tác nghiên cứu với Viện nghiên cứu Hán Nôm (Viện trưởng PGS. TS. Trịnh Khắc Mạnh) thuộc Viện Hàn lâm khoa học xã hội Việt Nam. Hai bên đã cùng thống nhất sẽ tiến hành hợp tác tích cực trên các lĩnh vực như: đào tạo nhân lực, tổ chức các hoạt động học thuật, đồng khảo sát và trao đổi tài liệu v.v nhằm tăng cường giao lưu về hai lĩnh vực Hàn Quốc học và Việt Nam học. Ngày 25 tháng 2 năm 2011, trung tâm chúng tôi cũng đã mời PGS. TS. Trịnh Khắc Mạnh tham gia hội thảo chuyên đề. Với chủ đề phát biểu 「Tư liệu lưu trữ tại viện nghiên cứu Hán Nôm-Trọng tâm là các tư liệu về địa lý, gia lễ, hộ tịch, địa bạ, và quan hệ bang giao Việt-Hàn」, PGS.TS Trịnh Khắc Mạnh đã khẳng định khả năng nghiên cứu đối chiếu về lịch sử, văn hóa, thông qua tài liệu Hán văn lưu trữ tại Việt Nam và

Hàn Quốc. Sau đó, trung tâm đã cử các nhà nghiên cứu, như giáo sư Lim Hak-seong sang Viện nghiên cứu Hán Nôm tại Hà Nội để khảo sát tình hình tư liệu và tìm kiếm khả năng hợp tác nghiên cứu giữa hai bên.

Trước hết, trung tâm chúng tôi quyết định tiến hành công trình hợp tác nghiên cứu với Viện nghiên cứu Hán Nôm về chủ đề: Giao lưu giữa các sứ thần Việt Nam và Hàn Quốc tại Bắc Kinh thời Minh-Thanh. Hai bên tập trung định hướng nghiên cứu vào lĩnh vực thơ xướng họa nói lên tình cảm vui mừng khi gặp gỡ và nỗi luyến tiếc lúc biệt ly giữa sứ thần hai nước, những người cùng chung tâm tình 'đồng bệnh tương liên' trong thể chế Hoa di. Những nghiên cứu về thơ xướng họa trước đó chỉ tập trung vào một số trường hợp cụ thể và chưa giới thiệu được đầy đủ nguồn tư liệu. Do lưu trữ lượng tác phẩm ký lục phong phú, ban đầu, viện Hán Nôm tiến hành công tác tập hợp nội dung thơ xướng họa trong nguồn tài liệu hiện có. Trên cơ sở tài liệu thơ xướng họa thu thập được, hai cơ quan tiến hành hội thảo và bắt tay vào công việc biên dịch. Từ đó, chúng tôi quyết định xuất bản cuốn sách về thơ xướng họa gồm nguyên văn tiếng Hán với phần biên dịch sang tiếng Hàn (TT nghiên cứu Hàn Quốc học) và sang tiếng Việt (Viện nghiên cứu Hán Nôm). Kết quả hội thảo cũng được xuất bản thành sách có tựa đề 「Sứ thần Việt Nam và Hàn Quốc gặp gỡ tại Bắc Kinh」 tháng 5 vừa qua. Giờ đây, việc ra mắt sách biên dịch thơ xướng họa đã gần kề. Hai cuốn sách này là thành quả ban đầu cho quá trình hai cơ quan cùng hợp tác nghiên cứu, mở đường cho việc khơi gợi tình cảm tốt đẹp trong quá khứ cũng như tìm kiếm phương pháp tương sinh·thấu hiểu trong nghiên cứu về mỗi quốc gia.

Cuốn sách này là kế quả đóng góp công sức của rất nhiều cá nhân ở Hàn Quốc và Việt Nam, đặc biệt là ba nhà biên dịch chính. Chúng tôi xin chân thành cảm ơn GS. Kim Seok-hoi thuộc khoa Giáo dục quốc ngữ, trường Sư phạm-ĐH Inha (phụ trách toàn bộ quá trình biên dịch phía Hàn Quốc), PGS. TS Trịnh Khắc Mạnh và nhà nghiên cứu Nguyễn Đức Toàn thuộc Viện nghiên cứu Hán Nôm (đảm nhận việc tập hợp tư liệu và biên dịch phía Việt Nam) đã dành nhiều tâm huyết cho cuốn sách. Ngoài ra, chúng tôi cũng xin gửi lời cám ơn trân trọng tới Giám đốc Hong Jeong-pyo và Ban biên tập NXB Global Contents đã kiên trì trong việc biên tập những nội dung phức tạp bằng ba ngôn ngữ: Hàn-Hán-Việt.

Giám đốc trung tâm nghiên cứu Hàn Quốc học, ĐH Inha: Lee Yeong-ho

총설

    이 책은 한국과 베트남의 사신들이 북경이나 열하에서 만나 교류하면서 창화唱和 수창酬唱시한 시들을 망라 집성하고 번역 주해한 것이다. 이 책이 만들어진 경과와 의의를 소개하고 이들 수창시가 지니고 있는 창화 서정의 양상과 관련 산문의 내용을 개괄하여 제시하는 것으로 안내에 갈음하고자 한다.

    그동안 인하대학교 한국학연구소가 HK사업을 진행하면서 베트남의 한놈연구원漢喃研究院과 공동연구를 추진하게 된 내력은 이 책의 간행사에 밝혀진 바와 같다. '동아시아 한국학'을 위해서는 처지가 비슷했던 한국과 베트남을 상호 참조하는 것이 요긴하다 여겼기 때문이다. 그러나 베트남 연구는 생각보다 어려웠다. 중국이나 일본은 우리와의 상호 교류, 상호 연구가 많았었고 관련 학자도 적지 않은 데 비해, 한국의 베트남 관련 연구나 베트남에서의 한국학 연구는 거의 불모에 가까웠기 때문이다. 그리하여 우리는 우선 접근이 가능한 자료의 발굴과 공유를 통한 공동 연구를 기획하였다. 한국과 베트남의 사신들 사이에 이루어진 창화시의 집성과 조명 또한 이러한 공동 연구의 일환이었다.

    그동안 한국 자료 속의 한월 창화시는 어느 정도 그 윤곽이 드러나 있는 편이었지만, 그 수량은 참으로 빈약한 것이었다. 이에 비해 베트남 측의 경우는 창화시 연구가 미진한 편이었고, 자료의 윤곽도 아직 명료하게 밝혀지지 않은 상황이었다. 그리하여 한놈연구원은 우선 수많은 필사본 자료들 속의 한월 창화시를 집성하는 작업을 시도하게 되었다.

    한국이나 베트남 모두 한자문명권에 속하여 조공朝貢을 위한 중국 사행이 정기적으로 이루어졌을 뿐만 아니라 여타의 교류들도 많아서, 연행燕行과 연행을 둘러싼 기록들 또한 매우 풍성한 편이다. 그러나 그 대부분이 문명국이자 대국인 중국 견문의 기록이거나 중국인들과의 교류를 다룬 것들이 많고, 한국과 베트남의 교류에 대한 기록은 매우 희소한 편이다. 특히 창화 교류에까지 이른 경우는 매우 드물어서, 연행록의 총중叢中에서 이들 창화시를 가려 뽑는 것은 해변의 모래 속에서 사금砂金을 건져 올리는 일에 가까운 일이었다.

그러나 한놈연구원은 인내심을 가지고 이러한 작업을 진행해 나왔다. 더욱이 문헌 자료의 대부분이 필사본으로 존재하는 것이 베트남의 실정이어서, 필체도 다기다양한 자료더미 속에서 이러한 자료를 가려 뽑고, 또 그것을 해독 입력하는 일은 매우 지난한 작업이었다. 초서草書로 된 것들은 탈초脫草작업이 필요했고, 초서는 아니지만 개인의 필체들이 다기다양해서 글자 자체의 해독에 애를 먹은 대목들도 많았다. 2년여의 작업을 거쳐 마침내 101수에 달하는 한월 창화시가 컴퓨터 파일의 형태로 집성되었다. 한우충동汗牛充棟의 한시 집성 속에서 101수의 한시란 매우 미미한 양이지만, 그간 한국에서 거론되었던 한월 창화시가 그 총량을 가늠하여 40여수가 넘지 않았던 데 비하면 획기적인 자료의 확충이 아닐 수 없다.

이후 한놈연구원은 이 한월 창화시 파일을 정리 교감하여 2012년 1월 인하대 한국학연구소에 정리된 자료 파일을 보내어 자료의 공유가 이루어지게 되었다. 번역 주해를 비롯한 공동연구는 그때부터 1년여에 걸쳐 본격적으로 이루어지게 되었다. 2013년 2월 20일 양측은 인하대 정석학술정보관에 모여 번역 주해의 완성을 위한 심포지움을 가졌고, 이어 21일에는 <한국과 베트남의 사신, 북경에서 만나다>라는 주제로 한월 간 교류 연구 전반을 결산하고 새로운 연구를 전망하는 학술회의를 가졌다. 당일의 학술회의에서 한놈연구원의 이 창화시 집성 파일은 크게 주목을 받았고, 참여자들의 큰 관심을 불러일으켰다. 우리로서는 접근하기가 어려운 베트남 소재 문헌들을 망라하고 있는데다 한월 창화시 자료의 획기적인 확충과 주변 정보의 확대도 기할 수 있게 되었기 때문이었다.

20일의 번역 심포지움에서는 주로 자료에 관한 축조심의가 이루어졌다. 이 자리에서는 우선 자료 검토를 통하여 잘못 선집된 자료를 가려내었고, 누락된 자료의 확충 방안, 집성된 자료의 정리 및 번역 주해 방침 등에 관하여 합의를 하였다. 이 자리에서는 양측의 사정에 밝은 최귀묵 교수의 사회를 통해, 텍스트와 콘텍스트 양 측면에 걸친 맥락이 소상히 파악되었고, 잘못된 정보의 수정도 이루어지게 되었다. 21일 학회에서는 한월 교류 및 한월 창화시에 관한 본격적인 검토가 이루어졌고, 연구 논총의 출간 방안도 정해지게 되었다. 이 연구 논총은 『한국과 베트남의 사신, 북경에서 만나다』(소명출판, 2013)라는 이름으로 이미 출간된 바 있다.

학회 이후로 양측은 서로 교신을 주고받으며 자료를 확충하는 한편 번역 주해를 조율해 나왔다. 그 결과 최종적으로 창화시 126수와 교류 관련 산문 17종을 집성하고, 이에 대한 번역 주해 작업을 진행하게 되었다.

이러한 과정을 거쳐 이루어진 이 책의 체재는 한월 양측의 교류 및 공동연구를 반영하여 한국어역과 월남어역을 동시에 수록하게 되었다. 한시 원문을 맨 앞에 두고 베트남 독음을 병기하였고, 한국어 번역, 베트남어 번역을 차례로 실은 후에, 주석은 일괄 미주(尾註)로 책의 뒤에 붙였다. 베트남 독음을 병기한 것은 베트남의 실정이 한문을 거의 쓰지 않기 때문에 독음이 없이는 학문적 접근조차 어렵다는 베트남 측의 요청에 따른 것이었다. 체재상으로는 다소 어색한 측면이 있지만 베트남 학계에 큰 도움이 될 것으로 판단되고, 또한 월남어를 배우고자 하는 한국의 젊은이들에게도 월남어 어휘에 접근하는 징검다리 구실을 할 수 있을 것으로 생각된다. 양국의 언어로 나란히 배치된 번역 또한 상호 참조가 가능하기 때문에, 한국어를 배우는 베트남 학생이나 베트남어를 배우고자 하는 한국 학생에게 일정한 도움이 될 수 있을 것으로 기대한다.

그러면 이제 이들 창화시가 드러내고 있는 창화서정唱和抒情의 양상이나 관련 산문의 내용에 관하여 간략히 소개해 두기로 한다.

창화시에 관한 최초의 자료는 서거정徐居正(1420~1488)의 『사가집四佳集』卷之七에 있는 <次安南使梁鵠詩韻(안남사신 양곡의 시에 차운하다)>이다. 1460년의 사행이니 서거정으로서는 불혹不惑의 나이에 왕복 8,000여리의 험로를 견뎌내야 하는 힘든 과제였다. 그런 연유인지 그는 북경에 도착하기까지, 내내 괴로움을 토로하며 향수鄕愁에 시달린다. 『사가집四佳集』의 卷之七은 전체가 사행의 왕복 여정을 시화한 것인데, 북경행의 모든 여정마다 향수로 귀결되는 양상을 보인다. 그리고 그 향수는 어느 사행에서나 보편적으로 비치고 있는 그런 정도의 향수가 아니라, 수락산 아래 아늑한 고향 양주의 전원에 대한 구체적이고도 절절한 그리움이 배어든 향수다. 마치 일찍 물러나 은거하지 못한 것을 후회라도 하듯이. 그 중에 단연 이채異彩를 띠는 것이 바로 이 시다. 시의 내용을 소개해 보기로 한다.

萬國梯航日	만국이 육로 해로 험한 길 넘어온 이날,
同時近耿光	동시에 천자의 밝은 빛으로 나아오도다.
弟兄均四海	한 형제로서 사해가 균일하니,
談笑卽吾鄕	담소하는 이곳이 곧 나의 고향일세.
已喜新知樂	새로 알게 된 즐거움을 너무도 기뻐했는데,
那堪別恨長	이별의 슬픔 길어짐을 어이 견디랴.
他年南北思	훗날 남과 북에서 서로 그리워할 제,
雲水正茫茫	구름과 물만 참으로 아득하겠지.

우리는 양곡梁鵠과 서거정徐居正 사이의 구체적인 교류에 대해서는 더 이상 자세히 알기가 어렵다. 그러나 그들이 차운시를 서로 주고받을 정도로 가까워졌고, 이러한 창화서정을 통하여 크게 고무를 받고, 고향감故鄕感에 준하는 교감交感을 맛보고 있음을 확인할 수 있다. 이렇게 고향감의 형태로 깊어진 우정이 향수에 시달리던 서거정으로 하여금

새로운 힘을 얻고, 임무를 완수해 낼 수 있는 동력을 회복하게 했던 것이다. 이 시의 함련頷聯 "弟兄均四海, 談笑即吾鄕"은, 일국의 울타리를 넘어 깊어진 형제애와 격의 없는 담소談笑를 통해 새롭게 형성된 고향 감의 실체에 대한 증언이라 할 수 있다. 이러한 정서적인 유대이기에 이별을 앞두고는 더욱 절박한 안타까움을 느껴야 했을 것이다. 결련結聯의 "他年南北思, 雲水正茫茫"은 바로 이러한 안타까움이 아득한 격절 감으로 탁월하게 형상화된 것이라 할 수 있다. 시간적으로나 공간적으로 너무나도 아득한 거리임을 확인하며 이승에서는 더 이상 만나 볼 수 없음을 못내 아쉬워한 것이라 할 수 있을 것이다.

그런데 이러한 사신 교류의 창화서정은 1598년경에 이루어진 이수광李晬光(1563~1628)과 풍극관馮克寬(1528~1613) 사이에서 하나의 전범典範이 형성된다. 이들 사이의 수창은 그 빈도와 수량에 있어 제일일 뿐만 아니라 시체며 내용도 다양하여, 창화 교류의 모든 국면들을 다 구비했다고 볼 수 있다. 지금까지는 『지봉집芝峯集』을 통하여 두 사람 사이의 시 18수만이 알려져 있었으나, 베트남 쪽의 자료를 통하여 이수광을 수행했던 금화일사金華逸士의 시들까지 포함하여 총 39수의 시가 집성되게 되었다.

이 창화의 처음 시작은 이수광이 七言四韻 2수를 풍극관에게 보낸 것에서 출발한 것이었는데, 풍극관과 함께 조선 사행단의 일원인 금사일사가 같이 참여하여 五言十韻까지 도합 5차에 걸친 창화를 통해 36수의 시가 집적된 것으로 일단락이 되었던 것 같다. 그런데 자신감도 생기고 수창酬唱에 재미를 붙인 풍극관이 五言十韻의 장편을 완성하여 조선사신들에게 보냄으로써, 장편시 세 편이 추가로 산출되게 되었던 것이다.

동일한 운자韻字를 써서 네 번에 걸쳐 차운次韻을 해 낸다는 것은 고도의 재능과 수련이 아니면 불가능한 일인데, 이들은 제1차를 거쳐 제2차를 넘고 제3차도 건너 마침내 제4차에까지 이르게 되었고, 다시 七言이 아닌 五言, 四韻이 아닌 十韻의 長律로 바꾸어 차운을 시험해 나갔던 것이다. 마치 무예 대결을 펼치는 장면을 연상케 하는데, 결과는 노대가老大家 풍극관의 판정승처럼 되었다고 할 수 있다. 그가 五言十韻의 長律마저 너끈히 차운次韻해 내고, 이제는 거꾸로 풍극관이 먼저 五言十韻의 시를 새로 만들어 조선사신들에게 보냈을 때, 이수광은 아연 놀라지 않을 수 없었을 것이다. 마치 인생 절정의 관우가 늙은 황충을 한 칼에 제압하리라 생각하고 무예를 겨루다가 마침내 혀를 내두르며 노장老將 황충을 존경하게 되었다는 『삼국지연의』의 한 일화를 연상케 한다. 마침내 그들은 서로가 서로를 대견해 하며 괄목상대刮目相對를 하게 되었을 것이다.

창화의 내용은 그야말로 다양하다. 안으로는 자기 내면 심리의 조율과 맞물리고, 밖으로는 처사접물處事接物, 상황 점검, 과제 확인, 인간관계의 조정 등과 긴밀히 연관되어 있다. 그런 의미에서 순수한 서경이나 서정이라기보다는 구체적인 삶의 과정에 밀착된 일상적 행위로써 큰 맥락에서 볼 때는 교술 장르에 가깝다고 볼 수 있다. 그러나 궁극적으로는 그것들이 자기 내면의 조율이나 서로 간의 교감으로 귀결된다는 점에서 서정 지향 또한 뚜렷하다. 따라서 창화서정은 기본적으로 교술에 기반한 서정, 교술적 서정이라 보는 것이 타당할 것 같다.

이러한 수창의 대단원이라고도 할 수 있는 풍극관의 제5차 답시答詩를 보기로 한다.

極判洪濛氣	태극이 홍몽을 가르니
區分上下埏	상하의 경계가 구분되도다.
東西南北界	동서남북의 경계
淮海濟河川	회해와 제하의 물이로다.
越奠居初定	월남이 거처를 처음 정할 때
天中正不偏	하늘은 중정하여 치우침이 없었도다.
周林驅虎豹	주나라 수풀엔 호랑이 표범 몰아냈고
虞教樂魚鳶	순 임금 교화에 물고기 솔개도 즐거워라.
閭巷開書塾	여항에는 글 읽는 서당을 열고
旗亭賣酒船	기정은 술을 파는 배로다.

雨晴添象跡	비 개면 코끼리 발자취 더하고
風暖送龍涎	바람 따뜻하니 용연향이 풍긴다.
舍忍強爲勝	참는 힘의 강함을 이김으로 여기고
摛文巧弄姸	글을 지음이 공교하여 아름답다.
萬花爭秀發	온갖 꽃들 다투어 피어나고
群動任安眠	뭇 동물들도 편안히 잠잔다.
王道車書共	왕도를 좇아 제도와 문물이 같으니
皇朝志紀編	황조의 지기에 기록된 바다.
詩成聊使寫	시가 완성됨에 애오라지 베껴 써 내니
霞燦海雲煙	노을이 바다 구름안개에 찬란하도다.

이 시는 이수광이 시체詩體를 변환하여 떠보듯이 다시 던진 도전장 <贈安南使臣排律十韻>에 대한 답으로서, 풍극관의 한결 여유로워진 심리상태를 엿볼 수 있다. 이수광의 시는 주로 이국의 풍물風物에 관한 전문傳聞에 입각하여 월남이란 나라를 다소 미개하거나 치우친 변방邊方으로 묘사했다는 인상이 있는데, 풍극관은 보편의 높은 표준에 도달한 문명국으로서 자기 나라를 소개하고 있다. 이수광의 시에는 '民居瘴海堧(민거장해연)'이라든가 '風連百越偏(풍련백월편)', '水毒跕飛鳶(수독첩비연)', '沙邊饒蜮弩(사변요역노)' 등의 표현이 있어, 뭔가 위험성이 도사리고 있는 땅, 풍속도 치우친 변방이란 인상을 주고 있는데, 풍극관은 이것들을 세심히 교정하여 다소 예찬적으로 자기 나라를 낙토樂土의 문명국으로 선전하고 있다.

그러나 여기서 특히 가장 인상적인 것은 마지막의 두 구다. 이수광은 친밀해질수록 더 짓궂게 구는 악동같이 풍극관을 떠보고 있는데, 풍극관은 그것을 한 굽이 누그러뜨려 진중하게 받아 내면서 지봉의 도전을 잘 견디며 통과해 냈다고 할 수 있다. 마지막의 두 구는 이러한 도전을 선방善防해 낸 뒤의 후련한 안도감과 성취감을 감각적인 이미지를 동원하여 탁월하게 형상화한 것이라 할 수 있다. '十韻을 짜 내는 이 長律의 시도 마침내 이루어내고, 먹 갈아 붓 끝에 옮기고 보니 구름

안개 자욱한 망망한 바다에 찬란한 노을이 비쳐든 것 같다!'는 정도의
표현이다.

창화시의 총중에서 단연 이채異彩를 띠고 있는 작품은 월남 사신 완등
阮登(1577~?)의 <和朝鮮國使李斗峰寄東長篇(화조선국사이두봉기간장편)>이
라는 古體詩 一首다. '조선국 사신 이두봉에게 부친 장편'이란 뜻인데,
제목 그대로 고체시 50구가 넘는 장편이다. 7언 위주의 잡언체라서 포
괄한 내용도 풍성하다. 이두봉李斗峰이란 인물은 베일에 가려 있던 인물
인데, 조사 결과 이지완李志完(1575~1617)이란 인물로서 본관이 여주驪州인
찬성贊成 상의尙毅의 아들이요 초서草書 명필名筆인 지정志定(1588~1650)의
형이었고, 성호 이익의 족조가 된다는 사실이 밝혀졌다. 『성호전집』,
제67권, <行錄> 중에 <從祖考斗峯公行錄(종조고두봉공행록)>이 남아 있어
크게 참고가 된다.

"美哉 得朋載酒且相從(미재 득붕재주차상종: 아름답도다! 벗도 얻고 술도 실
어, 서로 좇아 노닐음이)"로 끝나는 이 시는 호기豪氣나 낭만浪漫의 기미가
두드러진 시로서, 크게 5단락으로 분절된다. 제1단락은 상대방인 두봉
의 나라에 대한 예찬이다. 묘사가 신화적이어서 낭만적이고 환상적인
느낌을 불러일으킨다. "千年春蔭(천년춘음)" 같은 표현은, 상춘常春의 낙
토樂土'인 아카디아나 샹그릴라 같은 전설적인 지상낙원의 이미지에 가
깝다. 제2단락은 주로 상대방인 두봉 이지완에 대한 예찬이다. 주렴계
와 같은 최고의 도학자이면서 능문능리能文能吏의 최고의 관료로서 그를
치켜세우고 있다. 제3단락은 사신의 임무 수행과 궁중 의례의 성대함
에 대한 묘사다. 제4단락은 피차에 느끼는 나그네 시름에 대한 술회다.
'衡南凝目曉歸鴻(형남응목효귀홍)'으로 완등 자신의 향수鄕愁를 집약하고,
'天邊望闊海之東(천변망활해지동)'으로 상대방인 이지완의 마음을 읽어
들이고 있다. 시의 창화가 동병상련의 향수를 달래는 한 방편이었음도
알게 한다. 마지막 제5단락은 귀국 후에도 여전히 젊음을 유지하며 활
달히 사시라는 축원이다.

이지완의 원시는 알 수 없지만, 이 시의 내용으로 미루어 짐작컨대,
대개 이와 같은 구도, 이와 같은 내용이 아니었을까 짐작된다. 완등의

고향 월남에 대한 예찬, 완등의 인품이나 학문에 대한 칭송, 그리고 북경 현지에서의 임무수행이나 관광 감회를 거쳐, 향수鄕愁의 문제를 거론한 후, 귀국 이후의 축복된 삶에 대한 기원을 담고 있었을 것 같다.

비교적 자유로운 고시古詩라는 양식을 통하여 이렇게 서로를 격려 고무하고 향수도 달래면서, 술을 나누며 우정을 깊이 했을 것으로 보인다. 특히 이들은 기질뿐만 아니라 나이도 거의 동년배로서 다른 어느 경우보다도 서로 잘 통할 수 있는 사이였던 것 같다. 마지막의 '得朋載酒且相從(득붕재주차상종)'에 대한 예찬은 귀국 이후의 삶에 대한 기원에만 국한되지 않고, 지금 현재 북경에서의 우정적 교류, 바로 그들 자신의 현재적 삶과 우정에 대한 찬가讚歌이기도 했던 것으로 보인다. 이렇게 창화 교류는 그들의 나그네 생활을 든든히 뒤받쳐 견고한 심리적인 지지를 얻게 했다.

이들이 자기들의 교류와 창화에 부여하는 의미는 입에 발린 수사修辭만이 아니었다. 교류 창화에 대한 갈망이나 거기서 얻는 기쁨은 무의식의 차원, 생리적인 목마름의 단계로까지 심화되어 있었던 것이다. 월남 사신 반휘익潘輝益(1751~1822)이 서호수徐浩修(1736~1799)에게 보낸 다음의 시가 그러한 양상을 잘 드러내 주고 있다.

御園花樹蔭城南	어원의 화수는 성 남쪽으로 그늘을 드리우는데,
空舘秋風久住驂	빈 객관에 가을바람 불 때까지 오래 체류하도다.
萬里雲山鄕夢杳	구름 넘어 산 넘어 아득한 만 리, 고향 꿈만 아득한데,
九堦冠冕教聲覃	아홉 품계 늘어선 면류관 위로 하교의 음성 벋어가도다.
得逢客使締新好	나그네 사절로 만나 새로 맺은 이 사귐이 좋을시구!
歸與邦人作艶談	돌아가 고향 사람들 더불어 자랑 단지 되리로다.
重覿幸酬吟思渴	두 번이나 만나 수창의 갈망에 보답 받는 행운 얻으니
譬從亢旱灑霖甘	비유컨대 극심한 가뭄 끝에 소낙비 퍼붓는 기쁨이로다.

한여름의 끝자락에서 나무들은 우거질 대로 우거져 객관에까지 그늘을 드리웠는데, 어느덧 가을바람 불어, 한 철이 또 훌쩍 가벼렸음을

실감한다. 월남 사신들의 여정이나 체류가 진을 뺄 정도로 길었기 때문에, 이렇게 절실한 감각의 표출은 물결 퍼지듯이 커다란 공감으로 확산되었을 것이다. 그러다 보니 눈이 번쩍 뜨이던 황도皇都 북경의 풍물이나 거창한 의례 등이 이제는 다 시들해지고, 오직 고향 그리움만이 깊어져 가는 것이다. 성대한 조회朝會 참례의 감격 같은 것은 이미 다 증발된 지 오래고, 조회 석상 천자의 하교 소리도 그저 물리적인 소리의 퍼져나감 정도로만 감지될 따름이다.

천자의 궁정에서 천자의 음성 듣는 것을 가치로 지각한 것이 아니고, 조월 사신의 교류와 창화에 최대의 가치와 의미를 부여하고 있는 것이다. 그대와 나 사이 새로 맺어진 우정이 위로와 기쁨의 원천임을 확인하면서, 주고받은 창화 시문이 두고두고 보람이 되고 자랑이 되리라는 기대에 부풀어 있다. 교류 행위 자체와 그 결과로서의 창화 시문 모두를 지극한 기쁨이요 보람으로 여기는 것이다.

짧은 만남이지만 이렇게 동병상련, 동기상구, 동성상응의 교감 속에 우정이 깊어져, 이들은 잠시 떨어져 있는 것도 괴로이 여겼고, 특히 영별永別이 되고 말 회국回國 앞에서 적잖이 당황하는 모습을 보였다. 월남 사신 무휘진武輝瑨(1749~1800)이 쓴 다음의 시 속에 이러한 애착이 잘 드러나 있다.

不岐南北與西東	동서로 남북으로 길이 다 벌어 있진 않다 해도
聖道柔懷道各通	성천자聖天子 품어 주심에 도는 각각 통한다네.
雅契一朝萍水合	아름다운 우정, 하루아침 부평초의 만남이지만,
斯文千古氣聲同	천고에 유가의 도니 동기상구, 동성상응일세.
交情對照秋窓月	사귐의 정은 가을 창에 비쳐드는 달을 마주 대했고
客思分携玉塞風	나그네 시름은 옥하관의 바람에 나누어 가졌도다.
酬和佳章多少曲	수창하고 화답한 아름다운 시 몇 곡조,
餘芳還盼御園中	남은 향취를 원명원에서도 바라도다.

이 시는 이틀 먼저 원명전으로 회정을 했던 그가 조선사신의 부재를

아쉬워하며, 조선사신이 주었던 시를 꺼내서 음미한다는 내용이다. 마지막 미련尾聯의 '酬和佳章多少曲 餘芳還盼御園中(수화가장다소곡 여방환혜어원중)'은 한용운이 그의 시집 『님의 沈默』의 발문에 썼던 한 구절을 연상케 하는 표현으로, 이틀 정도의 부재마저도 이토록 아쉬워하며 간직해 두었던 시문을 꺼내 그 남은 향기를 맡아보고자 한다. 한용운은 '그때에 나의 시를 읽는 것은 늦은 봄의 꽃수풀에 앉아서 마른 국화를 비벼서 코에 대는 것'과 같으리라고 쓴 바 있거니와, 무휘진이야말로 안타까운 심정으로 조선사신의 부재를 못내 아쉬워하며 시를 꺼내보는 것으로 그리움을 달래고 있는 것이다. 이런 정도라면 젊은 남녀의 연정戀情보다도 훨씬 더 진한 애착의 강도가 느껴진다.

그도 그럴 것이, 이들의 교감과 우정은 파편화된 개체로서의 만남만이 아니었다. 비록 부평초처럼 떠도는 나그네의 만남이지만, '斯文千古氣聲同(사문천고기성동)'의 견고한 이념적 결속 위에 서 있는 우애요, 이역만리 멀리 떠나와 쌀쌀한 북방의 바람과 달을 공유하면서 깊어진 동병상련의 우정이었다. 이념적인 확신 위에 동반자로서의 교감으로 구축된 그들 나름의 새로운 고향감이었던 것이다. 그러기에 그 잠시 잠간 동안의 엇갈림과 헤어짐도 이토록 그립고 애틋한 정으로서 사무쳤던 것이다.

이토록 그들은 만날 날의 짧아짐을 아쉬워했고, 헤어진 후의 그리움에 지레 압도壓倒되었다. 월남 사신 완제阮偍의 다음 시는 이러한 정황 속에서의 '이별 연습'이라 할 만한 것인데, 서로의 만남에 부여하는 의미, 신교神交의 경지로 깊어진 교정交情을 느끼게 한다.

漲南修阻勃溟東	창수의 남쪽이라 발해의 동쪽과는 수교가 막혔더니
邂逅惟相帝闕中	만나보니 황제의 대궐 중에 오직 상대가 됩니다그려.
經史前傳無所異	오래 전에 전해진 경전과 사서니, 서로 다를 바 없고,
衣冠古制有相同	의관도 옛 제도 그대로이니, 서로 한가지일세.
比肩喜得趨蹌近	어깨를 나란히 함에 얻는 바가 있어, 가까이 하게 되었고
對面對憑說話通	얼굴 대함에 마주 의지할 만하니, 말이 서로 통했도다.

別後欲知懷望處　　이별 후 그리움으로 바라기하고 있을 나의 선 자리 알
　　　　　　　　　　　고 싶다면,
一年一度挹春風　　해마다 한 번씩은 봄바람에 읍이나 해 보시구려.

　조선사신 이형원李亨元(1739~1798), 서유방徐有防(1741~1798)에게 보낸
것이다. 처음 만날 때부터 두 나라 사신들은 아득한 공간적인 격절을
넘어 상대할 만한 짝으로서 서로를 인지하였고, 자꾸만 가까이 하고
싶고 말이 잘 통하는 익우益友와 지음知音으로서 상대방에게 푹 빠져들
어 갔다. 그러기에 각기 헤어져 제 나라에 돌아가서도 결코 잊지 못할
것을 예감하고 예기했던 것이다.
　'나 완제, 이 사람은 결코 그대들을 잊지 못할 터, 시시때때로 그리움
에 동북을 향해 머리 들어 바라볼 것인데, 그대들도 이런 나를 생각한
다면 봄 돌아와 바람이 동북으로 불어 갈 때, 그 봄바람 속에 내 그리움
도 섞여 있음을 알아 달라'는 주문이다. '나를 맞이하듯이 반갑게 읍을
하여 그 봄바람을 맞이해 달라'는 당부다. 마치 파인 김동환의 노래
<산너머 남촌에는 누가 살길래 해마다 봄바람이 남으로 오네>를 연상
케 한다. 한국의 곳곳에는 부부애의 간절함을 표상하는 망부석望夫石과
망부석 설화가 있거니와, 이 시의 '회망처懷望處(그리움을 품고 바라보는
곳)'란 바로 이 망부석의 자리와 같은 것이었다. 이런 당부, 이런 표현
을 가능케 할 수 있다는 것 자체가, 이들의 내면에 술이 익어가듯이
무르익어 간 신교神交의 설레임을 드러내 준다.
　결국, 그들은 어긋남의 정황, 헤어짐의 운명 앞에서 그들 내면에 '새
로운 고향감'의 형태로 견고히 자리 잡은 우정을 새삼 더욱 강렬하게
깨달을 수밖에 없었고, 이별과 함께 그들을 압도해 오고 말 그 크나큰
상실감의 예기 속에서 그것을 치유하고 구제할 방안을 찾지 않을 수
없었다. 그것이 바로 신교神交의 길이었다. 몸은 비록 공간적 격절 속에
나누일지라도, 마음과 정신은 추억追憶과 회감回感 속에서 일체화를 이
룰 수 있으리라는 기대와 전망이다. 에밀 슈타이거는 서정의 본질을
바로 이러한 회감回感에 둔 바 있거니와, 신교란 바로 그런 서정을 바탕

으로 상실의 위기를 건너는 대안책이었던 셈이다.

결국 창화시들의 서정이란 서거정이나 이수광-풍극관을 통해 구현되었던 전범이나 원형의 반복적 변주變奏라 할 수 있다. 반복이란 점에서 창조성이나 예술성의 측면에서만 본다면 한참 격이 떨어진다 할수 있지만, 그 실제적인 공용功用이며 그것들에 대한 가치부여의 측면에서 본다면 일상의 음풍영월보다는 훨씬 소중한 것이었다. 결국 창화서정이란 공자孔子가 중시했던 시교詩敎의 구체적인 발현으로서, 개인서정을 넘어 왕도 구현의 한 방편으로 기능한 것이었다.

부록처럼 붙인 교류 관련 산문들은 그 내용이 잡다하여 일목요연하게 정리하기가 어렵다. 사신들이 필담으로, 혹은 통역을 통해 주고받았던 문답을 정리한 것도 있고, 시축詩軸이나 저서에 서문이나 발문을써 준 것도 있으며, 메모 형식의 일기도 있다. 평이한 산문이고 짤막한기록들이어서 읽는데 별 무리가 없으니 직접 읽어서 그 내용을 파악하면 될 것이다. 이들 산문들은 베트남에 관한 학지學知가 구축되어 가는양상을 확인하는 데나 교류 관련 제반 사실을 파악하는 데 도움이 될것이고, 창화시의 이해에도 큰 도움을 줄 수 있을 것이다.

이상에서 확인한 바와 같이 한국과 베트남 사이의 만남과 교류는지극히 짧고 제한적이었음에도 불구하고, 그 교정交情의 깊이는 남다른데가 있었음을 확인할 수 있다. 이는 아마도 오랜 역사 과정을 통해동병상련同病相憐의 깊은 교감交感 속에서 맺어진 우정이기 때문일 것이다. '영원한 제국'이라고도 볼 수 있는 중국과 국경을 직접 맞대고 중국과의 길항관계拮抗關係 속에 부대끼며 성장해 나오는 가운데 자연스럽게 형성된 동성상응同聲相應, 동기상구同氣相求에 가까운 교감으로 보인다.이러한 전통이 오늘날의 한월관계로도 면면히 이어져 긴밀하고도 광범위한 협력관계로 발전해 가는 것 같다.

한국과 베트남 모두 한때는 가혹한 역사의 수레바퀴 아래 깔려서,끝 모를 나락에 떨어져 신음하던 때가 있었다. 역사경험의 상동성, 처지와 운명의 상동성은 최근세까지도 두 나라가 이토록 놀랍게 일치했다. 한때 노선을 달리하면서 잠깐 어긋난 적이 있었을 뿐, 이제 다시 우리는 같은 배를 타고 공동 운명의 험로를 헤쳐 나가고 있다. 그 가혹했던 시련들을 물리치고 새 역사의 지평선을 바라볼 수 있게 되긴 했지만, 아직도 여전히 우리 앞의 파도와 풍랑은 높고 험하다. 시련을 이겨 넘고 과제와 이상을 실현하기에는 힘이 모자란 형편이다.

그러나 작은 힘도 지렛대에 얹히면 놀라운 힘을 발휘한다. 든든하고 정교한 지렛대를 얻을 수 있다면, 그러한 지렛대가 되어줄 수 있나면, 평화와 이상을 향한 우리의 힘은 놀랍도록 배가될 수 있을 것이다. 동아시아 중세의 긴 역사과정 속에서 한국과 베트남의 사신들이 견고하고 든든한 고향감을 구축해 가며 서로가 서로에게 신뢰할 만한 지렛대가 되어주었던 전통은, 이런 의미에서 그 자체로 우리에게 소중한 자산이다. 동병상련同病相憐의 깊은 교감 속에서 동기상구 동성상응으로 서로를 보듬고, 헤어진 뒤에도 신교神交를 꿈꾸었던, 그 정신요소와 마음자리는 우리의 핏줄, 우리의 유전자 속에 아직도 맥맥이 이어져 흐르고 있을 것이다. 그것을 되살리고 잘 발현해 내는 일이 우리의 과제다.

원래 한시 번역이란 오랜 적공이 요구되는 작업인 것을 알고 있었음에도, 학술대회를 기획하고 조직하는 과정에서 부득이 번역의 일까지 떠맡게 되었다. 작품의 양이 많지 않았던 관계로 외주外注로 돌리기가 어려웠기 때문이다. 그리하여 '심봉사가 심청이 동냥젖 구하는 격'으로 한문학에 조예가 깊은 여러분들을 찾아 묻고 또 물어야만 했다. 그럼에도 불구하고 시일에 쫓겨 아직도 미심한 부분을 남겨둔 채로 일단은 종결을 하지 않을 수 없게 되었다. 이런 부분들은 주석란을 통하여 정직하게 밝혀 두고 독자 제현의 질정을 받고자 한다.

연구와 번역의 과정에서 특히 세 분 학자의 도움을 많이 받았다. 한국한문학뿐만 아니라 베트남의 한문학까지 아울러 섭렵하고 있는 숙명여대의 최귀묵 교수, 동아시아 여러 나라의 연행 관련 문학을 폭넓게 공부해 오고 있는 성균관대학교 동아시아학술원의 김영죽 교수와 한국학중앙연구원의 김수연 교수가 바로 그들이다. 이 자리를 빌려 감사의 뜻을 전한다. 그리고 책이 나오기까지 한국과 베트남 사이의 조율을 맡아 수고하였던 응웬 옥투이 양에게도 감사의 말씀을 전한다. 그는 인하대학교 한국학대학원에서 한국근대사를 전공하며 한국과 베트남 양측을 잇는 교량 역할을 성실히 감당해 오고 있다.

모쪼록 이 번역서가 한국과 베트남 사이의 교류와 소통에 소중한 촉매의 구실을 할 수 있기를 바란다. 양국의 관계는 급속도로 가까워져서 '한국 속의 베트남', 혹은 '베트남 속의 한국'이 점점 그 영역을 넓혀가는 추세다. 그러나 이러한 접근의 속도를 든든히 뒷받침해 줄 만한 토대의 연구는 매우 미약하다. 두 나라의 역사와 사회에 대한 이해와 통찰이 좀 더 확충되고 심화될 필요가 있다. 이 책이 이러한 요청에도 다소의 도움이 될 수 있기를 바란다.

인하대학교 국어교육과 교수 김 석 회

Ⅰ. 詩

II. 文

일러두기

1. 서로 상대가 되었던 사신 이름을 나란히 적는 경우 조선사신을 앞에 기록한다.
2. 표기는 제목과 본문 모두 한문 원문과 베트남 독음을 병기하고, 편차는 한국어역과 베트남어역 순으로 한다.
3. 이본간의 교감 등 원문 관련 주는 각주로 하고, 번역주는 일괄 미주로 한다.
4. 문헌의 약칭은 다음과 같다. (표 참고)

한놈연구원에 소장된 한월 사신 간의 창화시 관련 문헌 리스트

문헌	청구기호
『使華筆手澤詩』	A.555, A.2128, A.431, VHb.264, A.597, VHv.2155, VHv.2156, A.2011, A.241, A.2557, VHv.1915, VHv.1442, A.1364
『全越詩錄』	A.3200/1-4, A.1262, A.132/1-4, VHv.117/1-2, VHv.777/1-2, VHv.1450/1-2, VHv.116, A.1334, A.393, A.2743
『北使詩集』	VHv.2166
『皇越詩選』	VHv.1477
『桂堂詩集』	VHv.2341, A.576
『聖謨賢範錄』	VHv.275/1, A.846
『群書考辨』	A.1872, A.252, VHv.90/1-2
『華程詩集』	A.2797, A.446, A.2530
『華程偶筆錄』	A.679
『華程消遣集』	A.1361
『名詩合選』	A.1416, A.1352, VHv.799/1-2, VHv.1866, VHv.1596, A.212
『燕臺秋詠』	A.1697
『海煙詩集』	A.1167
『海翁詩集』	A.2603
『海派詩集』(또는 『海派詩稿』)	A.310
『寶篆黃甲陳公詩集』	VHv.1468
『郿川使程詩集』	A.251
『燕軺詩草』	VHv.1436
『燕軺筆錄』	A.852
『北冥雛羽偶錄』	VHv.19
『范魚堂北槎日記』	A.848

詩

1. 서거정徐居正(韓) - 양곡梁鵠(越)
1460년

1.1. 徐居正 → 梁鵠

次安南使梁鵠詩韻 Thứ An Nam sứ Lương Hộc thi vận

萬國梯航日　　Vạn quốc thê hàng nhật
同時近耿光　　Đồng thời cận cảnh quang
弟兄均四海　　Đệ huynh quân tứ hải
談笑即吾鄉　　Đàm tiếu tức ngô hương
已喜新知樂　　Dĩ hỷ tân tri lạc
那堪別恨長　　Nam kham biệt hận trường
他年南北思　　Tha niên nam bắc tư
雲水正茫茫　　Vân thủy chính mang mang

『四佳詩集』

안남사신 양곡의 시에 차운하다

만국이 육로 해로 험한 길 넘어온 이날,
동시에 천자의 밝은 빛으로 나아오도다.
한 형제로서 사해가 균일하니,
담소하는 이곳이 곧 나의 고향일세.
새로 알게 된 즐거움을 너무도 기뻐했는데,
이별의 슬픔 길어짐을 어이 견디랴.
훗날 남과 북에서 서로 그리워할 제,
구름과 물만 참으로 아득하겠지.

Theo vần thơ sứ thần An Nam Lương Như Hộc

Từ muôn nước vượt núi cao biển sâu tới chầu,

Cùng lúc được gần ánh quang minh.

Người trong bốn bể đều là anh em,

Cười nói kể chuyện quê nhà.

Đã mừng quen biết thêm bạn mới vui khôn xiết,

Đâu chịu được cảnh buồn chán khi biệt li.

Kẻ nam người bắc, sau này còn nhớ,

Mây nước mênh mông nỗi buồn thương.

2. 홍귀달洪貴達, 신종호申從濩(韓)
- 완안阮安, 완문질阮文質, 완위阮偉, 무좌武佐(越)
1481년

2.1. 洪貴達 → 阮安

次安南使阮安恒甫韻
Thứ An Nam sứ Nguyễn An Hằng Phủ vận

城上浮雲十日陰	Thành thượng phù vân thập nhật âm
客懷無乃阻秋霖	Khách hoài vô nãi trở thu lâm
半年魂夢勞千里	Bán niên hồn mộng lao thiên lí
一紙家書抵萬金	Nhất chỉ gia thư để vạn câm
無月照他愁裏面	Vô nguyệt chiếu tha sầu lí diện
有燈知此夜來心	Hữu đăng tri thử dạ lai tâm
逢君欲說方掊異	Phùng quân dục thuyết phương phầu dị
憑仗新詩當越吟	Bằng trượng tân thi đương Việt ngâm

『虛白亭文集』

안남사신 완안 항보(恒甫)에 차운하다

뜬 구름 성을 가려 열흘이나 궂은 날씨
나그네 마음은 가을장마에 갇혀 있네.
반 년 동안 꿈 속 혼은 천리 길을 내달리니
집의 편지 한 장이 만금보다 귀하도다.
달 없어 수심 어린 얼굴 비추지 못하나
등이 있으니 잠 못 드는 이 마음 알리로다.
그대를 만나 말하고자 해도 나눔이 판이하더니
새로 짓는 시로 인해 고향 그리움을 달래는도다.

Theo vần sứ An Nam Hằng Phủ Nguyễn An

Trên thành mây nổi u ám đã mười hôm,

Lòng khách nhớ quê, biết làm sao vì mưa thu ngăn cách.

Nơi xa nghìn dặm lao nhọc hồn mộng đã nửa năm,

Một bức thư nhà đáng giá ngàn vàng.

Không trăng soi chiếu nỗi sầu trong lòng ta,

Cũng có đèn đây biết nỗi tâm tư đêm nay.

Gặp bạn muốn thưa chuyện mà ngôn ngữ lại khác biệt,[1]

Phải nhờ bài thơ mới làm khúc Việt ngâm nga.[2]

詩 2. 홍귀달洪貴達, 신종호申從濩(韓)
－완안阮安, 완문질阮文質, 완위阮偉, 무좌武佐(越) 1481년　37

2.2. 洪貴達 → 阮文質

次安南使阮文質淳夫韻
Thứ An Nam sứ Nguyễn Văn Chất Thuần Phu vận

知是詞林最大家	Tri thị từ lâm tối đại gia
看來詩律似陰何	Khán lai thi luật tự Âm Hà
乾坤納納包羅盡	Kiền khôn nạp nạp bao la tận
山海茫茫跋涉多	Sơn hải mang mang bạt thiệp đa
風月一生尊北海	Phong nguyệt nhất sinh tôn Bắc Hải
功名半世夢南柯	Công danh bán thế mộng Nam Kha
移家安得江南近	Di gia an đắc Giang Nam cận
卻見詩仙日日過	Khước kiến thi tiên nhật nhật qua

『虛白亭文集』

안남사신 완문질 순부淳夫에 차운하다

그대 사림의 최고 대가임을 아나니
시율을 살펴보니 음갱·하손과 방불하도다.3)
건곤의 납납함을 다 거두어 망라했고4)
산해의 망망함을 많이도 발섭했도다.5)
풍월 한 평생 북해 선생을 존경했으니6)
반세 공명은 남가일몽이었도다.
어찌하면 집을 옮겨 강남 가까이 살며
시선을 보면서 나날을 보낼 수 있으리!

Theo vần sứ An Nam Thuần Phu Nguyễn Văn Chất

Đã biết là bậc danh gia nổi tiếng về văn học,

Xem đến thi luật thì hay như thi luật họ Âm họ Hà.[7]

Đất trời rộng lớn mà bao la hết,

Non biển mênh mang cũng lịch duyệt nhiều.

Kho phong nguyệt một đời tôn đầy như Bắc Hải,

Của công danh nửa đời tựa giấc mộng Nam Kha.[8]

Dời nhà đi đâu để được yên gần vùng Giang Nam,

Được lại gặp bậc thơ tiên ngày ngày qua lại.

2.3. 洪貴達 → 安南使臣

通州驛館, 次安南使韻
Thông Châu dịch quán, thứ An Nam sứ vận

車書盛治喜遭逢	Xa thư thịnh trị hỉ tao phùng
玉帛東南此會同	Ngọc bạch đông nam thử hội đồng
賓館笑談何款款	Tân quán tiếu đàm hà khoản khoản
驛亭車馬忽悤悤	Dịch đình xa mã hốt thông thông
他年魂夢青天外	Tha niên hồn mộng thanh thiên ngoại
此地情懷白日中	Thử địa tình hoài bạch nhật trung
莫向南樓作離別	Mạc hướng nam lâu tác li biệt
潞河初漲夕暉紅	Lộ hà sơ trướng tịch huy hồng

『虛白先生續集』

통주의 역관에서 안남사신에게 주다

서동문書同文 거동궤車同軌의 치세에 만남이 즐거우니
동과 남에서 옥백 바치는 바로 이 모임이로다.
빈관에서의 담소, 그리도 다정했는데
역정에서의 거마, 홀연히 총총하도다.
후일 청천의 밖에서도 혼은 꿈을 꾸리니
이곳에서의 그리운 우정, 대낮 같으리로다.
이별 짓는 남루에는 가지 마시라
노하의 물결 그득한데 석양만 붉으리니……

Dịch quán ở Thông Châu, nối vận sứ An Nam

Xe đồng trục, viết đồng văn đời thịnh trị mừng nay gặp gỡ,[9]

Lễ cống ngọc lụa hai nước đông - nam cùng hội ngộ.[10]

Nơi quán khách nói cười bàn chuyện này chuyện khác,

Chốn dịch đình xe ngựa đã lại vội vàng lên đường.

Ngày khác hồn mộng dưới nơi trời quang trong xanh,

Có nhớ ngày dài nơi đây được cùng bạn tấm chân tình.

Chẳng hướng về nơi lầu nam để buồn li biệt,[11]

Mà coi dòng Lộ Hà nước mới lên đỏ dưới ánh chiều hồng.[12]

詩 2. 홍귀달洪貴達, 신종호申從濩(韓)
－완안阮安, 완문질阮文質, 완위阮偉, 무좌武佐(越) 1481년 41

2.4. 洪貴達 → 阮偉

次安南使阮偉挺夫韻
Thứ An Nam sứ Nguyễn Vĩ Đĩnh Phu vận

玉節天南使	Ngọc tiết thiên Nam sứ
金臺路上逢	Kim đài lộ thượng phùng
語因風土異	Ngữ nhân phong thổ dị
心共性天同	Tâm cộng tính thiên đồng
喜接城南杜	Hỉ tiếp thành nam Đỗ
還慙吳下蒙	Hoàn tàm Ngô hạ Mông
瓊瑤攜滿袖	Quỳnh dao huề mãn tụ
十襲以歸東	Thập tập dĩ quy đông

『虛白先生續集』

안남사신 완위 정부挺夫에 차운하다

옥절 받든 남녘 땅 사신을
북경 거리에서 만났도다.
말이야 풍토로 인해 다르지만
마음은 하늘이 주신 성정 함께 지녔네.
성남의 두씨 만남이 즐거웠으나13)
오하의 아몽阿蒙 신세가 부끄럽도다.14)
옥 같은 시문 소매 가득 채웠으니
열 번이나 고이 싸서 동으로 돌아가리.

Theo vần sứ An Nam Đĩnh Phu Nguyễn Vĩ

Sứ thần ở trời Nam vâng cầm ngọc tiết đến chầu,

Được gặp gỡ trên đường đến nơi đài vàng.

Tiếng nói, con người cùng phong thổ khác biệt,

Nhưng tấm lòng với tính trời ban vẫn là cùng như nhau.[15]

Mừng như được tiếp kiến ông họ Đỗ ở thành nam,[16]

Lại thẹn thùng mình quê mùa ngu dốt như thằng Mông đất Ngô.[17]

Ngọc quỳnh ngọc dao đầy bên tay áo,

Thu thập gom lại để mang về nước phía đông.

2.5. 申從濩 → 武佐

贈安南使武佐
Tặng An Nam sứ Vũ Tá

來自麓泠瘴海堧	Lai tự Mê Linh chướng hải nhuyên
今朝初下潞河船	Kim triêu sơ hạ Lộ Hà thuyền
天低銅柱南逾嶺	Thiên đê đồng trụ nam du lĩnh
地迥金臺北走燕	Địa quýnh kim đài bắc tẩu Yên
客路風煙將萬里	Khách lộ phong yên tương vạn lí
還家歲月抵三年	Hoàn gia tuế nguyệt để tam niên
嗟余亦是思鄉者	Ta dư diệc thị tư hương giả
滯雨江頭各黯然	Trệ vũ giang đầu các ảm nhiên

『續東文選』

안남사신 무좌에게 주다

미령 장해의 경계로부터 와서
이 아침 노하의 배에서 처음 내리셨네.
남쪽에선 하늘도 낮게 드리운 동주 고개 넘어
북으론 금대 연주 땅으로 멀리 달려왔도다.
나그네 길의 바람 안개 만리에 달하니
집에 돌아가기 삼년 세월이로다.
이 몸 또한 고향 그리운 자임이 서럽나니
비에 갇힌 강가에서 각자의 심사 어둑하도다.

Tặng sứ thần An Nam Vũ Tá

Người đến từ đất Mê Linh,[18] vùng đất lam chướng ven biển,

Hôm nay mới xuống thuyền xuôi dòng Lộ hà.

Vượt qua vùng núi phía nam, trời dựng cột đồng trấn,[19]

Hướng về đài báu phương bắc, miền xa xôi về chầu đất Yên Kinh.[20]

Đường khách đi sương gió muôn vạn dặm,

Về đến quê nhà thì ngày tháng đã tận hết ba năm.[21]

Than ôi ta cũng là người nơi xa nhớ quê hương,

Buồn bã mưa rơi ảm đạm nơi đầu sông.

詩 2. 홍귀달洪貴達, 신종호申從濩(韓)
－완안阮安, 완문질阮文質, 완위阮偉, 무좌武佐(越) 1481년 45

3. 조신曺伸(韓) - 여시거黎時擧(越)
15세기 후반 ~ 16세기 초반

[曺適庵伸嘗赴燕京。與安南國使黎時擧。作詩酬唱。至數十餘篇。 적암 조신이 연경에 갔을 때 안남국 사신 여시거로 더불어 시를 지어 수창하여 수십 편에 달했다.]

3.1. 黎時擧 → 曺伸

[黎詩一首云: Lê thi nhất thủ vân]

三韓見說景偏殊	Tam Hàn kiến thuyết cảnh thiên thù
鴨綠澄澄水色秋	Áp Lục trừng trừng thủy sắc thu
知是江山詩思好	Tri thị giang san thi tứ hảo
還將句法效蘇州	Hoàn tương cú pháp hiệu Tô Châu

『稗官雜記(魚叔權)』

[여시거의 시 한 수에 이르기를]

삼한은 경개 자못 아름답다 하는데
압록강 물결 푸르러 물빛도 가을이리라.
이러한 강산이면 시의 생각도 좋을 법한데
도리어 장구章句의 법은 소주[22]를 본받도다.

[Một bài thơ của Lê Thời Cử viết]

Xứ Tam Hàn nghe nói cảnh sắc rất khác biệt,[23]
Sông Áp Lục[24] trong vắt sắc nước thu.
Biết rằng cảnh sắc núi sông làm nên tứ thơ đẹp,
Lại đem câu cú học theo lối của Tô Châu.[25]

3.2. 曹伸 → 黎時擧

嗜魚熊掌味何殊　　Thị ngư hùng chưởng vị hà thù
我愛君詩淡似秋　　Ngã ái quân thi đạm tự thu
溫李只要誇富艷　　Ôn Lí chỉ yêu khoa phú diễm
平平端合學蘇州　　Bình bình đoan hợp học Tô Châu

『稗官雜記(魚叔權)』

[적암이 이르기를:]

생선 좋아하고 웅장 좋아한다 해서 미각까지 다르겠는가?
나는 그대의 시가 담담하기 가을 같음을 사랑하노라.
온이溫李는 다만 부염富艷을 자랑하려 하니26)
평명하게 소주 배우는 게 내게는 맞는다네.

[Thích Am nối vần:]

Ăn cá với tay gấu thì mùi vị khác nhau thế nào,
Tôi thích thơ ngài vì nó trong trẻo như mùa thu.
Như thơ họ Ôn, họ Lí27) thì chỉ là khoe đẹp khoe giàu,
Cứ bình bình lại hợp học lối của Tô Châu vậy.

3.3. 黎時擧 → 曹伸

[黎以押蘇州字犯唱韻。非和詩體。贈書譏之。又贈一首曰:]

馬辰遺俗古人殊	Mã Thìn di tục cổ nhân thù
世代相移幾度秋	Thế đại tương di kỉ độ thu
耨薩名官何意義	Nậu tát danh quan hà ý nghĩa
知君禮制異中州	Tri quân lễ chế dị trung châu

『稗官雜記(魚叔權)』

[여시거는 소주를 압운하여 글자가 운을 범한 것은 화시의 체가 아니라 해서 편지를 보내 기롱하였다. 또 시 한 수를 주었는데 이르기를:]

마한 진한의 유속은 고인과 사뭇 달라
세대를 상전하여 몇 해를 지났는고?
'누살^{耨薩}'28)이란 관직명은 무슨 뜻인가?
그대 나라 예제 중국과 다름을 알리로다.

[Họ Lê cho là áp vận chữ Tô Châu là vi phạm vào vần bài xướng, không đúng thể thơ họa lại, nên gửi thư chê chỗ ấy. Lại tặng một bài là:]

Đất Mã Hàn, Thìn Hàn29) phong tục cổ nhân có khác nhau,
Các đời đổi thay đã biết bao nhiêu năm rồi.
Tên quan là Nậu Tát30) là có ý nghĩa gì,
Biết là lễ chế nước ngài khác biệt trung châu rồi.

[適庵以書答之。略曰: 病餘思涸。甘心屛退。梯衝舞於前。而處女自守。君見淮陰之走水上軍。毋發趙人笑也。異日竢身健。當相就爭長詩壇。試觀老子據鞍顧眄也。幕中之籌。無容惜焉。𧃲薩本是方言。古之雲鳥。名官何義哉。交趾豈騈拇之義耶。

黎復書略曰: 君以淮陰自居。以趙人相待。僕則以爲不然。彼淮陰之背水陣。正用兵法中紀律取勝。今君蹈襲唱詩徑用之韻。以兵法律之。則君失伍離次甚矣。將見棄甲曳兵而走。何暇據鞍顧眄哉。大丈夫磊磊落落。墨甲筆鋒。千軍一掃。焉用幕中之籌。他日貴軆安健。幸一相訪。謹命壇夫。嚴設旗鼓以待。交趾本一郡也。郡之北有南交關天阯山。故名郡以交阯。後誤以阯爲趾。無怪乎君之承訛也。]

[적암이 편지로 답했다. 요약하면: "병치레 한 뒤라 생각이 고갈되었으니 달게 물러나, 제충(梯衝)[31]이 앞에서 춤출지라도 처녀처럼 스스로를 지키노라. 그대는 회음후 한신이 흐르는 물가에 군진을 친 걸 보고 조나라 사람들이 발하던 웃음을 따라 하지 말라. 훗날 몸이 강건해지기를 기다려 서로 시단에서 장단을 겨루어 보기로 하자. 시험삼아 노인장이 안장에 앉은 채로 사방을 둘러보는 것을 살피리니,[32] 장막 안에서의 계책을 아끼지 마시라. 누살은 본래 방언으로 옛날의 '운조(雲鳥)'인데, '명관하의(名官何義)'라니요! '교지(交趾)'가 어찌 '육발'이란 뜻이겠는가!"

여시거가 회답하기를: "그대는 회음후로 자처하고 나를 조나라 사람으로 여기는데, 나는 그렇게 생각하지 않는다. 저 회음후의 배수진은 바로 용병법 중의 '기율(紀律)'로서 승리를 얻는 것이다. 지금 그대가 창시에 '경용지운(徑用之韻)'을 도습하는 것은 병법으로 판단컨대 대오를 잃고 반차(班次)를 이탈한 것이 심한 것이니, 장차 갑옷을 버리고 무기를 끌며 도망가는 격이라, 어찌 안장에 앉아 흘겨볼 틈이 있겠는가. 대장부는 호탕하여 먹으로 갑옷을 삼고 붓으로 칼날 삼아 천군을 소탕할 것이니, 어찌 막사 안의 계책을 쓰겠는가. 훗날 그대의 건강이 회복되어 한번 찾아 준다면 단부(壇夫)에게 명하여 엄숙히 기고(旗鼓)를 마련하고 대기하겠노라. 교지(交趾)는 본래 한 군이다. 군의 북쪽에 남교관(南交關)과 천지산(天阯山)이

있으므로 군의 이름을 '교지(交阯)'라 하였는데, 후에 잘못하여 '지(阯)'를 '지(趾)'로 했으니, 그대가 잘못 전해진 그대로 아는 것도 괴이할 게 없다."]

[Thích Am cũng viết thư đáp lại, đại lược là: "nhiều bệnh nên ý tứ còn nông cạn, cam tâm xin dừng lùi bước. Thang mây xe vượt[33]) múa trước mặt, mà chỉ xin lấy phận gái quê[34]) mà giữ gìn khép nép thôi. Ngài có thấy Hoài Âm cho quân đóng trên sông đấy, chẳng gây cười cho người nước Triệu đâu.[35]) Ngày khác đợi thân thể khỏe mạnh, xin đến tranh cãi hơn nơi thi đàn. Thử xem lão già ngồi trên yên mà trừng mắt quắc thước,[36]) định kế nơi màn trướng, chứ không phải tiếc. Còn từ Nậu Tát vốn là từ phương ngôn thôi, ngày xưa khác biệt như mây với chim vậy,[37]) gọi là chức quan là nghĩa gì. Như gọi Giao Chỉ là nghĩa cái ngón chân cái đây ư!"

Họ Lê lại đáp thư đại lược rằng: "Ngài lấy chuyện Hoài Âm mà tự nhận, lấy người nước Triệu để đối đãi lại. Kẻ mộc mạc tôi không cho là như vậy. Người Hoài Âm ấy có trận Bối Thủy,[38]) là chính dùng trong binh pháp lấy kỉ luật để chế thắng. Nay ngài theo lối vận của thơ xướng ra, tính luật của binh pháp thì ngài mất đội ngũ lìa hình thế quá rồi. Gặp nhau mà đã vứt giáp kéo lê binh khí thế mà chạy, đâu rồi để ngồi trên yên mà trừng mắt quắc thước nữa. Bậc đại trượng phu lỗi lỗi lạc lạc, nơi đầu bút giáp mực, một phát xuất nghìn quân, đâu phải dùng đến mưu nơi màn trướng. Ngày khác, khi quý thể được mạnh, may mắn được thăm nhau. Xin kính cẩn làm phu nơi văn đàn, nghiêm dựng cờ trống để đợi. Còn từ Giao Chỉ, vốn là một quận thôi. Phía bắc quận này có cửa Nam Giao, có núi Thiên Chỉ, nên gọi quận ấy là Giao Chỉ. Sau nhằm chữ Chỉ (nền móng) với chữ Chỉ (ngón chân), không trách ngài cũng nhầm theo thôi."]

3.4. 曹伸 → 黎時擧

東南封域古來殊　　Đông nam phong vực cổ lai thù
霜到庭梧一樣秋　　Sương đáo đình ngô nhất dạng thu
客裡偶成文字會　　Khách lí ngẫu thành văn tự hội
熙熙春色滿皇州　　Hi hi xuân sắc mãn hoàng châu

『海東雜錄(權鼈)』

동으로 남으로 봉함을 받은 것이 고래로 남다른데
뜨락 오동에 서리 내리니 어디나 한가지로 가을이로다.
객관에서 우연히 문자의 모임을 이루니
밝은 봄빛이 황제의 땅에 가득하도다.

Phía đông, phía nam phong vực từ xưa khác nhau,
Khi sương rơi xuống sân, thấy rặng ngô đồng ra một vẻ thu.
Khách xa quê ngẫu nhiên thành nên một hội thơ văn,
Hây hây sắc xuân khắp chốn hoàng châu.

3.5. 黎時舉 → 曺伸

[適菴譏虞尤之通用。時舉以書答曰: 按古人作詩起聯。有別用別韻之體。如:]

三千越甲夜成圍　　　　Tam thiên Việt giáp dạ thành vi
宴罷君臣辭不知　　　　Yến bãi quân thần từ bất tri
若論破吳功第一　　　　Nhược luận phá Ngô công đệ nhất
黃金只合鑄西施　　　　Hoàng kim chỉ hợp chú Tây Thi

[又張敬夫諸賢詩　　　　Hựu Trương Kính Phu chư hiền thi:]

花柳芳洲十日晴　　　　Hoa liễu phương châu thập nhật tình
五更風雨送餘春　　　　Ngũ canh phong vũ tống dư xuân
莫嫌紅紫都吹盡　　　　Mạc hiềm hồng tử đô xuy tận
新綠滿園還可人　　　　Tân lục mãn viên hoàn khả nhân

『海東雜錄(權鼇)』

[以上平之真。協下平之庚。如此之類。連篇累牘。不可數指。公以為敬夫諸賢。亦苟作耶。]

[적암이 우와 우자로 통용함을 기롱하매 시거가 편지로 답하여 이르기를:
고인의 기련을 작시한 것을 살피건대 별운의 체를 따로 사용한 바가 있으니
다음과 같다.]

삼천의 월나라 군사 밤을 타 포위했는데
잔치 마친 군신들은 작변할 때도 알지 못했네.
만일 오나라 부순 제일의 공을 논한다면
황금으로 서시를 빚어 앉혀야 하리.

　[또 장경부 제현의 시에:]

방주의 꽃과 버들 열흘 볕에 빛나더니
오경의 비바람이 남은 봄을 보내누나.
홍색 자색 붉은 꽃들 다 불려 떨어짐을 꺼리진 말게나
신록이 동산 가득함이 도리어 사람에게 좋을지니…39)

[상평의 '진(眞)'으로 하평의 '경(庚)'에 협운했다. 이와 같은 것은 여러
글들에 이어져 쌓여 있어 일일이 지적할 수가 없다. 공은 장경부 제현의
시도 또한 구차하게 지은 거라 여기는가?]

[Thích Am chê là dùng vần Ngu thì thông dụng hơn. Thời Cử viết thư đáp rằng: Theo Án xưa, cổ nhân làm thơ có khởi liên, có thể cách riêng dùng các vần hữu biệt. Như câu:]

Ba nghìn quân Việt dạ vây thành,
Tan yến vua tôi từ biệt đâu có hay.
Nếu luận về người có công nhất khi phá nước Ngô,
Vàng ròng chỉ để đúc cho nàng Tây Thi.[40)]

[Lại có thơ của những hiền nhân như ông Trương Kính Phu[41)] rằng:]

Cảnh hoa liễu bãi xuân, mười ngày quang ráo,
Mà năm canh mưa gió vẫn gửi thoảng hơi xuân.
Đừng ngại hoa thắm đều bay hết,
Xanh tươi đầy vườn để tặng ai.

[Bài trên thực là vần thượng bình. Hiệp bài dưới họa lại hạ bình. Các bài như thế, liên tiếp nối vần, không chỉ ra một vài được. Ngài cho rằng những bậc hiền nhân như ông Kính Phu mà cũng làm cẩu thả sao.]

3.6. 曹伸 → 黎時擧

[本集適菴先贈時擧五言二律云:]

除日春光至	Trừ nhật xuân quang chí
窮愁強自寬	Cùng sầu cường tự khoan
新年要身健	Tân niên yếu thân kiện
素節但心安	Tố tiết đãn tâm an
故國梅應破	Cố quốc mai ứng phá
燕城雪尚寒	Yên thành tuyết thượng hàn
定歸何日得	Định quy hà nhật đắc
節物莫留殘	Tiết vật mạc lưu tàn

『海東雜錄(權鼈)』

[본집에 적암이 먼저 여시거에게 준 5언2율에 이르기를:]

선달그믐에도 봄빛이 이르니
시름은 깊지만 강잉히 자관하노라.
새해엔 마땅히 몸을 강건하게 해야 하고
평소의 절후에도 마음을 편히 할 따름이로다.
고국에는 매화 응당 꽃망울 터트렸을 텐데
북경 성에는 눈이 아직도 싸늘하도다.
돌아갈 기한의 한정을 어느 때나 얻으리오
철 따라 나는 물건 남기지 마시라.

[Bản tập ấy của Thích Am trước tặng Thời Cử bài ngũ ngôn nhị luật rằng:]

Ngày cuối năm sắc xuân về,
Hết nỗi sầu, gắng tự khoan khoái mình.
Năm mới mong thân thể được khỏe mạnh,
Tiết thu chỉ cần tâm được an,
Nước cũ tiết này mai xuân nở tưng bừng.
Mà nơi Yên thành tuyết hãy còn lạnh,
Định ngày về khi nào mới được.
Thời tiết cảnh vật chắc chẳng còn lưu chút tàn nào.

3.7. 曹伸 → 黎時舉

物意都忘舊　　　Vật ý đô vong cựu
天機自轉新　　　Thiên ki tự chuyển tân
離家仍得歲　　　Li gia nhưng đắc tuế
送臘便逢春　　　Tống lạp tiện phùng xuân
一室思歸客　　　Nhất thất tư quy khách
千門賀節人　　　Thiên môn hạ tiết nhân
卻慙年半百　　　Khước tàm niên bán bách
猶在九街塵　　　Do tại cửu nhai trần

『海東雜錄(權鼈)』

자연 만물은 옛 것을 다 잊어 두고
하늘의 기틀은 절로 굴러 새로워지도다.
집을 떠나 또 한 살을 더 먹으니
섣달 다 보내고 문득 봄을 맞이하도다.
한 방 그득 고향 돌아갈 생각에 잠긴 나그네
문호마다 새해를 축하하는 사람들.[42]
부끄럽도다, 반백년 오십 줄에 들어섬이
아직도 오히려 대로변의 먼지 속에 있나니.

Vật bên ngoài với ý trong tâm cũ đều quên hết,
Máy trời tự chuyển sang mới,
Người li hương vào lúc năm mới Tết đến,
Tiễn tiết Chạp lại vừa đón xuân sang,
Một buồng vắng khách mong được về quê,
Nơi cửa nhà, người người vui chúc Tết
Lại thẹn là tuổi tác đã nửa trăm rồi,
Mà vẫn còn bụi bặm lâu ngày ở chốn kinh đô.[43]

3.8. 黎時舉 → 曹伸

[時舉兼押平仄二字和贈云: Thời Cử kiêm áp bình trắc nhị tự hòa tặng vân:]

玉管陽灰至	Ngọc quản dương hôi chí
金幡寵例寬	Kim phiên sủng lệ khoan
璣衡天運健	Ki hành thiên vận kiện
岳瀆地維安	Nhạc độc địa duy yên
日麗氷山破	Nhật lệ băng sơn phá
風剛花信寒	Phong cương hoa tín hàn
吟邊閑自得	Ngâm biên nhàn tự đắc
何處笛聲殘	Hà xứ địch thanh tàn

[여시거가 평성과 측성 두 글자를 겸하여 압운 화답하여 주다. 이르기를:]

옥관에 양회가 이르렀고44)
금번엔 은총도 너그럽도다.45)
기형에 하늘 운행 굳건하고46)
악독엔 땅의 벼리 평안하도다.47)
해 빛나니 얼음 산 부서지고
바람 굳세어 화신 싸늘하도다.
읊조리며 한가로이 자득하는데
어느 곳에서 피리 소리 울리느뇨?

[Thời Cử cũng kiêm áp vận bằng trắc hai chữ họa tặng rằng:]

Then ngọc quay cho khí dương tàn hồi về,
Cờ hiệu vàng được ơn sủng rộng rãi.
Trời vận hành vẫn khỏe mạnh thế,
Sông núi linh thiên vẫn vững yên.
Dưới ánh trời rọi núi băng cũng tan lở,
Gió mạnh lay hoa vẫn phải chịu rét thay.
Bên cạnh thú ngâm nga nhàn tản tự đắc,
Tiếng sáo quê thổi lên khúc tàn đâu đó.

3.9. 黎時擧 → 曺伸

冀甸輿圖舊	Kí điện dư đồ cựu
燕山草木新	Yên sơn thảo mộc tân
龍躔初改歲	Long triền sơ cải tuế
鳳曆已頒春	Phượng lịch dĩ ban xuân
偶作觀光客	Ngẫu tác quan quang khách
欣逢合志人	Hân phùng hợp chí nhân
詩樓高尺百	Thi lâu cao xích bách
几案淨無塵	Kỉ án tịnh vô trần

『海東雜録(權鼈)』

[其餘所和多至十餘篇。皆可膾炙人口。]

기주의 땅은 여도 그대로인데
연산의 풀과 나무 새롭도다.
하늘 궤도 처음 해를 바꾸었고
달력은 이미 봄을 반포했도다.
우연히 상국을 관광하는 나그네 되어
흔연히 뜻에 맞는 사람을 만났도다.
시루는 높이가 백 척이나 되니
궤안은 정갈하여 티끌 하나 없도다.

[그 나머지 창화한 것이 많아 십여 편에 이르는데, 모두 사람들 입에
회자되고 있다.]

Nơi đất bắc vẫn vững dư đồ cũ,

Non vùng Yên hoa cỏ vẫn xanh tươi.

Gót rồng mới đổi năm,

Lịch phượng đã ban xuân mới.

Ngẫu nhiên cùng làm khách ngắm cảnh,

Mừng vui là hợp lòng người chí sĩ.

Tài thơ như lầu cao trăm thước,

Bàn ghế sạch không bụi trần.

[Ngoài ra các bài họa nhiều đến chục thiên, đều là những bài hay khoái trá môi miệng người khác.]

4. 이수광李睟光, 금화일사金華逸士(韓) - 풍극관馮克寬(越) 1597~1598년

4.1. 李睟光 → 馮克寬

丁酉冬赴京時　Đinh Dậu đông phó Kinh thời
贈安南國使臣二首　Tặng An Nam quốc sứ thần (nhị thủ)

萬里來從瘴癘鄉　Vạn lí lai tòng chướng lệ hương
遠憑重譯謁君王　Viễn bằng trùng dịch yết quân vương
提封漢代新銅柱　Đề phong Hán đại tân đồng trụ
貢獻周家舊越裳　Cống hiến Chu gia cựu Việt Thường
山出異形饒象骨　Sơn xuất dị hình nhiêu tượng cốt
地蒸靈氣產龍香　Địa chưng linh khí sản long hương
即今中國逢神聖　Tức kim Trung Quốc phùng thần thánh
千載風恬海不揚　Thiên tải phong điềm hải bất dương

『芝峰集』

정유년(1597) 겨울 북경에 갔을 때 안남국 사신에게 주다 (2수)

장려향으로부터 만리 길을 지나와서
멀리서 중역을 거쳐 군왕을 뵙도다.
봉함 받음은 한대에 동주 세움에서부터고
조공 드림은 주나라시절 월상씨부터였다.
산이 기이한 형상이라 상아 보석 풍부하고
땅은 영기를 뿜어 용뇌향이 향기롭다.
지금 중국은 신성한 임금님 만났으니
천재일우 바람 자고 바다 잔잔하도다.

Mùa đông năm Đinh Dậu đến Yên Kinh Tặng sứ thần nước An Nam (hai bài)

Từ quê hương lam chướng xa muôn dặm,
Xa xôi, nhờ trùng dịch⁴⁸⁾ mà đến yết kiến nhà vua.
Việc phân phong thì đời Hán đặt cột đồng⁴⁹⁾ còn như mới,
Sự triều cống thì đời Chu đã có nước Việt Thường⁵⁰⁾ xưa.
Núi sông kỳ lạ phong phú nhiều tượng cốt,⁵¹⁾
Đất hun đúc linh khí sản sinh nhiều loại long hương.
Đến nay, ở Trung Quốc gặp bậc thần thánh,
Nghìn năm gió lặng biển yên sóng.

4.2. 李睟光 → 馮克寬

聞君家在九真居	Văn quân gia tại Cửu Chân cư
水驛山程萬里餘	Thủy dịch sơn trình vạn lí dư
休道衣冠殊制度	Hưu đạo y quan thù chế độ
却將文字共詩書	Tức tương văn tự cộng Thi Thư
來因獻雉通蠻徼	Lai nhân hiến trĩ thông man kiếu
貢為包茅覲象輿	Cống vị bao mao cận tượng dư
回首炎州歸路遠	Hồi thủ viêm châu quy lộ viễn
有誰重作指南車	Hữu thùy trùng tác chỉ nam xư

『芝峰集』

들건대 그대 집은 구진九眞 땅이라 하니
물 건너고 산 넘어 만리 길이 넘도다.
의관 제도 색다르다 이르지 말지니.
문자 가지고 시서를 공유함이로다.
오긴 흰 꿩 바치러 만요 땅을 지나왔고,
공물은 포모를 받들어 상여象輿 아래 뵙도다.
염주炎州를 돌아보니 돌아갈 길 아득한데,
누가 있어 다시금 지남차指南車를 지으리오?

Nghe ngài quê ở đất Cửu Chân,[52]
Qua sông qua núi hành trình hơn vạn dặm.
Không phải nói sự mũ áo khác quy chế,
Mà văn tự chữ nghĩa cũng cùng đọc Thi Thư.[53]
Do có việc hiến chim trĩ[54] mà thông lối đến vùng biên man,
Lễ cống cỏ bao mao[55] vẻ thịnh trị hiện trên xe tượng dư.[56]
Quay đầu về lối Viêm châu đường còn xa,
Có ai, lại làm cái xe chỉ nam không?[57]

4.3. 馮克寬 → 李睟光

肅次芝峯使公韻　Túc thứ Chi Phong sứ công vận

異域同歸禮義鄉	Dị vực đồng quy lễ nghĩa hương
喜逢今日共來王	Hi phùng kim nhật cộng lai vương
趨朝接武殷冠冔	Xu triều tiếp vũ Ân quan hú
觀國瞻光舜冕裳	Quan quốc chiêm quang Thuấn miện thường
宴饗在庭沾帝澤	Yến hưởng tại đình triêm đế trạch
歸來滿袖惹天香	Quy lai mãn tụ nhạ thiên hương
唯君子識真君子	Duy quân tử thức chân quân tử
幸得詩中一表揚	Hạnh đắc thi trung nhất biểu dương

『芝峰集』

삼가 지봉사공의 운에 차운하다

이역異域이 한가지로 예의향禮義鄉되어
오늘 기쁘게 만나 함께 군왕을 뵙도다.
조정에 나가 위무를 보니 은殷나라 관복冠服이요,
나라를 살펴 빛을 보나니 순舜임금 면상冕裳이라.
연향宴饗하는 뜰엔 황제의 은택 젖어들고,
돌아오는 소매엔 천향天香이 풍기도다.
오직 군자라야 참 군자를 아나니,
다행히 시 속에 표양表揚함을 얻었도다.58)

Cung kính họa vần thơ sứ thần Chi Phong

Khác nước song đều là vùng quê hương của lễ nghĩa,
Mừng nay cùng đến triều yết kiến thiên tử.
Rảo lên triều đường vẻ nối tiếp[59] hàng mũ nhà Ân,
Xem thượng quốc, ngắm phong cảnh áo quần đời Thuấn.[60]
Yến mở tại triều đội ơn vua ban,
Khi về tay áo còn đầy hương thơm nức.
Chỉ có người quân tử mới biết bậc chân quân tử,
May được trong vần thơ có ý biểu dương.

4.4. 馮克寬 → 李睟光

義安何地不安居[61]　　　　Nghĩa an hà địa bất an cư
禮接誠交樂有餘　　　　　Lễ tiếp thành giao lạc hữu dư
彼此雖殊山海域　　　　　Bỉ thử tuy thù sơn hải vực
淵源同一聖賢書　　　　　Uyên nguyên đồng nhất thánh hiền thư
交鄰便是信為本　　　　　Giao lân tiện thị tín vi bản
進德深惟敬作興　　　　　Tiến đức thâm duy kính tác dư
記取使軺回*國日　　　　　Kí thủ sứ thiều hồi quốc nhật
東南五色望雲車　　　　　Đông nam ngũ sắc vọng vân xư

『芝峰集』

의에 든든하면 어딘들 편안치 않으리오
예로 맞아 성으로 사귀면 즐거움 넉넉하리.
피차彼此에 산과 시내 강역은 비록 다르나,
연원淵源은 동일同一하니 성현聖賢의 경전經傳이로다.
이웃 사귐엔 믿음이 근본根本이요,
진덕에는 공경恭敬이 바탕이로다.
사신의 수레 회국回國할 날을 생각하노니,
동으로 남으로 오색 운거五色 雲車[62] 바라리로다.

---

* Bản A.697 chép: 還 / A.697: 還.

Đạo nghĩa đã yên thì đất nào ở cũng yên,

Có lễ để thù tiếp, thành ý để giao lưu là vui lắm.

Đấy với đây tuy khác vùng khác đất,

Nhưng vốn là cùng đọc sách thánh hiền.

Giao tiếp bè bạn lấy điều tín làm gốc,

Dâng tiến đức tốt duy có sự kính cẩn làm xe đưa.

Sẽ ghi nhớ ngày xe sứ về nước,

Mé đông nam hãy còn ngóng xe trông theo mây ngũ sắc.

4.5. 李睟光 → 馮克寬

重贈安南使臣疊前韻
Trùng tặng An Nam sứ thần điệp tiền vận

我居東國子南鄉	Ngã cư đông quốc tử nam hương
文軌由來共百王	Văn quỹ do lai cộng bách vương
奉使喜觀周禮樂	Phụng sứ hỉ quan Chu lễ nhạc
趨班榮廁漢冠裳	Xu ban vinh xí Hán quan thường
雲移殿陛迷仙仗	Vân di điện bệ mê tiên trượng
煙矗宮爐識御香	Yên súc cung lô thức ngự hương
同沐聖恩瞻盛事	Đồng mộc thánh ân chiêm thịnh sự
強拈詩筆僭揄揚	Cường niêm thi bút tiếm du dương

『芝峰集』

거듭 안남사신에게 전운에 차운하여 주다

나는 동국에 살고, 그대는 남쪽에 사나,

거서車書의 유래는 백왕百王이 같이 하였도다,

봉사奉使하며 주예악周禮樂을 기쁘게 보았고,

추반趨班하며 한관상漢冠裳에 영화롭게 섞였도다.

구름 비끼는 대궐 섬돌, 선장仙仗[63]으로 아득하고,

연기 오르는 궁궐 향로, 어향御香임이 분명토다.

함께 성은을 입고 성사도 보았으므로

굳이 시필詩筆 잡아 외람되이 찬양讚揚하노라.

Lại tặng thơ sứ thần An Nam nối theo vận trước

Nước tôi ở phía đông, quê ngài ở phía nam,

Trục xe, văn tự cùng giống[64] từ trăm đời vua[65] đến giờ.

Vâng mệnh sang sứ mừng xem lễ nhạc nhà Chu,

Cũng rảo bước chen chân vào ban mũ áo nhà Hán.[66]

Mây dời điện ngọc còn mê mẩn dáng gậy tiên,

Phảng phất khói lò hương trong cung ngự.

Cùng gội thánh ân xem sự thịnh trị,

Cũng gắng làm thơ đề bút lạm mà khen ngợi.

4.6. 李睟光 → 馮克寬

辛苦梯航走帝居	Tân khổ thê hàng tẩu đế cư
越中歸路一年餘	Việt trung quy lộ nhất niên dư
相逢海外難逢客	Tương phùng hải ngoại nan phùng khách
得見人間未見書	Đắc kiến nhân gian vị kiến thư
蠻館旅懷無竹葉	Man quán lữ hoài vô trúc diệp
瘴江行李有藍輿	Chướng giang hành lí hữu lam dư
君還正位春風早	Quân hoàn chính vị xuân phong tảo
梅嶺清香想滿車	Mai lĩnh thanh hương tưởng mãn xư

『芝峰集』

산길 물길 온갖 고생, 황제 계신데 왔으나,
월중으로 돌아길 길, 일 년여가 넘겠도다.
만나기 어려운 손님을 해외에서 상봉했고,
인간 세상 못 보던 글 얻어 보게 되었도다.
만관에선 나그네 회포 풀 죽엽주 없었으나,
장강의 행장에는 남여도 있으리로다.
그대 돌아감에 딱 맞추어 봄바람도 이르리니,
매령 매화 맑은 향기, 수레 가득 차리로다.

Vất vả vượt đường xa muôn dặm[67] đến chầu thiên tử,
Đường về nơi đất Việt phải hơn một năm.
Nơi khác xứ lại gặp được người khách khó gặp,
Được trông thấy những sách vở mà nhân gian chưa từng thấy.
Khách quán xa xôi, lòng lữ khách không có lá trúc[68] để bầu bạn,
Sông nhiều khí độc, hành lý có kiệu mang qua.
Khi ngài về đúng lúc gặp buổi gió xuân sớm,
Còn nhớ non Mai[69] hương thơm vẳng đầy xe.

4.7. 馮克寬 → 李睟光

肅和再次海東芝峯使公前韻
Túc họa tái thứ Hải Đông Chi Phong sứ công tiền vận

居鄉必擇魯鄒鄉	Cư hương tất trạch Lỗ Trâu hương
講道同師孔素王	Giảng đạo đồng sư Khổng Tố vương
學海浚源淵浩浩	Học hải tuấn nguyên uyên hạo hạo
筆花生彩色裳裳	Bút hoa sinh thái sắc thường thường
詩囊金玉珠璣寶	Thi nang kim ngọc châu cơ bảo
藥籠參苓朮桂香	Dược lung sâm linh truật quế hương
公我迭為賓與主	Công ngã điệt vi tân dữ chủ
儘東南美任稱揚	Tẫn đông nam mỹ nhậm xưng dương

『芝峰集』

삼가 다시 지봉사공의 전운에 화답하다

살 곳으론 노추향魯鄒鄉을 택할 일이요,
도를 강구함은 공자로 스승할지라.
배움의 바다, 근원도 깊고 넓고
필화의 광채. 빛깔도 화려하도다.
시 주머니엔 금옥주기金玉珠璣 같은 보배요,
약 상자엔 삼령출계參苓朮桂가 향기롭도다.
나와 그대 번갈아 손도 되고 주인 되어,
동쪽과 남쪽의 미, 마음껏 칭양하세.

Cung kính họa lại vận thơ trước của sứ thần Hải Đông Chi Phong

Quê hương ắt chọn đất Lỗ đất Trâu[70] làm quê hương,

Giảng đạo thì cùng suy tôn thầy Khổng Tố vương.[71]

Biển học mênh mông nguồn mạch vốn dồi dào,

Bút hoa màu vẻ thêm tươi thắm, sắc thịnh đẹp thay.

Túi thơ đầy những vàng ngọc châu báu,

Giỏ thuốc cũng chặt những sâm linh truật quế hương.

Ngài và tôi cứ lần lượt thay ngôi chủ và khách,

Đem hết vẻ đẹp vùng đông nam để xưng tán ngợi khen.

4.8. 馮克寬 → 李睟光

往往來來閱日居	Vãng vãng lai lai duyệt nhật cư
客中二十又旬餘	Khách trung nhị thập hựu tuần dư
衛身健僕惟長劍	Vệ thân kiện bộc duy trường kiếm
交臂良朋有古書	Giao tí lương bằng hữu cổ thư
迎至禮行胥鼓舞	Nghênh chí lễ hành tư cổ vũ
生陽氣復已權輿	Sinh dương khí phục dĩ quyền dư
途長馬快邋歸早	Đồ trường mã khoái thuyên quy tảo
任重方知是大車	Nhậm trọng phương tri thị đại xư

『芝峰集』

가고 오는 그 사이에 날이 가고 달이 가서
객중 세월이 스무 달 하고도 열흘이 넘도다.
내 몸 지킬 건복은 오직 장검뿐이요,
가까이 할 어진 벗은 고서가 있도다.
동지의례 거행하여 다 함께 고무하니,
양이 나고 기가 돌아 이미 새 출발이로다.
길은 머나 말이 빨라 돌아감도 이르리니
책임이 무거워 대거인줄 알리로다.

Qua qua lại lại với nhau đã nhiều ngày,
Làm khách nơi xa đã hơn hai mươi tuần.
Bảo vệ thân thể duy có trường kiếm làm tay hầu khỏe,
Nắm tay giao kết bạn hiền đã có cuốn cổ thư.[72]
Tiếp đón hành lễ rất khẩn thiết đều đáng ngợi khen,
Khí dương sinh đã lại quay về lúc mở đầu.
Đường xa ngựa gấp mong sớm được lối về,
Nhiệm vụ gánh vác nặng nề, mới hay là phải xe lớn mới cáng đáng được.[73]

4.9. 李睟光 → 馮克寬

又贈安南使臣疊前韻 Hựu tặng An Nam sứ thần điệp tiền vận

廣南窮處是炎鄉	Quảng nam cùng xứ thị Viêm hương
傳譯來賓閱幾王	Truyền dịch lai tân duyệt kỉ vương
從古山川銅作界	Tòng cổ sơn xuyên đồng tác giới
至今風俗卉爲裳	Chí kim phong tục hủy vi thường
將軍石室黃茅瘴	Tướng quân thạch thất hoàng mao chướng
仙客金爐白線香	Tiên khách kim lô bạch tuyến hương
(安南所產)	(An Nam sở sản)
四海一家肝膽照	Tứ hải nhất gia can đàm chiếu
對君眉宇喜清揚	Đối quân mi vũ hỉ thanh dương

『芝峰集』

또 안남사신에게 전운에 중첩하여 주다

광남 땅끝 닿는 곳이 바로 염향이라던데
중역 거쳐 오실 때 몇 왕이나 보셨는고?
옛적부터 산천은 동주가 지경이요,
지금도 풍속은 풀로 짠 훼상卉裳74)이라.
장군 석실엔 황모장이요
선객 금로엔 백선향이로다.
(안남에서 나는 산물이다)
사해가 한집이라 간담을 다 비추어
그대 얼굴 대함에 밝고 환해 기쁘도다.75)

Lại tặng thơ sứ thần An Nam theo vần bài trước

Vùng đất nam rộng xa xăm là nơi nóng nực,[76]

Nghe truyền qua việc phiên dịch sang sứ mấy đời vua.

Từ xưa cương vực sông núi có chuyện cột đồng[77] làm cương giới,

Đến nay vẫn còn nhớ phong tục lấy lá cây làm xiêm y.

Tướng quân buồng đá cỏ vàng nơi lam chướng,

Khách tiên lò vàng thơm bạch tuyến hương.

(Do An Nam sản xuất ra)

Bốn biển cùng một nhà, gan mật như soi rõ,

Đối diện sứ quân thấy mi mục mừng được vẻ rạng thanh.

4.10. 李睟光 → 馮克寬

黃髮翩翩別舊居　　　Hoàng phát phiên phiên biệt cựu cư
朝天年到老稀餘　　　Triều thiên niên đáo giả hi dư
詩成上國千秋節*　　　Thi thành thượng quốc thiên thu tiết
恩荷重霄一禮書**　　Ân hạ trùng tiêu nhất trát thư
萬里衣冠登玉陛　　　Vạn lí y quan đăng ngọc bệ
五雲宮闕侍金輿　　　Ngũ vân cung khuyết thị kim dư
壽星他日回南極　　　Thọ tinh tha nhật hồi nam cực
光彩分明照使車　　　Quang thái phân minh chiếu sứ xư

『芝峰集』

흰 수염 휘날리며 옛집을 떠나와서
천조天朝에 조회오니 칠십 세가 넘었도다.
시를 지어 상국의 천추절을 경하했고,
천자께 은혜 입어 예서 한통 받으셨네.
만리의 의관으로 옥계 앞에 오르고,
오운의 궁궐에서 금여를 모셨도다.
다른 날 수성이 남극으로 돌아갈 제
광채도 환하게 사신수레 비추리라.

---

* 『芝峰集』에 다음과 같은 註가 附記되어 있다.
　'使臣有聖節慶賀詩集故云'/ (Lời chú trong *Chi phong tập*: 'Sứ thần (An Nam) có tập thơ *Thánh tiết khánh hạ thi tập*, nên nhắc đến').
** 『芝峰集』에 다음과 같은 註가 附記되어 있다.
　'朝廷竟不準封王, 只許仍前為都統使一行猶動色相賀.' (Lời chú trong *Chi phong tập*: 'Triều đình lại không chuẩn phong vương, chỉ hứa cho làm Đô Thống sứ như cũ. Mọi việc đều nhìn động tác và sắc thái mà chúc mừng')

Tóc vàng lất phất từ biệt nơi ở cũ,

Triều kiến thiên tử, tuổi đã đến quá bậc "xưa nay hiếm".[78]

Thơ mừng thượng quốc lưu danh tiết muôn thủa,

Ơn đội muôn trùng một trát thư.

Muôn dặm y quan mũ áo dâng lên bệ ngọc,

Năm sắc mây lành nơi cửa khuyết hầu xe vàng.

Thọ tinh ngày khác về đất phía cực nam,

Ánh sáng rỡ ràng soi chiếu đường xe sứ đi.

4.11. 馮克寬 → 李睟光

喜得海東芝峯使公詩序。謹再次韻。以表同使大筆手澤者。
Hỉ đắc Hải Đông Chi Phong sứ công thi tự, cẩn tái thứ vận
dĩ biểu đồng sứ đại Hoa thủ trạch giả

氣孕山奇水秀鄉	Khí dựng sơn kì thủy tú hương
多公瑰俊邁楊王	Đa công côi tuấn mại dương vương
明于刑五種吾德	Minh vu hình ngũ chủng ngô đức
展厥材多製彼裳	Triển quyết tài đa chế bỉ thường
泛海輕槎牛斗耀	Phiếm hải khinh tra Ngưu Đẩu diệu
襲人和氣麝檀香	Tập nhân hòa khí xạ đàn hương
詩傳增重鷄林價	Thi truyền tăng trọng Kê Lâm giá
從此聲名大播揚	Tòng thử thanh danh đại bá dương

『芝峰集』

반가이 해동지봉사공의 시서를 받고 삼가 다시 차운하여 동사신의 대필수택에 감사를 표하다

산수 빼어난 고장의 영기를 받았으니,
그대 뛰어남은 양형 왕발을 넘어서네.
형오에 밝아 나의 덕을 심었고
인재들 많이 보듬어 관직에 발탁했도다.[79)]
바다에 뜬 경쾌한 배, 우성 두성 사이 빛나고,
사람을 감싸는 화기, 사향 단목의 향기로다.
전해 주신 시는 계림성가 더하리니,
이로부터 명성이 크게 전파되리로다.

Mừng được bài thơ của sứ thần Hải Đông Chi Phong, kính cẩn họa vần để tỏ rõ cùng đại bút

Khí thiêng dựng lên cảnh núi sông quê hương đẹp đẽ,

Nhiều người tài tuấn hơn cả họ Dương, họ Vương.[80]

Sáng tỏ hình phạt năm bậc,[81] gieo trồng giống đức ta,

Phát triển nhiều tài năng, chế cả xiêm áo như thế.

Dong thuyền nhẹ vượt biển khơi, noi theo dấu sao Ngưu sao Đẩu,

Khí hòa theo người tỏa phưng phức đàn hương.

Thơ hay còn lưu truyền tăng giá ở nước Kê Lâm,[82]

Từ đây tiếng tăm lại càng được truyền khắp nơi.

4.12. 馮克寬 → 李睟光

少同孟氏接鄰居　　　　Thiếu đồng Mạnh thị tiếp lân cư
年壯而行學力餘　　　　Niên tráng nhi hành học lực dư
佐主都從身道德　　　　Tá chủ đô tòng thân đạo đức
澤民全是腹詩書　　　　Trạch dân toàn thị phúc Thi Thư
中華路入輕乘駟　　　　Trung Hoa lộ nhập khinh thừa tứ
碩果春來喜得輿　　　　Thạc quả xuân lai hỉ đắc dư
貢了言還歌四牡　　　　Cống liễu ngôn hoàn ca Tứ mẫu
海邦早早望回車　　　　Hải bang tảo tảo vọng hồi xư

『芝峰集』

어려서는 맹자 같이 좋은 교육 받아 컸고,
장년에 행함은 학력 닦은 나머지로다.
임금 돕기는 모두가 내 몸의 도덕을 좇아 말미암은 것이고,
백성들 윤택케 함은 이 모두 뱃속에 든 시서의 힘이로다.
중화 길 들어서도 사마 몰기 경쾌했고,
봄 돌아와 '석과득여碩果得輿' 기뻐하는 격이로다.
진공 마치고 돌아가매 〈사모〉시를 노래하리니
해방에선 벌써 수레 돌아오기만 바라고 있으리.

Thời trẻ giống như họ Mạnh tìm nơi hàng xóm để ở,[83]
Khi trưởng thành làm việc sức học có thừa.
Giúp chúa đều nhờ theo thân đạo đức,
Cứu dân cũng dựa phúc ấm Thi Thư.[84]
Xe sứ nhẹ lối đường đến Trung Hoa,
Khi xuân đến kết thành quả lớn, tích được đầy xe.[85]
Sự triều cống đã xong trở về ca ngâm bài Tứ mẫu,[86]
Nơi nước xa mong mỏi được sớm sớm quay xe về.

4.13. 李睟光 → 馮克寬

贈安南使臣。又疊前韻。
Tặng An Nam sứ thần hựu điệp tiền vận

交趾風煙別一鄉	Giao Chỉ phong yên biệt nhất hương
曾將白雉獻周王	Tằng tương bạch trĩ hiến Chu vương
身過越嶺初驚雪	Thân qua Việt lĩnh sơ kinh tuyết
足涉燕都幾裂裳	Túc thiệp Yên đô ki liệt thường
翡翠巢邊盧橘熟	Phỉ thúy sào biên lô quất thục
桂林叢裏臘梅香	Quế lâm tùng lí lạp mai hương
應知歸路堪乘興	Ưng tri quy lộ kham thừa hứng
南望悠然意自揚	Nam vọng du nhiên ý tự dương

『芝峰集』

안남사신에게 드리며 또 전운을 거듭하다

교지땅 바람 안개 또 다른 지역인데,
일찍이 흰 꿩을 주왕께 드렸도다.
몸소 월령 지날 제, 눈보고 놀랐으며,
발이 연도 밟을 때, 치마 찢기 몇 번인가.
비취새집 가에는 노귤이 익었고,
계수나무 수풀에는 납매가 향기롭다.
응당 돌아가는 길엔 흥취가 많으리니,
남망하며 유연히 의기 절로 양양하리.

Lại tiếp vận thơ tặng sứ thần An Nam

Đất Giao Chỉ quê hương biệt xa sương gió,
Từng có chuyện đem chim trĩ trắng hiến Chu vương.[87]
Thân sứ qua núi Việt trải bao sương tuyết,
Chân tới được Yên đô[88] xiêm y như chừng nát.
Bên tổ chim phỉ thúy hàng lô quất[89] đã chín,
Rừng quế bóng râm vẳng hương lạp mai.[90]
Mới hay lối về còn nhiều hứng,
Trông trời nam mà ý mênh mang.

4.14. 李睟光 → 馮克寬

識面寧嫌異域居   Thức diện ninh hiềm dị vực cư
心期傾盡笑談餘   Tâm kì khuynh tận tiếu đàm dư
犀珠舊認蕃方貨   Tê châu cựu nhận phiên phương hóa
風俗曾傳地誌書   Phong tục tăng truyền địa chí thư
南極老人朝聖主   Nam cực lão nhân triều thánh chúa
北京長路任征輿   Bắc kinh trường lộ nhậm chinh dư
見君疑是磻溪叟   Kiến quân nghi thị Bàn Khê tẩu
倘遇周文載後車   Thảng ngộ Chu Văn tái hậu xư

『芝峰集』

첫 대면對面일지라도 이역異域 산다 싫어하랴,
심기心期를 기울이니 담소談笑가 넉넉하다.
서주犀珠는 옛적부터 번방보화蕃方寶貨로 알았고,
풍속風俗들은 일찍이 지지서地誌書를 보았노라.
남극南極의 노인장께서 성주聖主께 조하朝賀하고,
북경北京의 긴 도로道路를 수레에 맡겼도다.
의심疑心컨대 그대는 반계수磻溪叟가 아니신가.
혹 문왕文王을 만나면 후거後車에 실어가리.

Biết mặt quen nhau còn hiềm là nước khác sao,
Lòng mong mỏi đem hết nỗi ra cùng bàn luận.
Sừng tê, châu ngọc xưa đã nhận là sản vật phương xa,
Phong tục đã từng lưu truyền trong các sách địa chí.
Đúng là bậc lão thần phương nam về chầu thánh chúa,
Đường đi kinh Bắc xa theo lối xe sứ đưa.
Gặp sứ quân ngỡ như thấy ông Lã Thượng bên bờ suối Bàn Khê,[91]
Bỗng đâu gặp được vua Chu Văn[92] ở sau xe.

4.15. 馮克寬 → 李睟光

再次韻。敬答海東芝峯大手筆
Tái thứ vận kính đáp Hải Đông Chi Phong đại thủ bút

起身卿相自閭鄕	Khởi thân khanh tướng tự lư hương
奉國書來朝聘王	Phụng quốc thư lai triêu sính vương
執贄將誠通輦篚	Chấp chí tương thành thông liễn phỉ
轉寒回暖襲氈裳	Chuyển hàn hồi noãn tập chiên thường
清光幸接龍顏秀	Thanh quang hạnh tiếp long nhan tú
芬馥濃含鷄舌香	Phân phức nùng hàm kê thiệt hương
道我東南文獻域	Đạo ngã đông nam văn hiến vực
高皇御製尚褒揚	Cao hoàng ngự chế thượng bao dương

『芝峰集』

또 차운하여 해동지봉海東芝峰의 대수필大手筆에게 공손히 화답和答하다

시골로부터 기신하여 경상이 되신 그대
국서國書를 받들고서 왕에게 조빙朝聘왔네.
정성 어린 폐백을 연거輦車 아래 드리고,
따뜻한 절후節候 맞아 전상을 입었도다.
맑은 풍채로 다행히 용안龍顏을 우러렀고,
향기로운 덕으로 듬뿍 계설향鷄舌香93) 머금었네.
우리를 동과 남의 문헌역文獻域이라 이르시고
고황高皇께서 어제御製로 포양褒揚하여 주셨도다.

Lại họa vần kính đáp đại thủ bút Hải Đông Chi Phong

Lập thân khanh tướng tự chốn làng quê,
Vâng phụng đem quốc thư sang triều cống thiên tử.
Cầm đồ sính lễ[94] đem lòng thành thông hiểu giỏ đầy xe,
Chuyển từ vùng tiết hàn sang ấm còn mặc áo chiên.
Mừng rỡ thanh quang được tiếp kiến long nhan tươi đẹp,
Phưng phức thơm nồng mùi hương như kê thiệt.[95]
Còn khen ngợi nước ta ở đông nam là vùng văn hiến,
Thực là đức Cao hoàng[96] ngự chế còn bao dung biểu dương cho.

4.16. 馮克寬 → 李睟光

遠來異趣近同居　　Viễn lai dị thú cận đồng cư
會上從容談笑餘　　Hội thượng thung dung đàm tiếu dư
共對九霄千里月　　Cộng đối cửu tiêu thiên lí nguyệt
恭承一札十行書　　Cung thừa nhất trát thập hàng thư
人才氣化關風土　　Nhân tài khí hóa quan phong thổ
封域山川括地輿　　Phong vực sơn xuyên quát địa dư
歸國僚朋如見問　　Quy quốc liêu bằng như kiến vấn
今天下統已同車　　Kim thiên hạ thống dĩ đồng xu

『芝峰集』

멀리서 와 취향은 달랐어도 가까이 동거하여,
모일 때마다 조용조용 담소가 넉넉했도다.
구소九霄에 한가지로 천리월千里月을 대했고,
일찰一札에 십행서十行書를 공손히 받들었네.
인재人才나 기화氣化는 풍토風土에 달렸으되,
산천의 봉역은 지여地輿에 묶여 있도다.
본국에 돌아가는 날 동료同僚가 묻거들랑
이제 천하는 통일統一되어 거서車書가 같다 하시라.

Xưa nay khác nước, nay lại ở gần nhau,
Hội nhau thung dung cười nói bàn luận.
Cùng trước chín tầng vọng trăng muôn dặm,
Cung kính vâng một trát mười hàng thư.
Nhân tài là do tú khí hun đúc hóa nên, liên quan đến phong thổ,
Phong vực sông núi nên bao quát lấy địa dư.
Khi về nước, bạn bè có hỏi,
(Xin thưa) là thiên hạ nay đã thống nhất xe cùng một trục.[97]

4.17. 李睟光 → 馮克寬

贈安南使臣排律十韻
Tặng An Nam sứ thần bài luật thập vận

聞道交南俗	Văn đạo Giao Nam tục
民居瘴海堧	Dân cư chướng hải nhuyên
恩綸新雨露	Ân luân tân vũ lộ
封壤舊山川	Phong nhưỡng cựu sơn xuyên
界割群蠻表	Giới cát quần man biểu
風連百越偏	Phong liên Bách Việt thiên
時清呈瑞雉	Thời thanh trình thụy trĩ
水毒跕飛鳶	Thủy độc thiếp phi diên
象自村童馭	Tượng tự thôn đồng ngự
香隨賈客船	Hương tùy cổ khách thuyền
沙邊饒蜮弩	Sa biên nhiêu vực nỗ
淵底吐蛟涎	Uyên để thổ giao tiên
地氣先春暖	Địa khí tiên xuân noãn
梅花未臘妍	Mai hoa vị lạp nghiên
貢憑重譯舌	Cống bằng trùng dịch thiệt
家養八蠶眠	Gia dưỡng bát tàm miên
彩畫周王會	Thái họa Chu vương hội
銅標漢史編	Đồng tiêu Hán sử biên
逢君還作別	Phùng quân hoàn tác biệt
相憶五溪煙	Tương ức ngũ khê yên

『芝峰集』

안남사신에게 배률십운排律十韻을 드리다

들으니 교남交南의 풍속風俗은

백성들 장해瘴海터에 산다지요.

은륜恩綸은 새 우로雨露요,

봉양封壤은 옛 산천山川이로다.

경계는 갈라져 여러 만족들과 다르지만,

풍속은 백월百越에 연連하여 치우쳐 있도다.

때가 밝으니 상서로운 꿩을 바치지만,

물이 독毒하니 나는 솔개도 떨어지도다.

코끼리 절로 촌동村童에 부림당하고,

향품은 상고의 배를 따르도다.

모랫가에는 역귀蜮鬼가 활을 쏘고,

못 밑에선 교룡蛟龍이 침을 뱉도다.

지기地氣는 봄 되기 전에 따뜻해지고,

매화梅花는 섣달 되기 전에 곱게 피도다.

공물 바침은 이삼 중의 통역을 빌어야 하고,

집집마다 한 해 여덟 번이나 누에를 치도다.

채화彩畫는 주周나라 때의 왕회도요,

동표銅標는 한나라 역사에 기록된 바로다.

그대를 만났다가 바로 또 작별하나니,

서로 오계의 안개를 그리워하리로다.

Tặng sứ thần An Nam bài thơ luật mười vần

Nghe nói tục ở Giao Nam,

Dân cư vùng ven biển lam chướng.

Ơn vua mưa móc mới ban ra,

Phong thổ còn nguyên núi sông cũ.

Địa giới cắt biệt với các man di,

Phong tục còn giữ thuần Bách Việt.[98]

Thời thanh bình hiện điềm lành chim trĩ,

Nước độc đến nỗi chim còn rớt cánh.[99]

Cưỡi voi có tục từ trẻ nhỏ ở vùng quê,

Tiếng thơm còn theo thuyền khách buôn truyền đến.

Vùng ven cát có nhiều nơi nguy hiểm,[100]

Đáy vực còn dấu dãi rồng phun.

Khí đất trời được hơi xuân sớm,

Hoa mai chưa đến tháng chạp đã khoe sắc đẹp.

Việc triều cống nhờ vào khéo phiên dịch,

Vùng quê nuôi tằm những năm tám vụ.

Cảnh như bức vẽ màu thịnh hội đời Chu vương,

Cột đồng nêu rõ trong sử Hán.

Gặp sứ quân đây lại phải li biệt,

Thêm nhớ nhung làn khói chốn ngũ khê.[101]

4.18. 馮克寬 → 李睟光

肅次芝峯使公長律十韻
Túc thứ Chi Phong sứ công trường luật thập vận

極判洪濛氣	Cực phán hồng mông khí
區分上下堧	Khu phân thượng hạ yên
東西南北界	Đông tây nam bắc giới
淮海濟河川	Hoài hải tế hà xuyên
越奠居初定	Việt điện cư sơ định
天中正不偏	Thiên trung chánh bất thiên
周林驅虎豹	Chu lâm khu hổ báo
虞教樂魚鳶	Ngu giáo nhạc ngư diên
閭巷開書塾	Lư hạng khai thư thục
旗亭賣酒船	Kì đình mại tửu thuyền
雨晴添象跡	Vũ tình thiêm tượng tích
風暖送龍涎	Phong noãn tống long tiên
含忍強為勝	Hàm nhẫn cường vi thắng
摛文巧弄妍	Si văn xảo lộng nghiên
萬花爭秀發	Vạn hoa tranh tú phát
群動任安眠	Quần động nhậm an miên
王道車書共	Vương đạo xa thư cộng
皇朝志紀編	Hoàng triều chí kỉ biên
詩成聊使寫	Thi thành liêu sứ tả
霞燦海雲煙	Hà xán hải vân yên

『芝峰集』

삼가 지봉사공의 장률십운長律+韻을 차운하여 화답하다

태극太極이 홍몽洪濛을 가르니,
상하의 경계가 구분되도다.
동서남북東西南北의 경계
회해와 제하의 물이로다.
월남이 거처居處를 처음 정할 때,
하늘은 중정하여 치우침이 없었도다.
주周나라 수풀에선 호표虎豹를 몰아냈고,
순舜임금 교화敎化엔 어연魚鳶도 즐겁도다.
여항閭巷엔 글 읽는 서당을 열고,
기정旗亭은 술을 파는 배로다.
비 개니 코끼리 자취 더하고,
바람 따뜻하니 용연향이 풍긴다.
참는 힘의 강함을 이김으로 여기고,
글을 지음이 공교하여 아름답도다.
온갖 꽃들 다투어 피어나고,
뭇 동물들도 편안히 쉬도다.
왕도王道를 좇아 제도와 문물이 같으니,
황조皇朝의 지기에 기록된 바로다.
시詩가 이루매 애오라지 베껴 써 내니,
노을이 바다 구름 안개에 찬란하도다.

Cung kính họa theo sứ thần Chi Phong thơ luật mười vần

Chia phân khí từ thủa hồng hoang,

Vùng trên vùng dưới mù mịt.

Địa giới đông tây nam bắc bốn phía,

Sông như dòng Hoài, Hải, Tế, Hà.[102]

Cõi đất Việt từ xưa cuộc sống đã định,

Ngay thẳng giữa trời không thay đổi.

Đời Chu còn khắp rừng phải xua hổ báo,

Đời Ngu giáo hóa tự tại như cá lội, như chim bay.

Chốn quê thôn mở trường dạy học,

Nơi đài cắm cờ có thuyền tụ mua bán rượu.

Trời tạnh mưa còn in dấu voi đến,

Gió ấm lên đưa đến nước mưa rồng.

Ngậm đức nhẫn nhịn cho kẻ mạnh là thắng,[103]

Vẽ vời văn chương bày khéo đẹp.

Muôn hoa tranh khoe tươi tốt,

Muôn sự kệ vận động vẫn được yên giấc.

Đạo vua nay được xe cùng trục chữ viết cùng lối,

Sách vở của Hoàng triều đã chép đến mấy thiên.

Thơ thành gửi cho sứ thần biên chép,

Mây lành dáng sáng ngợp biển khơi sương mờ.

4.19. 金華逸士 → 馮克寬

海東金華逸士敬次使公前韻猥呈梅南毅齋二首
Hải Đông Kim Hoa Dật Sĩ kính thứ sứ công tiền vận ổi trình Mai Nam Nghị Trai (nhị thủ)

安南風俗自成鄉	An Nam phong tục tự thành hương
終古君臣拱聖王	Chung cổ quân thần củng thánh vương
地有山川偏世*界	Địa hữu sơn xuyên thiên thế giới
天無雨雪挾**衣裳	Thiên vô vũ tuyết hiệp y thường
獻來白雉三重譯	Hiến lai bạch trĩ tam trùng dịch
包得青茅一筐***香	Bao đắc thanh mao nhất phi hương
跋涉長途餘四萬	Bạt thiệp trường đồ dư tứ vạn
問公年紀正鷹揚	Vấn công niên kỉ chính ưng dương

『使華筆手澤詩』

---

* Bùi Duy Tân: 地/ Bùi Duy Tân의 『장원 풍극관』에는 地이다.
** A.241: 浹/『梅嶺使華詩集』(A.241)에는 浹이다.
*** A.241: 匬/『梅嶺使華詩集』(A.241)에는 匬이다.

해동 금화일사가 사공의 전운에 차운하여
매남 의재에게 드리다 (2수)

안남의 풍속 절로 일향을 이루어
예로부터 군신이 성왕을 받들었도다.
땅엔 산과 강이 있으되 치우친 세계지만
하늘엔 눈 비 없어도 의상이 보편화 되었도다.
봉헌은 흰 꿩을 삼중 통역으로 바쳤고
공물은 청모와 한 상자 향품이었도다.
기나긴 장정 사만 여리를 밟으셨는데
공의 연세 물어보니 정히 드높도다.

Hải Đông Kim Hoa Dật Sĩ cung kính sứ công tiền vận ổi trình
Mai Nam Nghị Trai (hai bài)

An Nam phong tục tự xưa đã thành một nước,

Vua tôi vẫn theo học thánh đạo của tiên vương.

Đất đai sông núi riêng một thế giới,

Thời tiết thì không có tuyết rơi, quần áo vừa phải.

Xa xôi qua ba lần trùng dịch đến dâng trĩ trắng,

Bao cống lấy cỏ thanh mao một giỏ thơm.

Lặn lội đường xa hơn bốn vạn dặm,

Hỏi thăm ngài bao nhiêu tuổi, mà là lúc hưng phấn sức vậy.

4.20. 金華逸士 → 馮克寬

為緣王事久離居　　　Vi duyên vương sự cửu li cư
黃髮飄然七十餘　　　Hoàng phát phiêu nhiên thất thập dư
貢獻野雞周史筆　　　Cống hiến dã kê Chu sử bút
境分銅柱*漢家書　　　Cảnh phân đồng trụ Hán gia thư
九真鄉國千山路　　　Cửu Chân hương quốc thiên sơn lộ
萬里行裝**一竹輿　　　Vạn lí hành trang nhất trúc dư
孤***館偶同閒日話　　　Cô quán ngẫu đồng nhàn nhật thoại
腹中能運惠施車　　　Phúc trung năng vận Huệ Thi xư

『使華筆手澤詩』

왕사 때문에 오래도록 거처를 떠나왔는데
누런 머리터럭 나부끼는 칠십여 세로다.
야계를 공물로 바쳤음은 주사에 기록된 바요
지경이 동주로 나뉨은 한나라 역사에 있도다.
구진 땅 시골에서 산길 무수히 지나
만릿길에 행장은 죽여 하나였도다.
외로운 객관에서 우연히 한담을 나눠보니
복중에 능히 혜시(惠施104))의 오거서를 운용하도다.

---

* A.2011: thiếu chữ 柱/ 『使華筆手澤詩』(A.2011)에는 柱가 없다.
** Bùi Duy Tân: 程/ Bùi Duy Tân의 위의 책에는 程이다.
*** Bùi Duy Tân: 公; A.2557; A.241: 旅; A.2011; VHv.2155: 孤/ Bùi Duy Tân의 위의 책에는
公; 『梅嶺使華詩集』(A.2557; A.241)에는 旅; 『使華筆手澤詩』(A.2011; VHv.2155)에는 孤이다.

Vì vướng vào việc vua phải xa quê lâu ngày,

Tóc bạc phơ phơ tuổi hơn bảy chục.

Dâng cống chim trắng xưa sử nhà Chu còn chép,

Cương giới phân chia theo cột đồng, thì sách đời Hán vẫn còn ghi.

Quê hương tận đất Cửu Chân cách đường núi non muôn trùng,

Dường sứ vạn dặm hành trang chỉ một chiếc kiệu trúc.

Nơi quán xá cô liêu cùng nhau nhàn rỗi đàm thoại,

Mà trong bụng lại có thể chở được sách vở như xe của Huệ Thi.[105]

4.21. 馮克寬 → 金華逸士

馮使再答海東使金華逸士詩次前韻二首 Phùng sứ tái đáp Hải
Đông sứ Kim Hoa Dật Sĩ thi thứ tiền vận (nhị thủ)

海東舊是洛*龍鄉　　　Hải Đông cựu thị lạc long hương
秀發英才可佐王　　　Tú phát anh tài khả tá vương
八斗高名曹子建　　　Bát đẩu cao danh Tào Tử Kiến
一篇正論杜**黃裳　　　Nhất thiên chính luận Đỗ Hoàng Thường
駸駸車騶行軺肅　　　Xâm xâm xa sậu hành thiều túc
馥馥衣薰坐席香　　　Phức phức y huân tọa tịch hương
客館暫時***相邂逅　　　Khách quán tạm thì tương giải cấu
蜚聲萬古共傳揚　　　Phi thanh vạn cổ cộng truyền dương

『使華筆手澤詩』

---

* A.2557; A.241: 浴; A.2011; VHv.2155: 洛. / 『梅嶺使華詩集』(A.2557; A.241)에는 浴, 『使華筆手澤詩』(A.2011; VHv.2155)에는 洛이다.

** A.2557; A.241: 壯; A.2011; VHv.2155: 杜. / 『梅嶺使華詩集』(A.2557; A.241)에는 壯, 『使華筆手澤詩』(A.2011; VHv.2155)에는 杜이다.

*** A.2557; A.2011: 時; VHv.2155; A.241: 辰. / 『梅嶺使華詩集』(A.2557); 『使華筆手澤詩』(A.2011)에는 時; 『使華筆手澤詩』(VHv.2155), 『梅嶺使華詩集』(A.241)에는 辰이다.

풍사가 해동금화일사의 시에 다시 답하여 전운을 차운하다 (2수)

해동도 옛적엔 낙룡106)의 땅이어서
영재를 뽑아내니 왕좌의 재목들이로다.
팔두 고명107)이니 조자건 같고
일편 정론은 두황상108)이로다.
씩씩하게 수레 몰아 사신행차 엄숙하고
복복한 옷의 향기 좌석마저 향기롭네.
객관에서 잠시 서로 만난 사이지만
날아오를 성가는 만고에 전하여 드높으리.

Sứ thần họ Phùng họa vần bài trước đáp lại Hải Đông sứ Kim Hoa Dật Sĩ (hai bài)

Vùng Hải Đông xưa là chốn quê hương của giống rồng,
Sản sinh bậc anh tài có thể giúp vua.
Tài cao tám đấu danh vọng như Tào Tử Kiến,109)
Một thiên chính luận cương quyết như Đỗ Hoàng Thường.110)
Xăm xăm xe sứ lên đường trang nghiêm trong công vụ,
Áo xông hương đến chỗ ngồi cũng thơm phưng phức.
Nơi khách quán tạm thời có duyên giải cấu gặp gỡ,
Tiếng danh thanh vạn cổ cùng truyền dương.

4.22. 馮克寬 → 金華逸士

同入*芝蘭一室居　　Đồng nhập chi lan nhất thất cư
日相薰德有香餘　　Nhật tương huân đức hữu hương dư
氣排凜冽**三冬雪　　Khí bài lẫm liệt tam đông tuyết
信報平安萬里書　　Tín báo bình an vạn lý thư
南暨東漸陶教化　　Nam ký đông tiềm đào giáo hóa
陽回春煦***滿堪輿　　Dương hồi xuân hú mãn kham dư
古云四海皆兄弟　　Cổ vân tứ hải giai huynh đệ
相濟同舟出共車　　Tương tế đồng chu xuất cộng xư

『使華筆手澤詩』

함께 지란의 사귐으로 한 방에 들었으니
날마다 훈덕을 상대하여 향기 넉넉하도다.
기세는 늠열한 삼동의 눈과 같고
믿음은 만리에 평안을 전하리로다.
남으로 동으로 번지는 것은 교화의 훈도이고
양이 돌아 봄볕 쪼임이 온 땅에 가득하도다.
예로부터 사해가 모두 형제라 하였거니
건넘에 같은 배요, 출입에 한 수레로다.

---

* Bùi Duy Tân: 一 / Bùi Duy Tân, 위의 책에는 一이다.
** Bùi Duy Tân: 栗烈 / Bùi Duy Tân, 위의 책에는 栗烈이다.
*** Bùi Duy Tân: 春回陽燠. / Bùi Duy Tân, 위의 책에는 春回陽燠이다.

Cùng vào nhà chi lan, cùng chung một gian ở,

Ngày ngày hun đúc đức lành, có hương dư lan tỏa.

Khí bày lẫm liệt sương tuyết cả ba đông,

Tin nhà báo bình an từ muôn dặm.

Từ phía nam lên, từ phương đông lại cùng đào luyện trong giáo hóa,

Dương khí hồi xuân ấm áp tràn đầy khắp trời đất.

Từ xưa đã có câu bốn biển cùng là anh em,

Cùng nhau qua sông một thuyền, cùng ra vào chung một xe.

4.23. 金華逸士 → 馮克寬

海東金華逸士重和芝峰詩韻謹呈梅南毅齋二首[*]

Hải Đông Kim Hoa Dật Sĩ trùng họa Chi Phong thi vận cẩn trình Mai Nam Nghị Trai (nhị thủ)

萍水相逢會帝鄉	Bình thuỷ tương phùng hội đế hương
共啣天[**]命賀天王	Cộng hàm thiên mệnh hạ thiên vương
千行文鷺風雲契	Thiên hàng văn lộ phong vân khế
五彩花蟲日月裳	Ngũ thái hoa trùng nhật nguyệt thường
朝罷九重辭桂腋[***]	Triều bãi cửu trùng từ quế dịch
歸來一室挹蘭香	Quy lai nhất thất ấp lan hương
殊方最喜新知己	Thù phương tối hỷ tân tri kỷ
客裡愁眉為子揚[****]	Khách lý sầu my vị tử dương

『使華筆手澤詩』

---

[*] A.2155: 李公又呈前韻cho bài này của Lý Chi Phong, nhưng trong Chi Phong tập 芝峰集không có./「李公又呈前韻」에서는 이지봉의 시로 기록하였는데『芝峰集』에 없다.

[**] A.241; A.2557: 緘; A.2011; VHv.2155: 天/『梅嶺使華詩集』(A.2557; A.241)에는 緘,『使華筆手澤詩』(A.2011; VHv.2155)에는 天이다.

[***] VHv.2155; A.2557; A.241: 掖; A.2011:腋/『使華筆手澤詩』(VHv.2155),『梅嶺使華詩集』(A.2557; A.241)에는 掖;『使華筆手澤詩』(A.2011)에는 腋이다.

[****] A.241; A.2557:愁眉為一揚; A.2011; VHv.2155: 愁眉為子揚/『梅嶺使華詩集』(A.2557; A.241)에는 愁眉為一揚,『使華筆手澤詩』(A.20111; VHv.2155)에는 愁眉為子揚이다.

해동금화일사가 거듭 지봉의 시운에 화운하여
삼가 매남 의재에게 주다 (2수)

물 위 부평초로 만나 제향에 모였으니
함께 천명 받들어 천왕께 하례하도다.
일천 행렬 문로복111)은 풍운의 계합112)이요
오색 찬란 화충복113)은 일월의 옷이로다.
조회 파하고 구중궁궐 떠나서114)
돌아오니 온 방에 난초향기 그득하도다.
타향에서 새로운 지기 얻음을 가장 기뻐하노니
나그네 수심 낀 미간을 그대 인해 펴리로다.

Hải Đông Kim Hoa Dật Sĩ lại họa vần bài thơ của Chi Phong
cẩn trình Mai Nam Nghị Trai (hai bài)

Bèo nước tương phùng chốn đế hương,
Cùng vâng mệnh lớn đến triều hạ mừng thiên vương.
Nghìn hàng văn vẻ như cò đứng chầu, gió mây kết bạn,
Năm sắc hoa văn rực rỡ y thường dưới vừng nhật nguyệt.
Triều bãi cửu trùng từ giá về nơi mé cung quế,
Về đến nơi một buồng nức hương lan.
Phương xa cách, mừng nhất là gặp người tri kỷ mới,
Lòng khách my sầu vì ai mà phải gắng lên.

4.24. 金華逸士 → 馮克寬

何時離卻渭陽*居	Hà thời ly khước Vị Dương cư
年老興衰**志有餘	Niên lão hưng suy chí hữu dư
舊積掃清豺虎窟	Cựu tích tảo thanh sài hổ quật
新思擎出鳳凰書	Tân tư kình xuất phượng hoàng thư
桂江寒雨鳴長楫	Quế Giang hàn vũ minh trường tiếp
梅嶺幽***香濕短輿	Mai Lĩnh u hương thấp đoản dư
別後天涯看紫氣	Biệt hậu thiên nhai khan tử khí
漫教遙認出關車	Mạn giao diêu nhận xuất quan xư

『使華筆手澤詩』

어느 때 위양115) 사시던 곳을 떠나셨는고?
늙어 흥은 쇠했으나 지취는 넉넉하도다.
오랜 적공으로 시호굴을 소탕하였고
새로운 발상으로 봉황서를 지어내도다.
계강 찬 비 속에 오래 노 저어 오셨고
매령 그윽한 향기 단여에 젖었으리.
이별 후 하늘가에 푸른 기운을 보리니
멀리서도 관문 나는 수레인 줄 알게 하시리.

---

* A.241:陽; A.2011: 川. / 『梅嶺使華詩集』(A.241)에는 陽, 『使華筆手澤詩』(A.2011)에는 川이다.

** A.241; A.2557: 懷; A.2011; VHv.2155: 衰./ 『梅嶺使華詩集』(A.241; A.2557)에는 懷, 『使華筆手澤詩』(A.2011; VHv.2155)에는 衰이다.

*** A.241; A.2557: 番; A.2011; VHv.2155: 幽. / 『梅嶺使華詩集』(A.241; A.2557)에는 番, 『使華筆手澤詩』(A.2011; VHv.2155)에는 幽이다.

Bao giờ rời khỏi được về ở nơi Vị Dương,[116)]
Già lão hưng suy chí đã biết thừa đủ.
Vết cũ xưa nay đã quét sạch hang hùm sói,
Ý mới lại ra tay dâng bức thư của phượng hoàng.[117)]
Quế Giang mưa lạnh còn gõ mái chèo,[118)]
Mai Lĩnh hương thầm còn lưu lại trên xe.[119)]
Sau khi từ biệt thành thiên nhai cách trở trông vọng áng mây tím,
Xa xa cố gắng để nhìn theo đoàn xe sứ qua cửa quan.

4.25. 馮克寬 → 金華逸士

馮使公三答金華逸士詩韻二首　Phùng sứ công tam đáp
Kim Hoa Dật Sĩ thi vận (nhị thủ)

東南自古是文鄉　　　　Đông nam tự cổ thị văn hương
千古偕來效見王　　　　Thiên cổ giai lai hiệu kiến vương
享用九三恭有命　　　　Hanh dụng cửu tam cung hữu mệnh
順從六五協坤裳　　　　Thuận tòng lục ngũ hiệp Khôn thường
途中傾蓋遭逢異　　　　Đồ trung khuynh cái tao phùng dị
坐*上重氈**笑語香　　　Tọa thượng trùng chiên tiếu ngữ hương
任道三都高賦手　　　　Nhậm đạo Tam đô cao phú thủ
向非玄晏孰游揚　　　　Hướng phi Huyền yến thục du dương

『使華筆手澤詩』

풍사공이 금화일사의 시운에 세 번째 답하다 (2수)

동으로 남으로 예로부터 문향이니
천고에 함께 와서 황제를 뵈었도다.
향례엔 건괘 구삼으로 명을 공경하였고
순종함엔 곤괘 육오로 곤상에 협화했도다.
노상에서 수레 기울여 만남도 기이했고,
중전120) 좌상에서 담소함도 향기로웠다.
길 가면서 〈삼도부〉 읊는 문장 고수를
현안 선생 아니라면 누가 더불어 놀리오!

---

* A.241: 座 / 『梅嶺使華詩集』(A.241)에는 座이다.
** A.2011; VHv.2155:氈; A.241;A.2557:裀 / 『使華筆手澤詩』(A.2011; VHv.2155)에는 氈, 『梅嶺使華詩集』(A.241;A.2557)에는 裀이다.

Lần thứ ba sứ thần họ Phùng họa thơ đáp lại Kim Hoa Dật Sĩ (hai bài)

Hai nước ở phía đông và phía nam tự xưa vốn là đất văn hiến,
Nghìn xưa vẫn sang chầu báo thiên tử.
Hanh thông dụng hào cửu tam cung kính người giữ mệnh,[121]
Thuận hào lục ngũ hợp đức cái thường trong quẻ Khôn.[122]
Trên đường sứ, nghiêng lọng tiếp đãi nhau, duyên gặp gỡ đã lạ,
Nơi chiếu nằm cùng chăn cười nói hương như còn lưu.
Cùng nhận rằng tài cao như tay soạn phú Tam đô,
Nếu không phải là nơi tiên nhân thì ai có thể du dương thế.

4.26. 馮克寬 → 金華逸士

大丈夫居仁廣居	Đại trượng phu cư nhân quảng cư
相逢一日勝秋餘	Tương phùng nhất nhật thắng thu dư
知心切切諧心契	Tri tâm thiết thiết hài tâm khế
握手諄諄閱手書	Ốc thù truân truân duyệt thủ thư
望闊東南清海岳*	Vọng khoát đông nam thanh hải nhạc
敬參左右見衡輿	Kính tham tả hữu kiến hành dư
四方專對志酬了	Tứ phương chuyên đối chí thù liễu
畫錦堂前簇馬車	Trú cẩm đường tiền thốc mã xư

『使華筆手澤詩』

대장부 인에 거처함이 바로 '광거'이거니
하루를 만났어도 일 년 넘어 사귐보다 낫도다.
심정 알아줌이 절절하니 마음에 딱 맞고
손잡음이 정성되니 친히 써 준 글을 보도다.
동과 남으로 조망 드넓어 산과 바다 맑히고
좌로 우로 경참敬參하여 저울대 수레바탕을 보도다.123)
사방으로 전대專對124)하여 뜻을 다 이루었으니
주금당125)의 앞에 거마가 가득하리로다.

---

* A.2011; VHv.2155:岳; A.241;A.2557:岱 / 『使華筆手澤詩』(A.2011; VHv.2155)에는 岳;『梅嶺使
華詩集』(A.241;A.2557)에는 岱이다.

Nơi có bậc đại trượng phu ở là nơi của bậc nhân nghĩa ở,

Gặp nhau chỉ một lần mà còn hơn cả mấy thu.

Tri âm đã biết lòng hòa hợp khăng khít,

Nắm tay nhau bịn rịn đọc bức thư .

Trông về phía đông, phía nam núi cao biển xanh,

Kính trọng thăm hỏi tả hữu có thấy chỉ lối xe không.

Lòng chuyên lo việc sứ đối đáp, chí nơi bốn phương,

Một tòa đường gấm xa mã đã trước nhà.

4.27. 金華逸士 → 馮克寬

金華逸士強疊使公詩韻重讀梅岩毅齋二首
Kim Hoa Dật Sĩ cường điệp sứ công thi vận trùng độc
Mai Nam Nghị Trai (nhị thủ)

地連華夏近蠻鄉	Địa liên hoa hạ cận man hương
終古封疆屬一王	Chung cổ phong cương thuộc nhất vương
嶺嶠無寒難見雪	Lĩnh kiệu vô hàn nan kiến tuyết
人民耐暑不穿裳	Nhân dân nại thử bất xuyên thường
檳榔辟瘴行潮醉	Tân lang tịch chướng hành triều tuý
薏苡輕身白粥香	Ý dĩ khinh thân bạch chúc hương
聞道梅南風俗好	Văn đạo Mai nam phong tục hảo
想君歸興日飄揚	Tưởng quân quy hứng nhật phiêu dương

『使華筆手澤詩』

금화일사가 사공의 시운에 강잉히 중첩하여 매암 의재에게 거듭 드리다 (2수)

땅은 화하에 연하고 만향에 가깝지만
옛적에 강토를 봉함 받아 황제에 귀속했도다
교령 너머에 추위 없어 눈 보기 어렵고
사람들은 더위에 강해 옷을 걸치지 않도다
빈랑열매로 장기를 막으니, 홍조에 취하고[126]
율무로 몸을 가볍게 하니, 백죽도 향기롭도다
듣건대 매남엔 풍속도 좋다하니
그대 돌아가는 홍취 날로 더 드날리시리.

---

* A.241:紅; VHv.2155; A.2557: 江; A.2011: 行 /『梅嶺使華詩集』(A.241)에는 紅,『使華筆手澤詩』
(VHv.2155)과『梅嶺使華詩集』(A.2557)에는 江,『使華筆手澤詩』(A.2011)에는 行이다.

Kim Hoa Dật Sĩ cường điệp sứ công thi vận đọc lại Mai Nam Nghị Trai (hai bài)

Đất liền Hoa Hạ mà cũng gần đất man di,

Từ xưa nay phong cương vẫn thuộc về một vua.

Vùng núi non không lạnh rét, khó thấy có tuyết,

Nhân dân chịu quen với nắng, không mặc cái dải thường phủ bên dưới.

Dùng trầu cau để tránh khí lam chướng, hay lúc đi say sóng gió,

Có Ý dĩ thì sẽ nhẹ cả thân, ý vẳng mùi cháo trắng,

Nghe nói từ vùng phía nam Mai Lĩnh phong tục thật là tốt,

Nghĩ ngài đến ngày được về nước thật sung sướng.

4.28. 金華逸士 → 馮克寬

碧天南極是君居　　Bích thiên nam cực thị quân cư
長路微茫四萬餘　　Trường lộ vi mang tứ vạn dư
三夜夢迷難到國　　Tam dạ mộng mê nan đáo quốc
一年吟苦未歸書　　Nhất niên ngâm khổ vị quy thư
非熊年紀周*師父　　Phi hùng niên kỷ Chu sư phụ
歌鳳言狂笑**接輿　　Ca phượng ngôn cuồng tiểu Tiếp Dư
行李共淹孤館裡　　Hành lý cộng yêm cô quán lý
空驚歲月轉雲車　　Không kinh tuế nguyệt chuyển vân xu

『使華筆手澤詩』

푸른 하늘 남쪽 끝, 그대 사는 데니

먼 길 희미하고 아득한 사만여리로다

삼야몽 아득하여 이르기 어려운 나라요

일년음一年吟 괴로우니 돌아가지 못함의 글이로다

연세는 큰 곰 하사 받던 주나라 강태공인데127)

언사는 봉황노래로 미친 체하던 접여接輿128)로다.

행장이 함께 외로운 객사에 묶여 있더니

세월이 운거로 바뀜에 부질없이 놀라도다.

---

* A.241; A.2557: 周; VHv.2155; A.2011:同. /『梅嶺使華詩集』(A.241; A.2557)에는 周,『使華筆手
澤詩』(VHv.2155; A.2011)에는 同이다.
** A.241; A.2557:: 楚; VHv.2155; A.2011: 笑. /『梅嶺使華詩集』(A.241; A.2557)에는 楚,『使華
筆手澤詩』(VHv.2155; A.2011)에는 笑이다.

Tận phía cực nam trời biếc kia là nơi ngài ở,

Đường lối xa xăm đến hơn bốn vạn dặm.

Nằm mê ba đêm cũng không đến được,

Một năm kêu khổ viết thư vẫn chưa được về.

Không phải là gấu, mà tuổi tác xứng như là thầy của nhà Chu,[129]

Hát bài gọi phượng lại nói lời cuồng ngạo cười Tiếp Dư.[130]

Hành lý cùng để lẫn nơi dịch quán vắng,

Không ngại gì năm tháng quay bánh xe mây.

4.29. 馮克寬 → 金華逸士

馮公五答金華逸士二首
Phùng công ngũ đáp Kim Hoa Dật Sĩ (nhị thủ)

萬里來從松*桂鄉	Vạn lý lai tòng tùng quế hương
同時**奉幣入朝王	Đồng thời phụng tệ nhập triều vương
駕馳載驟絲濡彎	Giá trì tải sậu ty nhu bí
文韻***彌彰錦緊****裳	Văn vận di chương cẩm quýnh thường
東注潮吞焦水石	Đông chú triều thôn tiêu thuỷ thạch
南彌氣勝*****辟寒香	Nam di khí thắng tịch hàn hương
功成事濟歸來穩	Công thành sự tế quy lai ổn
古使休言晉解楊	Cổ sứ hưu ngôn Tấn Giải Dương

『使華筆手澤詩』

---

* A.2011; VHv.2155: 松; A.241; A.2557: 柏 / 『使華筆手澤詩』(VHv.2155; A.2011)에는 松; 『梅嶺
使華詩集』(A.241; A.2557)에는 柏이다.

** A.241; VHv.2155: 辰; A.2557; A.2011: 時 / 『梅嶺使華詩集』(A.241)과 『使華筆手澤詩』
(VHv.2155)에는 辰; 『梅嶺使華詩集』(A.2557)과 『使華筆手澤詩』(A.2011)에는 時이다.

*** A.241; A.2557:闇 / 『梅嶺使華詩集』(A.241; A.2557)에는 闇이다.

**** A.241; A.2557:綱 / 『梅嶺使華詩集』A.241; A.2557에는 綱이다.

***** A.241; A.2557: 南疆氣勝; / 『梅嶺使華詩集』(A.241; A.2557)에는 南疆氣勝이다.

풍공이 금화일사에게 다섯 번째 답하다 (2首)

만리 송계의 땅으로부터 와서,

한 날 공물 받들어 황제를 뵙도다

수레 몰기 신속하여 비단고삐 흠치르르하고

문장 운치 드날려 비단으로 따함 같도다.

동쪽 나라엔 조수가 크니 초수석이 있고

남쪽 나라엔 기가 승하여 피한향辟寒香이 있도다

공을 이루고 일을 마쳐 돌아감이 편안하리니

옛 사신 진해양의 일은 말할 게 없도다.131)

Lần thứ năm họ Phùng họa thơ đáp lại
Kim Hoa Dật Sĩ (hai bài)

Từ muôn dặm đến đây từ quê hương sản sinh những tùng, những quế,

Cùng vâng mệnh đem đồ sứ đến triều tiếp thiên tử.

Xe đưa rong ruổi chùn dây cương ngựa,

Văn vận còn khắp, lưu sáng rạng rỡ trên trang phục gấm.

Nước chảy xuôi đông, sóng tiêu mòn cả đá,

Khắp đầy cõi nam khí tiết mạnh mùi hương thơm tịch hàn.

Công việc đi sứ hoàn thành về nước yên ổn,

Sử xưa không còn lời khen ngợi Giải Dương nước Tấn.132)

4.30. 馮克寬 → 金華逸士

久陪杖屨大儒居
所論嘗聞馨欬餘
三百誦詩*承聖訓
四方出使奉箋書
踰齊郊聘公西馬
濟洧津乘子產輿
勝十萬師憑一語
覆成初不以兵車

Cửu bồi trượng lũ đại Nho cư
Sở luận thường văn khánh khái dư
Tam bách tụng Thi thừa thánh huấn
Tứ phương xuất sứ phụng tiên thư
Du Tề giao sính Công Tây mã
Tế Vị tân thừa Tử Sản dư
Thắng thập vạn sư bằng nhất ngữ
Phúc thành sơ bất dĩ binh xư

『使華筆手澤詩』

오래도록 대유 계신 데 장구를 모셔
논하는 바가 일찍이 그 들어 배운 나머지로다.
시경 삼백 편 다 외워 성인의 가르침 받들고
사방으로 사신 나가 외교문서 받들었도다.
제나라 교외에서 조빙하던 공서화의 말이요133)
유진洧津 건너서 타고 가던 자산의 수레로다.134)
십만 군대보다 나은 것이 한 마디 말에 있나니
성공이 애초에 병거에 있지 아니하도다.

---

* A.2011: 書; A.241; VHv.2155; A.2557: 詩. / 『使華筆手澤詩』(A.2011)에는 書; 『梅嶺使華詩集』
　(A.241), 『使華筆手澤詩』(VHv.2155)과 『梅嶺使華詩集』(A.2557)에는 詩이다.

Lâu nay chống gậy đi dép tới nơi bậc đại Nho ở,

Luận bàn thường được nghe tiếng cười vui đã nhiều.

Vâng lời Kinh Thi ba trăm bài theo lời thánh dạy,[135]

Xuất sứ bốn phương dâng bức thư hoa.

Như Công Tây Hoa cưỡi ngựa mà sang sứ nước Tề,[136]

Ân huệ như Tử Sản lấy xe giúp dân qua bến sông Vị.[137]

Thắng hẳn mười vạn hùng binh chỉ nhờ một lời nói,

Lật ngược tình hình như ban đầu, không phải dùng đến chiến xa.

4.31. 金華逸士 → 馮克寬

海東金華逸士又次芝峰詩韻呈梅南毅齋二首
Hải Đông Kim Hoa Dật Sĩ hựu thứ Chi Phong thi vận trình
Mai Nam Nghị Trai (nhị thủ)

天本*山川別異鄉	Thiên bản sơn xuyên biệt dị hương
個中文物屬黎王	Cá trung văn vật thuộc Lê vương
四時**田穡男勤業	Tứ thời điền sắc nam cần nghiệp
八度蠶桑女織裳	Bát độ tàm tang nữ chức thường
華夏封疆千古別	Hoa Hạ phong cương thiên cổ biệt
韶春桃李一般香	Thiều xuân đào lý nhất ban hương
海南風俗憑君寄	Hải Nam phong tục bằng quân ký
枉擬詩篇更發揚	Uổng nghĩ thi thiên cánh phát dương

『使華筆手澤詩』

---

* A.2011; VHv.2155:本; A.241;A.2557:限. / 『使華筆手澤詩』(A.2011; VHv.2155)에는 本;『梅嶺使
華詩集』(A.241;A.2557)에는 限이다.

** A.2011; A.2557:時; A.241; VHv.2155:辰. / 『使華筆手澤詩』(A.2011)과 『梅嶺使華詩集』
(A.2557)에는 時;『梅嶺使華詩集』(A.241)과 『使華筆手澤詩』(VHv.2155)에는 辰이다.

해동금화일사가 또 지봉시에 차운하여 매남 의재에게 드리다 (2수)

하늘이 산천을 나눠 이향異鄉을 삼았더니[138]
그 문물들은 여씨 왕조에 귀속 했도다
사철 농사하니, 남자들 생업에 부지런하고
여덟 번 누에치니, 여자들 길쌈에 힘쓰도다
중국에서 봉한 강역은 천고에 서로 달랐지만
봄날의 도화 이화는 그 향기 한가지로다
해남의 풍속을 그대 의지하여 부쳐보나니
외람되이 시편에 가탁하여 다시 발양해 보노라.

Hải Đông Kim Hoa Dật Sĩ lại họa thơ Chi Phong, trình Mai Nam Nghị Trai (hai bài)

Trời đặt núi sông khác hẳn nước khác,
Nơi nước ấy vùng văn vật nguyên thuộc vua họ Lê.
Bốn mùa cày cấy trai chuyên nghiệp nông vụ,
Tám lứa dâu tằm gái chăm sự cửi canh.
Phong cương cách biệt Hoa Hạ từ muôn thủa,
Tuổi xuân đào mận tỏa tài năng tiếng còn hương.
Phong tục vùng Nam Hải nhờ qua ông gửi đến,
Uổng lòng nghĩ một bài thơ để biểu dương.

4.32. 金華逸士 → 馮克寬

歲暮天涯別故居	Tuế mộ thiên nhai biệt cố cư
萬山歸路夢魂餘	Vạn sơn quy lộ mộng hồn dư
來經銅柱千年紀	Lai kinh đồng trụ thiên niên kỷ
擎出金函一尺書	Kình xuất kim hàm nhất xích thư
明日旅窗悲鶴髮	Minh nhật lữ song bi hạc phát
瑞雲仙闕拜龍輿	Thụy vân tiên khuyết bái long dư
江南幹事還來日	Giang Nam cán sự hoàn lai nhật
囊裡牙籤載小車	Nang lý nha tiêm tái tiểu xu

『使華筆手澤詩』

한 해도 저무는 먼 하늘 가에서 고향 떠나 있으니
만산 귀로가 몽혼에 어리고도 남으리.
동주 천년의 사적지 경유해 와서
금함의 일 척 문서를 받들고 나왔도다.
밝는 날 객창에서 백발 신세 서글펐지만
선궐仙闕에서는 서운瑞雲 속에 용여龍輿를 뵈었도다
강남에 일 마치고 돌아가는 날에
행랑 속 상아象牙 시축詩軸도 수레에 실렸으리.139)

Cách thiên nhai, cuối năm từ biệt quê hương,
Đường về quanh co muôn núi còn trong giấc mộng.
Trải từ thời dựng cột đồng trụ đã đến nghìn năm,
Vâng mang hòm vàng một bức thư.
Hôm sớm trước song lữ quán buồn bạc tóc,
Mây lành nơi cửa khuyết bái trước xe rồng.
Việc Giang Nam xong xuôi đến ngày về,
Trong hành trang chỉ có mỗi cái tăm, đi xe thì nhỏ.

4.33. 馮克寬 → 金華逸士

馮使公七答金華逸士二首
Phùng sứ công thất đáp Kim Hoa Dật Sĩ (nhị thủ)

明都中正是吾鄉	Minh đô trung chính thị ngô hương
歷歷相傳百世王	Lịch lịch tương truyền bách thế vương
翼軫封疆歸管轄	Dực chẩn phong cương quy quản hạt
日星名分炳*冠裳	Nhật tinh danh phận bính quan thường
春溪浪漲桃華暖	Xuân khê lãng trướng đào hoa noãn
秋嶺風高桂子香	Thu lĩnh phong cao quế tử hương
稟氣不齊人性異	Bẩm khí bất tề nhân tính dị
此間誰抑又誰揚	Thử gian thuỳ ức hựu thuỳ dương

『使華筆手澤詩』

풍사공이 금화일사에게 일곱 번째 답하다 (2수)

명도 중정한 곳이 내 고향이니
역력히 상전하여 백세 왕이로다
익진翼軫의 별자리가 봉강 관할이니
해와 별의 명분이 의관에도 빛나도다
봄 시내 물결에는 복사꽃 화안하고
가을 산마루 높은 바람엔 계자가 향기롭도다
타고난 기 다르고 인성도 차이는 있지만
이중에 무엇이 못하고 무엇이 좋다 하리오!

---

* A.2011; VHv.2155:炳; A.241;A.2557:正 / 『使華筆手澤詩』(A.2011; VHv.2155)에는 炳, 『梅嶺使華詩集』(A.241;A.2557)에는 正이다.

Lần thứ bảy sứ thần họ Phùng họa thơ đáp lại
Kim Hoa Dật Sĩ (hai bài)

Cõi Minh đô chính thị là nơi quê hương ta đó,

Dõi dõi tương truyền trải đã trăm đời vua.

Phận dưới chòm Dực Chẩn phong cương về tay nơi quản hạt,

Riêng vùng tinh dã ấy sáng rỡ đất y quan mũ áo.[140]

Sông xuân sóng vỗ đào hoa đương độ ấm nở đẹp,

Non thu gió lộng đất quê của những loại quế hương.

Cái khí bẩm ở con người ta không đều nhau, tính người cũng khác,

Trong khoảng trời đất ấy ai người chìm ẩn, ai người nổi dương.

4.34. 馮克寬 → 金華逸士

欲之齊語必齊居　　　　　　Dục chi Tề ngữ tất Tề cư
目下絲毛所見餘　　　　　　Mục hạ ty mao sở kiến dư
萬聖千賢同一揆　　　　　　Vạn thánh thiên hiền đồng nhất quỹ
百家諸子罔殊書　　　　　　Bách gia chư tử võng thù thư
時*中**乃願師宣聖***　　Thời trung nãi nguyện sư Tuyên thánh
統正深期接子輿　　　　　　Thống chính thâm kỳ tiếp Tử Dư
向****老喜逢堯舜世　　　Hướng lão hỷ phùng Nghiêu Thuấn thế
京華再睹會舟車　　　　　　Kinh hoa tái đổ hội chu xư

『使華筆手澤詩』

제나라 말을 하려면 제나라에 가서 살아야 하고
눈 밑 속눈썹도 볼 수 있는 바가 아니라네.
천만 성현의 동일한 법도요
백가와 제자도 다를 게 없도다
시중時中이 나의 소원이거니 공자님을 스승 삼고,
정통을 깊이 기약하니 자여子輿에 잇대었도다.141)
늙어가며 요순 치세 만남을 기뻐하나니
경화에서 해로 육로 모여듦을 또 다시 보도다.

---

* A.241:辰 /『梅嶺使華詩集』(A.241)에는 辰이다.
** A.2011; VHv.2155:中; A.241:A.2557: 平 /『使華筆手澤詩』(A.2011; VHv.2155)에는 中;『梅嶺
　使華詩集』(A.241;A.2557)에는 平이다.
*** A.2011; VHv.2155:聖; A.241;A.2557: 子. /『使華筆手澤詩』(A.2011; VHv.2155)에는 聖;『梅
　嶺使華詩集』(A.241;A.2557)에는 子이다.
**** A.2011; VHv.2155:向; A.241;A.2557: 兩. /『使華筆手澤詩』(A.2011; VHv.2155)에는 向;『
　梅嶺使華詩集』(A.241;A.2557)에는 兩이다.

Muốn nói tiếng Tề tất sang đất Tề mà ở,[142]

Ngay trước mắt lông tơ có thấy thừa.[143]

Muôn bậc thánh nghìn người hiền cũng chỉ trong một nắm,

Trăm nhà muôn mối cũng cùng sách vở không khác.

Theo thời mà giữ đạo trung, nguyện tôn thầy Tuyên thánh,[144]

Chính thống hiểu sâu sắc mà nối đạo ông Tử Dư.[145]

Tuổi già mà lại được sống gặp thời thịnh của Nghiêu Thuấn,

Chốn kinh hoa lại được gặp vận hội thuyền xe tấp nập.

4.35. 金華逸士 → 馮克寬

海東金華逸士步使相詩韻呈梅南毅齋* Hải Đông Kim Hoa Dật Sĩ bộ sứ tương thi vận trình Mai Nam Nghị Trai

海嶺維南國	Hải lĩnh duy Nam quốc
千山幾水堧	Thiên sơn kỷ thủy nhuyên
行商通百粵	Hành thương thông Bách Việt
風壤隔三川	Phong nhưỡng cách Tam Xuyên
石竇天將盡	Thạch đậu thiên tương tận
銅標地自偏	Đồng tiêu địa tự thiên
舊疆分翼軫	Cựu cương phân Dực Chẩn
新主掃烏鳶	Tân chủ tảo Ô Diên
擎出朝天蓋	Kình xuất triều thiên cái
來乘航海船	Lai thừa hàng hải thuyền
鳳**綸***承煙渥	Phượng luân thừa yên ốc
羊****鼎息*****流涎	Dương đinh tức lưu diên
威鎮山河壯	Uy trấn sơn hà tráng
深恩草木妍	Thâm ân thảo mộc nghiên
洞幽群象戲	Động u quần tượng hý
沙暖短狐眠	Sa noãn đoản hồ miên

---

* Chùm thơ này cùng với hai bài trong Chi Phong tập芝峰集là chùm thơ xướng họa Tặng An Nam sứ thần bài luật thập vận贈安南使臣排律十韻giữa ba người Phùng Khắc Khoan, Lý Chi Phong, Kim Hoa Dật Sĩ. Trong Chi Phong tập 芝峰集chỉ có 2 bài. Những bài dưới đây cả đều là những bài trùng vận với 2 bài đó. Chúng tôi bổ sung thêm theo nhóm Sứ Hoa bút thủ trạch thi 使華筆手澤詩. / 이 시들은『芝峰集』「贈安南使臣排律十韻」에 실린 창화시 2편과 더불어 풍극관, 이지봉, 그리고 금화일사 간의 창화시들이다.『芝峰集』과『使華筆手澤詩』에 의거하여 보충하였다.

** A.241:丹. /『梅嶺使華詩集』(A.241)에는 丹이다.

*** VHv.2155: 絲. /『使華筆手澤詩』(VHv.2155)에는 絲이다.

**** A.241: 蕭. /『梅嶺使華詩集』(A.241)에는 蕭이다.

***** A.2011; A.2557: 息; A.241:愈; VHv.2155:自. /『使華筆手澤詩』(A.2011)과『梅嶺使華詩集』(A.2557)에는 息;『梅嶺使華詩集』(A.241)에는 愈;『使華筆手澤詩』(VHv.2155)에는 自이다.

上氣春先至　　　Thượng khí xuân tiên chí
民風髮不編　　　Dân phong phát bất biên
逢君京國裡　　　Phùng quân kinh quốc lý
別路桂江煙　　　Biệt lộ Quế Giang yên

『使華筆手澤詩』

해동금화일사가 상공의 시운을 밟아 매남 의재에게 주다

바다와 고개로 하여 남국을 이루었으니
일천 산들이 여러 물과 만나 경계를 이루었도다
행상은 백오의 지역으로 다 통하나
풍속과 땅은 삼천지방과 막혔도다
석두에서 하늘은 그 끝을 다했고
동주의 푯말로 땅은 절로 구석이로다
옛 강토 익진의 분야에 해당되는데
새 임금 까마귀 솔개를 일소했도다
국서 받들고 나와 천자께 조회하려고
오는 데는 바다 선박을 타고 왔도다
조칙 받들어 은택 피어남을 입었으니146)
양정의 제례 참여로 부러울 것 없도다147)
위엄 있는 번진이라 산하도 장하고
깊은 은혜 입어 초목도 곱도다
골짜기 깊어 코끼리들 뛰놀고
백사장 따뜻하여 단호短狐가 잠자도다
오르는 기운에 봄이 먼저 이르고
백성들 풍속, 머리 땋지 아니하도다
그대를 만남은 북경 한가운데였는데
길이 나뉘면 계강桂江의 안개 속이리로다

Hải Đông Kim Hoa Dật Sĩ bộ sứ họa vần thơ, trình Mai Nam Nghị Trai

Nước Nam nằm nơi ven vùng biển,

Nghìn núi trùng điệp với những vụng nước sâu.

Hành thương buôn bán giao thông với đất Bách Việt,

Phong tục thổ nhưỡng xa cách hẳn với vùng Tam Xuyên.148)

Hang đá trời dựng, tuyệt riêng hết cả,

Cột đồng nêu địa giới tự ra một phương.

Cương giới cũ đã phân phận sao Dực sao Chẩn,

Ngôi vua mới sớm đã quét sạch vùng Ô Diên.

Mới nổi lên, nên tán lọng sửa sang để chầu thiên triều,

Đi lại nhờ thuyền qua đường hàng hải.

Ân trên nhờ mưa móc thấm ướt,149)

Dương đỉnh khỏi phải nhỏ dãi tham muốn.150)

Uy trấn vững vàng non sông cường thịnh,

Ơn sâu đã khắp cả cỏ cây tươi tốt.

Nơi sâu vắng, đàn voi gào hí,

Bãi cát ấm áp làm chìm cả giấc ngủ loài quỷ quái.151)

Khí tiết theo mùa, mùa xuân đến hơi sớm,

Phong tục người dân tóc để không bện.

Được gặp ngài ở nơi quốc đô,

Lại phải từ biệt bên cảnh sương mờ bến Quế Giang.

4.36. 馮克寬 → 李睟光, 金華逸士

馮使公再答 Phùng sứ công tái đáp

天開茲世治	Thiên khai tư thế trị
聖御九垓㙳*	Thánh ngự Cửu cai nhuyên
主宰參三極	Chủ tể tham Tam cực
朝宗翕百川	Triều tông hấp bách xuyên
會民歸**有極	Hội dân quy hữu cực
遵道舉無偏	Tuân đạo cử vô thiên
文榜名登虎	Văn bảng danh đăng hổ
武才矢貫鳶	Vũ tài thỉ quán diên
南郊山至輦	Nam giao sơn chí liễn
東土海來船	Đông Thổ hải lai thuyền
燕設尊賓樂	Yến thiết tôn tân nhạc
龍薰沸鼎涎	Long huân phí đỉnh diên
走盤珠錯落	Tẩu bàn châu thác lạc
坐帳錦鳩妍	Tọa trướng cẩm cưu nghiên
霸定衣裳會	Bá định y thường hội
人民衽席眠	Nhân dân nhẫm tịch miên
太平調玉燭	Thái bình điều ngọc chúc
瑞至溢瑤編	Thụy chí dật dao biên
望入僊宮裡	Vọng nhập tiên cung lý
氤氳丹灶煙	Nhân huân đan táo yên

『使華筆手澤詩』

---

* A.2011: 耳亥. / 『使華筆手澤詩』(A.2011)에는 耳亥이다.
** VHv.2155: 居. / 『使華筆手澤詩』(VHv.2155)에는 居이다.

풍사공이 다시 답하다

하늘이 열리매 이 세상이 치세가 되었고
성인이 다스리심에 온 땅이 이어졌도다.
주재로서 삼극에 참획하고
조종이 되어 백천을 다 모으도다.
백성 모으사 황극에 돌아가고
도를 준행하여 치우침 없이 거행하도다.
문과에 급제함을 '등호'라 이르고,
무예의 재주는 나는 솔개를 맞혀 시험하는도다.
남쪽의 산악에는 수레로 이르고
동쪽 땅 바다에는 배로써 왕래하도다.
연회를 배설하여 존귀한 손님 즐거워하고
용연향 향내 풍겨 끓는 솥이 부글부글.
내어 오는 소반에는 구슬 장식 드리웠고
앉는 자리 휘장에는 비단으로 수놓인 비둘기가 곱도다.
정치 안정됨에 예의차려 의상회로 모이고
인민들 자리를 깔고 잠들도다.
태평성대가 고른 일기와 조화를 이루니152)
상서로움이 이르러 보배로운 글에 넘치도다.153)
선궁 속에 들어가기를 바라보나니
모락모락 신선굴뚝에 연기 나도다.

Sứ thần họ Phùng đáp lại lần thứ hai

Trời mở đời nay thịnh trị thay,

Thánh quân ngự khắp cõi Cửu cai.

Làm ngôi chủ tể tham chính trong Tam cực,

Như dòng triều về nguồn hút cả trăm sông.

Đưa dân quy về nơi có chuẩn tắc,

Tuân theo đạo lí đã đặt không thiên lệch.

Bảng văn nêu tên đỗ Trạng nguyên,[154)]

Tài võ bắn tên xuyên cả diều hâu.

Cõi Nam núi non kéo dài lối xe đưa,

Mà vùng Đông Thổ thì biển dong thuyền đi lại.

Yến tiệc thết đãi lời nhạc tôn tân khách,

Rồng hun vọt nước tuôn.

Bàn gieo châu ngọc rơi lẫn lộn,

Ngồi trướng gấm thêu chim cưu đẹp đẽ.

Bậc bá vương quy định đặt hội y thường,

Nhân dân được nằm chiếu mà ngủ.[155)]

Đời thái bình sáng soi như đuốc ngọc,

Những điềm lành đến chép đầy trong sách.

Trông vọng được vào trong tiên cung ấy,

Tắm gội hương khói lò tiên đan.

4.37. 馮克寬 → 李睟光, 金華逸士

再次前韻* Tái thứ tiền vận

我從天午**徵 音教塞也境也***	Ngã tòng thiên ngọ giáo (Âm giáo, tái dã, cảnh dã)
君自海寅堧****	Quân tự hải dần nhuyên
得馬君登岸	Đắc mã quân đăng ngạn
逢舟我濟川	Phùng chu ngã tế xuyên
我軺馳北上	Ngã thiều trì bắc thượng
君節入西偏	Quân tiết nhập tây thiên
笑我相同鶴	Tiếu ngã tướng đồng hạc
奇君肩聳鳶	Kỳ quân kiên tủng diên
風輕君雨蓋	Phong khinh quân vũ cái
日暖我衣船	Nhật noãn ngã y thuyền
淡我清茶酩	Đạm ngã thanh trà mính
堅君金膝涎	Kiên quân kim tất diên
老當君我壯	Lão đương quân ngã tráng
文炳我君妍	Văn bính ngã quân nghiên
我為扶危起	Ngã vi phù nguy khởi
君先覺醒眠	Quân tiên giác tỉnh miên
揮君狼尾筆	Huy quân lang vĩ bút
華我鶚書編	Hoa ngã ngạc thư biên
共對一天月	Cộng đối nhất thiên nguyệt
相望萬里煙	Tương vọng vạn lý yên

『使華筆手澤詩』

---

* A.2557 không có bài này / 『梅嶺使華詩集』(A.2557)에는 없는 것이다.

** A.2011: 下; A.241:午; VHv.2155: 上 / 『使華筆手澤詩』(A.2011)에는 下;『梅嶺使華詩集』(A.241)에는 午;『使華筆手澤詩』(VHv.2155)에는 上이다.

*** Chỉ VHv.2155 có lời chú này. / 이 주문이 있는 문서는 『使華筆手澤詩』(VHv.2155)뿐이다.

**** A.241: 陝溟 / 『梅嶺使華詩集』(A.241)에는 陝溟이다.

다시 전운에 차운하다

나는 남쪽 만요 지방으로부터 왔고
그대는 동해 바닷가에서 왔도다.
말을 얻어 그대는 육지로 왔고
배 만나 나는 물을 건너왔도다.
내 수레는 북으로 달려 올라왔고
그대 깃발은 서쪽으로 치우쳐 들어왔도다.
우스운 내 꼴, 학처럼 늙었고
기이한 그대 어깨, 치솟는 솔개로다.
바람은 그대 비옷에 나부꼈고
해는 나의 옷과 배에 따스했도다.156)
담박한 나는 청다淸茶에 취하고
굳센 그대 무쇠 무릎이 부럽도다.
그대는 날 보고 노당익장이라 하고
나는 그대 글이 빛나 고움을 기린다.
나는 위태로운 때를 떠받치기 위해 일어났고
그대는 먼저 깨달아 잠에서 깬 자로다.157)
그대 낭미필狼尾筆을 휘둘러
나의 글을 빛나게 해주었도다.
한 하늘의 저 달을 함께 대하여
만리 안개 아득히 서로 바라보겠지.

Lại họa theo vần bài trên

Tôi từ phương nam biên cảnh tới, (Âm đọc giáo, biên tái, biên cảnh)[158]

Ngài từ phía vùng bờ biển lại.

Có ngựa đi thì ngài lên bờ đi đường bộ,

Gặp thuyền thì tôi xuống để qua sông.

Xe sứ của tôi nhằm hướng lên phía bắc,

Cờ sứ của ngài lại nghiêng về mé tây.

Ngài cười tôi là tướng giống như con hạc,

Tôi cũng lạ ngài vai như vai diều hâu.

Gió nhẹ thổi lọng che mưa của ngài bay,

Nắng ấm lại soi áo tôi trên thuyền.

Tôi thì đạm bạc có chè nhạt,

Ngài thì đầu gối còn cứng rắn như vàng, bóng nhoáng.

Già lão luyện, ngài mừng tôi khỏe mạnh,

Thơ văn sáng, tôi chúc ngài tốt đẹp.

Tôi thì vất vả từ chốn nguy giúp vua mà nên,

Ngài thì đã là bậc thầy dạy người mê tỉnh giấc.

Vung múa quản bút lông sói của ngài,

Đề văn vẻ trên giấy hoa của tôi.

Cùng đội trời trăng sáng,

Cùng ngắm mây xa muôn dặm.

4.38. 李睟光 → 馮克寬

[此體。由馮使公。送芝峰道人。歸國以表同使之義不敢煩君再次。毋徒勞書
中君子為也。芝峰道人謹具毅齋佳作懷不能已。敢記陋邦一二事以冀次採*]

萬古東韓地	Vạn cổ Đông Hàn địa
封連北薊堧	Phong liên Bắc Kế nhuyên
青丘歸壽域	Thanh khâu quy thọ vực
滄海匯流川	Thương hải hối lưu xuyên
繡彩人皆秀	Tú thái nhân giai tú
中和道豈偏	Trung hòa đạo khởi thiên
朝陽看瑞鳳	Triều dương khan thụy phượng
腐鼠笑鳴鳶	Hủ thử tiếu minh diên
樸地羅瓊戶	Phác địa la quỳnh hộ
迷津簇畫船	Mê tân thốc họa thuyền
詩書家誦業	Thi Thư gia tụng nghiệp
琛珍口生涎	Thâm trân khẩu sinh diên
禮樂猶今盛	Lễ nhạc do kim thịnh
文章自共妍	Văn chương tự cộng nghiên
千年霑聖化	Thiên niên triêm thánh hóa
百姓樂閑眠	Bách tính lạc nhàn miên
美俗傳箕範	Mỹ tục truyền Cơ Phạm
休聲煥簡編	Hưu thanh hoán giản biên
欲知文物勝	Dục tri văn vật thắng
中夏其風煙	Trung Hạ kỳ phong yên

『使華筆手澤詩』

---

* Bài này ghi là của Lý Chi Phong tái họa nhưng trong *Chi Phong tập* 芝峰集 không có. / 이
시는 『芝峰集』에 없다.

[이 작품은 풍사공의 〈함께 사신으로 왔던 의리를 표하여 지봉도인의 귀국에 부치나니, 감히 그대로 하여금 번거롭게 차운하여 수고로이 서중군자가 되게 함이 아닙니다〉에 말미암은 것이다. 지봉도인의 〈삼가 의재의 아름다운 시를 얻어 가슴에 품고 그만둘 수 없어 감히 제 나라의 한두 가지 일을 적나니, 차운으로 채납하심을 바라나이다〉라는 시다.]

만고 동한의 땅
봉함은 계주의 북쪽 경계로다
푸른 언덕 장수하는 땅이요
넓은 바다가 흐르는 물을 받아들이도다
금수강산의 찬란함, 사람마다 빼어나고
속 맘이 조화로우니, 도가 어찌 편벽되리오
조양의 땅이니 상서로운 봉황이 보이고
부서도 우는 솔개를 비웃는도다[159]
순박한 땅에 보배로운 집들이 늘어서 있고
아득한 나루에는 채색 선단이 가득하도다
시서는 집집마다 외우는 걸 일삼고
보배로운 진수성찬에 입에선 침이 마르지 않네
예악은 오히려 지금이 더 성하고
문장도 절로 함께 아름답도다
천년 동안 성화에 젖어
백성들 한가로이 잠듦을 즐기도다
미풍양속엔 기자의 전범이 전해오고
아름다운 미담들이 기록으로 빛나도다.
문물의 승함을 알고자 하실진대
문명 중국만이 같은 세상이리.

[Bài này do sứ thần họ Phùng tặng Chi Phong đạo nhân về nước để tỏ cái tình đồng sứ, không dám phiền quân nối vận, không lao nhọc người quân tử việc viết lách vậy. Chi Phong đạo nhân kính trọng giai tác của Nghị Trai, cảm hoài không thôi, cũng đem một hai việc của đất nước kém cỏi, để ngài xem cho.]

Nước ở vùng Đông Hàn đã sẵn từ muôn thủa,
Phong cương liền kề miền Bắc Kế.[160]
Là nước vùng xa xôi về nơi cõi thọ,
Có biển xanh chảy quanh, nước sông luôn lưu chuyển.
Dáng vẻ đẹp đẽ, con người cũng tuấn tú,
Giữ đạo trung hòa, khá có thể thiên nghiêng.
Hướng về ánh dương, ngắm chim phượng đỏ,
Như loài chuột hôi hám lại dám cười chê chim lớn trên cao.[161]
Đất vùng chất phác, nhà cửa đẹp đẽ,
Bến mê thuyền sơn vẽ tấp nập.
Nhà nhà tụng học nghiệp dòng Thi Thư,
Món ngon quý nghe còn thòm thèm.
Sự lễ nhạc đến nay vẫn còn hưng thịnh,
Dòng văn chương cũng tươi đẹp tự xưa.
Nghìn năm nhờ ơn thánh hóa,
Trăm họ an nhàn mà ngủ yên lành.
Tục tốt còn truyền có Cơ Phạm,[162]
Tiếng hay còn rạng rỡ trên sử sách.
Muốn biết được sự văn vật tươi đẹp đó,
Cảnh vật cũng như miền Hoa Hạ của Trung Quốc vậy.

4.39. 金華逸士 → 馮克寬

金花逸士再次使相長律詩韻猥梅南毅齋敍別
Kim Hoa Dật Sĩ tái thứ sứ tương trường luật thi vận ổi
Mai Nam Nghị Trai tự biệt

相逢天北極	Tương phùng thiên bắc cực
遠別海南隅*	Viễn biệt hải nam ngung
客路迷千里	Khách lộ mê thiên lý
窮陰凍百川	Cùng âm đống bách xuyên
征驂嗟北駐	Chinh tham ta bắc trú
離限惱河偏	Ly hạn não hà thiên
幹事辭丹鳳	Cán sự từ đan phượng
歸期趁紙鳶	Quy kỳ sấn chỉ diên
曉雲隨驛駕	Hiểu vân tuỳ dịch giá
春雪灑江船	Xuân tuyết sái giang thuyền
金玉思文契	Kim ngọc tư văn khế
珠璣拾唾涎	Châu cơ thập thoá diên
幾時詩可到	Kỳ thời thi khả đáo
兩地月空妍	Lưỡng địa nguyệt không nghiên
舊意心難負	Cựu ý tâm nan phụ
新愁夜不眠	Tân sầu dạ bất miên
修程魂自斷	Tu trình hồn tự đoạn
華製手穎編	Hoa chế thủ dĩnh biên
聚散人間事	Tụ tán nhân gian sự
飄然恍若煙	Phiêu nhiên hoảng nhược yên

『使華筆手澤詩』

---

* A.241: 陬 / 『梅嶺使華詩集』(A.241)에는 陬이다.

금화일사가 다시 상공의 장율시운에 차운하여 외람되이
매남 의재에게 서별하다

하늘의 북쪽 끝에서 서로 만나
멀리 바다 남쪽으로 헤어지도다
나그네 길 아득한 천리인데
한겨울 온 강이 다 얼었으리
역마는 북에 머무름을 탄식하나
이별하는 이곳 노하潞河가에서의 괴로움이로다.
일을 마침에 단봉을 하직하고
기한이 돌아옴에 지연을 밟도다
새벽구름 역마차를 따르고
봄 눈은 강선을 씻어주도다
시문의 사귐이 금옥이었음을 그리면서
끼쳐주신 시문을 보배구슬로 거두도다
어느 때나 시가 미칠 수 있으리
두 나라에 달만 부질없이 고우리로다
옛 뜻은 마음에 저버리기 어렵고
새로운 시름에 잠 못 이루는 밤이로다
길 떠날 채비에 혼이 절로 끊어지나니
고운 종이에 손을 들어 시를 짓노라
모이고 흩어지는 인간세상 일이
휘날려 아득하기 연기 같도다

Kim Hoa Dật Sĩ sứ bộ, lại nối vận làm một thiên trường luật thô lậu, trình Mai Nam Nghị Trai để tự biệt

Gặp nhau tận cuối nơi trời bắc,
Tiễn biệt mãi nơi góc biển phương nam.

Đường khách về mê man nghìn dặm,
Tiết cuối đông khí âm lạnh đóng băng cả các dòng sông.

Có ngựa khỏe đi xa, còn than ở nơi đất bắc,
Nơi Ly phương[163] hạn cách, buồn sông dài ngăn trở.

Việc sứ xong, từ biệt nơi điện phượng,
Ngày về đến, nhanh như diều giấy gió lên.

Mây sớm theo xe sứ đến dịch quán,
Cảnh xuân mưa tuyết khắp sông thuyền.

Tư văn hay như tiếng vàng tiếng ngọc hiệp hòa,
Như nhặt tuôn nhả lời châu giọng ngọc.

Đến bao giờ thơ mới lại đến được với nhau nữa,
Hai vùng đất xa, cùng trăng soi mà vẻ gì đẹp.

Ý tốt xưa khó phụ,
Nỗi sầu mới đêm đến ngủ khôn khuây.

Sửa sang để đăng trình mà lòng như cắt,
Giấy tờ hoa, bút tay viết nên biên.

Việc hợp việc tan xưa nay chuyện người vẫn thế,
Lâng lâng hoảng hốt thoắt như khói tan.

5. 이지완李志完(韓)
- 완등阮登, 유정질劉廷質(越)
1614년

5.1. 阮登 → 李志完

和朝鮮國使李斗峰寄柬長篇 Họa Triều Tiên quốc sứ Lý Đẩu Phong ký giản trường thiên[164])

青海汪洋翠岱樅	Thanh hải uông dương thuý đại tòng
波澄日皜湛穹蔥	Ba trừng nhật hạo trạm khung thông
盤桃異種厭芎藭	Bàn Đào dị chủng yếm khung cùng
萋萋莽莽朝陽桐	Thê thê bồng bồng triều dương đồng
物珍珠貝銀沙銅	Vật trân châu bối ngân sa đồng
皮革文斑虎豹熊	Bì cách văn ban hổ báo hùng
千年春蔭鶴龜椶	Thiên niên xuân ấm hạc quy tông
秀鍾精毓全化工	Tú chung tinh dục toàn hóa công
俊彥挺出科場中	Tuấn ngạn đĩnh xuất khoa trường trung
苣藹人賢國不空	Chỉ ái nhân hiền quốc bất không
多文博覽發心聾	Đa văn bác lãm phát tâm lung
一代山斗仰鉅公	Nhất đại Sơn Đẩu ngưỡng cự công
高詞健筆策奇功	Cao từ kiện bút sách kỳ công
燁燁才華蓋世雄	Diệp diệp tài hoa cái thế hùng
氣凌長劍倚崆峒	Khí lăng trường kiếm ỷ không động
筆挽文星焰吐紅	Bút vãn văn tinh diễm thổ hồng
喉舌班聯台座降	Hầu thiệt ban liên đài tọa giáng
腰佩鏗鏘玉色瓏	Yêu bội khanh thương ngọc sắc lung

雅詠皇華盛選充	Nhã vịnh hoàng hoa thịnh tuyển sung
輕駕征鞍拂柳風	Khinh giá chinh an phất liễu phong
懸河對語沛無窮	Huyền hà đối ngữ bái vô cùng
都得實學得心胸	Đô đắc thực học đắc tâm hung
吾道相傳無極翁	Ngô đạo tương truyền vô cực ông
雲萍萬里慶來同	Vân bình vạn lý khánh lai đồng
九重乍奏一書封	Cửu trùng sạ tấu nhất thư phong
使星密接紫微宮	Sứ tinh mật tiếp tử vi cung
鵷行獸舞映鵝絨	Uyên hàng thú vũ ánh nga nhung
五鳳樓前八百鍾	Ngũ Phượng lâu tiền bát bách chung
仰瞻皇極天形容	Ngưỡng chiêm hoàng cực thiên hình dung
萬歲連呼祝岱宗	Vạn tuế liên hô chúc đại tông
喜今千載一奇逢	Hỷ kim thiên tải nhất kỳ phùng
三生自覺脱塵蹤	Tam sinh tự giác thoát trần tung
拜觀熙朝協和衷	Bái quan hy triều hiệp hòa trung
聲明均圉世融融	Thanh minh quân hữu thế dung dung
詩懷洒落旨怔忡	Thi hoài sái lạc chỉ chinh xung
家情何必寄書筒	Gia tình hà tất ký thư đồng
荏苒初秋客思忽	Nhẫm nhiễm sơ thu khách tư hốt
斷續閒聞砌傍虫	Đoạn tục nhàn văn thiết bàng trùng
一輪明月斡雲蓬	Nhất luân minh nguyệt oát vân bồng
衡南凝目曉歸鴻	Hành nam ngưng mục hiểu quy hồng
相憶更深夢亦慵	Tương ức canh thâm mộng diệc dung
天邊望闊海之東	Thiên biên vọng khoát hải chi đông
余聞:	Dư văn:
遼堧產出神草叢	Liêu nhuyên sản xuất thần thảo tùng
醫國良方脈理通	Y quốc lương phương mạch lý thông
勻調仙劑駐春容	Quân điệu tiên tề trú xuân dung

壽涼髮白盎顏童　　Thọ lương phát bạch áng nhan đồng
旦華堯舜歲喬松　　Đán hoa Nghiêu Thuấn tuế kiều tùng
得朋載酒且相從　　Đắc bằng tái tửu thả tương tòng
美哉　　　　　　　Mỹ tai
得朋載酒可相從　　Đắc bằng tái tửu khả tương tòng

『全越詩錄』

조선국 사신 이두봉이 보낸 장편에 화답하다

푸른 바다 넘실대고 비취빛의 산은 우뚝

맑은 파도 밝은 햇살 하늘 창에 가득하네.

기이한 반도와 궁궁이가 넘쳐나고[165]

저 산의 동쪽 기슭 오동이 무성하네.[166]

진귀한 물건과 보배는 은사와 동이고

피혁으론 아롱무늬 호피, 표피, 웅피라.

천 년의 봄 그늘엔 학과 거북 깃들어[167]

다 모으고 잘 길러 조화의 공을 온전케 하네.[168]

훌륭한 선비 과장에서 배출되니

많고 많은 어진 인물 국가에 가득하네.[169]

많은 글을 널리 보아 귀머거리 일깨우니

한 시대의 태산북두 거공을 우러르네.

고상한 글, 힘찬 필체, 기이한 공 수립하니

빛나고 뛰어난 재주, 세상 덮을 영웅일세.

장검을 누른 기운 우뚝한 산 의지하고

문곡성을 당긴 붓은 붉은 불꽃 토해내네.

후설의 반열에서 재상으로 오르시니[170]

패옥 소리 쟁쟁하고 옥빛은 영롱하다.

훌륭한 시 황화집에 성히 뽑혀 실려지고

경쾌히 모는 수레, 버들 가르는 바람일세.

유창하게 답하는 말 거침없이 무궁하니
모두가 참된 학문 흉금으로 얻음일세.
유학의 도 전해주는 렴계濂溪 같은 그대지만[171]
떠돌이 만리 길에 경하慶賀로 옴은 한가질세.[172]
궁궐에선 한 편의 봉서 얼른 바쳐 드리나니
뭇 사신들 자미궁에 **빽빽**하게 이어짐이라.
조관朝官 행렬, 봉의수무鳳儀獸舞, 융단 위에 영롱하고[173]
오봉 누각 앞에는 800개의 술잔들.[174]
황극을 우러러 보니 하늘의 모습이고
만세를 연호하니 태산의 송축이네.
천 년에 한 번 맞을 오늘을 기뻐하니,
삼생에 속세 자취 벗었음을 절로 아네.
태평성대 황제 배알, 진정으로 화목하니
성명함이 고루 퍼져 온 세상이 화락하네.
시의 회포 쓸쓸하고 그 뜻이 애처로우니
고향 생각이 꼭 어찌 편지에만 기탁되랴!
세월 흘러 가을 되니 객수는 총총한데,[175]
끊어질 듯 이어지는 섬돌 옆 벌레 소리.
둥그렇고 밝은 달은 구름더미 둘렀고
형산 남쪽 응시하니 돌아가는 새벽 기러기.
그리움 더욱 깊어 꿈마저 나른한데
하늘가에서 바다 동쪽만 아득히 바라보네.
내가 듣기로
요동의 경계 어딘가에 신초가 총생하여
나라 살릴 좋은 처방 맥리가 통한다니,
신선의 약 잘 지어서 젊은 용모 유지하고
나이 들고 터럭 세어도 소년 얼굴 팽팽하기를!
빛나는 요순 성세에 교송처럼 장수하여
벗도 얻고 술도 실어, 서로 좇아 놀아보세.

아름답도다!

벗도 얻고 술도 실어, 서로 좇아 노닐음이.

Họa thơ sứ thần nước Triều Tiên là Lý Đẩu Phong, gửi trình bài trường thiên

Biển xanh rộng lớn núi biếc hòa theo,

Sóng lặng trời quang sáng đến tận từng cao.

Tiệc Bàn Đào giống lạ hơn cả giống cỏ thuốc khung cùng,[176]

Tươi tốt um tùm như cây ngô đồng hướng về ánh dương.

Các thức vật trân quý như vỏ sò; hạt bạc rải như đồng,

Giáp da vẽ hoa văn hổ báo vẻ oai hùng.

Muôn thủa hơi xuân phủ hình như hạc như rùa,

Trời đất chung đúc tinh tú toàn nhờ công tạo hóa.

Người tài tuấn nổi danh từ trong khoa trường,

Hiền tài như cỏ thì nước nhà chẳng phải là trống rỗng.

Đọc rộng xem nhiều sự phát ra từ ở trong lòng,

Là đấng danh nho một đời như Thái Sơn, Bắc Đẩu ai cũng hướng về.

Ngôn từ cao, bút lực mạnh, dựng được công nghiệp lớn lao lạ kỳ,

Chói lọi tài hoa anh hùng bậc cái thế.

Khí phách lớp lớp, như trường kiếm múa chỗ rộng,

Bút điểm kéo cả sao băng, sáng vọng tỏa ánh hồng.

Việc triều quan thường ngồi liền ở giáng tòa,

Lưng đeo ngọc bội vang tiếng thanh sắc linh lung.

Câu thơ tao nhã vịnh sứ hoàng hoa tuyển sung vào thịnh hội,

Xe nhẹ, yên xa phất phơ gió liễu.

Nói chuyện thao thao, miệng như nước chảy đến vô cùng,

Đều là người thực học tâm đắc ở trong lòng.

Đạo Nho ta được truyền nối như còn mãi mãi,

Bèo mây tan hợp, muôn dặm gặp gỡ mừng vui như nhau.

Chín tầng bệ báu thư một bức tấu lên,

Sứ giả chen vai chầu về cung tử vi.[177]

Quan hàng như chim uyên, như thú múa, ánh lông vũ,

Trước lầu Ngũ Phượng, chuông gióng tám trăm tiếng.[178]

Ngửa trông ngôi hoàng cực giữa trời,

Tiếng hô vạn tuế chúc người thọ như núi Đại Tông.[179]

Mừng được gặp kỳ thịnh hội nghìn năm một thủa,

Ba sinh tự cảm thấy thoát khỏi áng trần lao.

Cùng các quan bái triều thịnh trị trong lòng hòa hiệp,

Thanh minh muôn vật cùng đời vui tươi.

Lòng thơ lai láng bồi hồi lo lắng,

Tình nhà đâu phải gửi nơi ống thư đồng.

Thấm thoát thu qua tình khách tứ chuyển hoài,

Dứt nối tiếng côn trùng nghe lượt này lượt nọ.

Một vầng trăng sáng rạng chuyển dưới mây vần như cỏ bồng,

Người đi về nam còn để mắt trông rõ bóng chim hồng đang về mất.

Thương nhớ canh khuya, sâu trong giấc mộng cũng trễ nhác,

Bên trời biển rộng ngóng về đông.

Ta nghe rằng:

Vùng đất Liêu sản sinh lắm loại cỏ thần, mọc thành bụi.[180]

Có thể dùng làm phương thuốc chữa bệnh cho nước, mạch lý thông,

Điều hòa thuốc tiên để giữ được tuổi xuân.

Giúp sống lâu, tóc bạc mà dung nhan đẹp như thanh niên,

Điểm tô đời Nghiêu Thuấn, tuổi sánh cội tùng cao vững.

Được gặp bằng hữu, có rượu, đến cùng vui với nhau,

Đẹp thay!

Được gặp bằng hữu, có rượu, đến cùng vui với nhau.

5.2. 阮登 → 李志完

和朝鮮國使李斗峰窗前種竹之作 Họa Triều Tiên quốc sứ
Lý Đẩu Phong song tiền chủng trúc chi tác

傲霜到節傍高齋	Ngạo sương kình tiết bạng cao´trai
卻俗偏宜洒落懷	Khước tục thiên nghi sái lạc hoài
月影飾金供逸興	Nguyệt ảnh sức kim cung dật hứng
風聲戛玉助吟佳	Phong thanh giáp ngọc trợ ngâm giai
幹栖鳳侶光生彩	Cán thê phượng lữ quang sinh thái
枝長龍孫迸出階	Chi trưởng long tôn bính xuất giai
堪狀有文君子德	Kham trạng hữu văn quân tử đức
行行綠色自雲排	Hàng hàng lục sắc tự vân bài

『全越詩錄』

조선국 사신 이두봉의 <창전종죽> 작품에 화답하다

서리 이기는 굳센 절개 서재 곁에 있으니
속됨을 물리쳐 쇄락한 회포에 딱 맞도다.
달그림자 금빛 장식으로 빼난 흥취 돋우고
바람소리 옥을 울려 아름다이 읊조리게 하도다.
줄기엔 봉황 깃들어 광채 빛나고
가지엔 용손 길러 섬돌을 넘도다.181)
형상에 문채 있으니 군자의 덕을 감당하고
줄기 줄기 푸른 빛깔 흰 구름을 내치도다.182)

Họa thơ sứ thần nước Triều Tiên là Lý Đẩu Phong, làm bài tả cảnh trúc trồng trước cửa sổ

Ngạo nghễ tuyết sương, cứng cáp bên ngôi nhà bậc cao nhân,
Nên tránh phàm tục, riêng về lòng thoải mái.
Ánh trăng tô sức vẻ vàng cung thi hứng nhàn dật,
Tiếng gió vi vu, làm giáp ngọc họa ngâm tiếng hay hay.
Cành cho phượng đậu, thành đôi sinh vẻ sáng ngời,
Nhánh dài cho cháu rồng lớn vụt lên ngoài bệ.
Xem ra hình trạng có văn vẻ, đức người quân tử,
Hàng hàng sắc biếc tựa mây bầy ra.

5.3. 劉廷質 → 李志完

東朝鮮國使李斗峰 Giản Triều Tiên quốc sứ Lý Đẩu Phong

東方禮義久聞名	Đông phương lễ nghĩa cửu văn danh
瑞彩欣今睹使星	Thụy thái hân kim đổ sứ tinh
風物山川鍾地秀	Phong vật sơn xuyên chung địa tú
詞章奎斗燦天經	Từ chương Khuê Đẩu xán thiên kinh
車書一統歸王會	Xa thư nhất thống quy vương hội
日月重霄覲帝庭	Nhật nguyệt trùng tiêu cận đế đình
邂逅雲萍君莫怪	Giải cấu vân bình quân mạc quái
人逢知己眼常青	Nhân phùng tri kỷ nhãn thường thanh

『全越詩錄』

조선국 사신 이두봉에게 주다

동방의 예의지국이라 오래도록 들어오다가
상서로운 빛 오늘 사신을 뵈옴이 기쁘도다.
풍물은 산천이 땅의 빼어남을 모은 바요
사장은 규성 두성이 하늘 길에 빛남 같도다.
거동궤車同軌 서동문書同文 하나가 되어 왕회에 모였으니
해와 달 높은 하늘, 황제 궁정에서 뵙는도다.
뜨내기 만남이라 괴이히 여기지 마시라
지기知己를 만나면 사람은 눈이 번쩍 하나니……

Gửi thơ cho sứ thần Triều Tiên là Lý Đẩu Phong

Nước ở phương đông có lễ nghĩa đã nghe danh từ lâu,

Vẻ lành sắc thái mừng nay được thấy sứ giả đến.

Phong vật núi sông cùng chung đúc nên nơi đất lành,

Văn chương như sao Khuê sao Đẩu sáng rạng cả trời.

Xe đồng trục viết cùng chữ, đều về chầu nơi vương hội,

Nhật nguyệt chiếu soi, đến tận nơi sân vua.

Gặp gỡ trao đổi, như bèo mây tan hợp có gì lạ,

Nhưng người được gặp tri kỷ thì mắt sáng lộ sắc xanh.[183]

5.4. 劉廷質 → 李志完

和朝鮮使李斗峰偶成詩韻進退體　Họa Triều Tiên sứ Lý Đẩu Phong ngẫu thành thi vận (tiến thoái thể)

東南萬里隔瀛寰	Đông nam vạn lý cách doanh hoàn
齊共辰樞躡斗班	Tề cộng thần xu nhiếp đẩu ban
禹會侯綏趨玉帛	Vũ hội hầu tuy xu ngọc bạch
周庭禮樂萃紳冠	Chu đình lễ nhạc tuy thân quan
一家共慶今堯舜	Nhất gia cộng khánh kim Nghiêu Thuấn
大道相談古孔顏	Đại đạo tương đàm cổ Khổng Nhan
羨子詞壇聲價重	Tiễn tử từ đàn thanh giá trọng
長留春色溢毫端	Trường lưu xuân sắc dật hào đoan

『全越詩錄』

조선국 사신 이두봉 시운 진퇴체에 화답하다

동으로 남으로 만리의 거리 바다로 막혔어도
한가지로 별의 중추 북두성 궤도를 밟도다.
우 임금 조회엔 제후들 옥백 바치러 나아오고
주나라 궁정 예악엔 만조백관이 다 모였도다.
한 집안 되어 함께 오늘의 요순을 경하하고
대도를 서로 말함에 옛 성인 공자 안자로다.
그대 사단에서 성가가 중함을 부러워하나니
길이 붓 끝에 봄빛이 머물게 하시라.

Họa thơ sứ thần nước Triều Tiên là Lý Đẩu Phong, bài Ngẫu thành (theo vận thể tiến thoái)

Phía đông, phía nam cách nhau muôn dặm biển khơi,

Cùng sánh đến chầu nơi thiên tử, xen bước hàng triều nghi.[184]

Hội vua Vũ, trực lặng thỏa lòng dâng ngọc lụa,[185]

Sân nhà Chu, lễ nhạc họp các bậc mũ áo.[186]

Một nhà cùng mừng, ơn nay đời Nghiêu Thuấn,

Đạo lớn cùng bàn phép thánh Khổng, thầy Nhan xưa.[187]

Hâm mộ ngài là bậc có danh giá lớn trên văn đàn,

Còn lưu mãi sắc xuân trên đầu ngọn bút hào sảng, thanh dật.

6. 이성李晟(韓) - 하종목何宗穆(越)
1704년

6.1. 何宗穆 → 李晟

贈朝鮮使臣　Tặng Triều Tiên sứ thần

周原萬里共馳驅	Chu nguyên vạn lý cộng trì khu
纔立談閒志意殊	Tài lập đàm gian chí ý thù
道理淵源攸一揆	Đạo lý uyên nguyên du nhất quỹ
衣冠禮樂卻同符	Y quan lễ nhạc khước đồng phù
畏天各謹侯朝度	Uý thiên các cẩn hầu triều độ
任士同歸王會圖	Nhậm sĩ đồng quy vương hội đồ
流水高山琴載鼓	Lưu thuỷ cao sơn cầm tái cổ
知音世有子期無	Tri âm thế hữu Tử Kỳ vô

『晚晴簃詩匯』

조선국 사신에게 주다

중국 벌판 만리 길을 치달려 와서,
서서 이야기 나눌 새 지의가 남달랐도다.
도리의 연원이 오직 하나의 법이요
의관과 예악은 부절이 합치됨 같았도다.
천자를 우러러 제후의 조회하는 법도를 삼가 행하니[188]
유능한 현인들이 모두 함께 왕회도王會圖에 들어 있네.
유수와 고산의 뜻으로 거문고 바야흐로 울리는데
지음으로 세상에 종자기가 없겠는가.

Tặng sứ thần Triều Tiên

Đất rộng, muôn vạn dặm cùng rong ruổi,

Mới đứng đàm thoại một lát thấy chí ý rất đặc biệt.

Nhưng đạo lý thâm sâu thì xưa vẫn là một,

Lễ nhạc y quan lại cũng có sự tương đồng phù hợp.

Sợ uy trời mà các bên đều kính cẩn hầu chầu đúng phép,

Sai kẻ sĩ cùng về triều tụ cảnh thịnh trị nơi vương hội.

Nước chảy non cao tiếng đàn cầm xưa như vọng lại,

Trên đời tri âm có thấy Tử Kỳ nữa hay không.

7. 유집일俞集一, 이세근李世瑾(韓) - 완공항阮公沆(越) 1719년

7.1. 阮公沆 → 俞集一, 李世瑾

安南正使兵曹西卿静庵阮公沆謹稿。An Nam Chánh sứ Binh tào Tây hương Tĩnh Am Nguyễn Công Hãng cẩn cảo

[一承清顧。遙想鴻儀。所有拙作。書呈貴國使公座下。求次原韻 - 此時公與朝鮮使 相因唱以唐律。]

海國東南萬里賒	Hải quốc đông nam vạn lý xa
玉京喜遇覲天家	Ngọc kinh hỷ ngộ cận thiên gia
觀光羨子雙眸闊*	Quan quang tiển tử song mâu khoát
作客**嗟予兩鬢華	Tác khách ta dư lưỡng mấn hoa
想是同年辭赭案	Tưởng thị đồng niên từ giả án
共隨八月泛仙槎	Cộng tuỳ bát nguyệt phiếm tiên tra
歸來想憶形容***夢	Quy lai tưởng ức hình dung mộng
比擬于今更倍加	Tỷ nghĩ vu kim cánh bội gia

『北使詩集』

안남 정사 병조 서경 정암 완공항이 삼가 쓰다

[한 번 맑은 돌아보심 받들고 멀리서 홍의189)를 기다려 바라보았나이다.

---

* Tĩnh Hiên tập/ Lý Thế Cấn: 書中羨子三冬足 / 이세근, 『靖軒集』에는 書中羨子三冬足이다.
** Tĩnh Hiên tập/ Lý Thế Cấn: 旅次 / 이세근, 『靖軒集』에는 旅次이다.
*** Tĩnh Hiên tập/ Lý Thế Cấn: 清 / 이세근, 『靖軒集』에는 清이다.

지은 바 졸작을 귀국 사공의 좌하에 써서 보내드림으로 원운에 차운해
주시기를 구합니다. - 이때 공과 조선사신은 서로 따라가며 율시로서 창화했다.]

바닷가의 나라, 동으로 남으로 만리나 먼데,
옥경에서 반가이 만나 천자께 뵙는도다.
관광함에 그대 두 눈 밝음이 부러웠고
나그네로 살쩍 다 희어진 내가 서러웠도다.
생각건대 같은 해에 자안緖案을 떠나서[190]
한가지로 8월에는 선사를 띄우리로다.
돌아가면 그리워서 그대 형용 꿈꾸리니
그리움은 지금에 비해 배나 더하리라.

Chánh sứ nước An Nam là Binh tào Tây hương Tĩnh Am Nguyễn Công Hãng cẩn cảo[191]

[Nhờ ơn quí mến, xa ngóng uy hồng, thơ vụng viết ra, trình lên
Sứ công quý quốc, xin được họa vần. (Thời bấy giờ ông với các sứ của
Triều Tiên xướng họa, dùng thể thơ Đường luật)]

Nước ven biển hai hướng đông nam xe đi muôn dặm,
Nơi ngọc kinh mừng rỡ được gần với thiên tử.[192]
Ngắm phong quang nước lớn ngưỡng mộ ngài có tầm nhìn rộng rãi,
Làm khách đất người tự than ta đầu đã bạc.
Ngỡ là cùng đồng niên dâng lời trước án vua,
Lại được cùng theo thuyền tiên du ngoạn tiết tháng tám.
Về rồi vẫn nhớ hình dung như giấc mộng,
So nghĩ đến nay lại càng thấy ơn nghĩa bội phần tăng thêm.

7.2. 阮公沆 → 俞集一, 李世瑾

聞道東韓宅海陬	Văn đạo Đông Hàn trạch hải tưu
風*都山下漢江頭	Phong đô sơn hạ Hán giang đầu
文章風骨追三代**	Văn chương phong cốt truy Tam đại
義理淵源續九籌	Nghĩa lý uyên nguyên tục Cửu trù
杭酒祛寒春色暖	Hàng tửu khư hàn xuân sắc noãn
麻衣弊體雪花浮	Ma y tệ thể tuyết hoa phù
即今波帖東南***久	Tức kim ba thiếp đông nam cửu
共北年年職貢修	Cộng bắc niên niên chức cống tu

『北使詩集』

들건대 동한은 바닷가에 모여 살며
풍도산 아래 한강 머리에 도읍을 했다지요.
문장의 기풍은 삼대를 따르고
의리의 연원은 홍범구주를 이었다지요.
항주 술로 추위 떨치니 봄볕은 따스한데
베옷으로 몸을 가리니 소름이 돋네요.
이제 동으로 남으로 파도 잔 지 오래니
함께 북두성 받들어 해마다 조공 바치도다.

---

* Tĩnh Hiên tập/ Lý Thế Cấn: Cửu đô九都, hay hoàn đô丸都: Bản Bắc sứ thi tập chép là
  Phong đô. Có lẽ viết nhầm chữ Phong vì có tự dạng giống. / 이세근, 『靖軒集』에는 九都 또는
  丸都인데 고구려의 수비성이다. 『北使詩集』에는 風都라고 기록한 것을 보니 잘못 쓴 듯하다.
** Tĩnh Hiên tập/ Lý Thế Cấn: 文章機軸高千古 / 이세근, 『靖軒集』에는 文章機軸高千古이다.
*** Tĩnh Hiên tập/ Lý Thế Cấn: 溟 / 이세근, 『靖軒集』에는 溟이다.

Từng nghe đất Đông Hàn ở nơi xa xăm mé biển,

Còn miền Phong đô,[193] dưới núi có dòng sông Hán.

Văn chương phong cốt theo lối Tam đại,[194]

Học thuyết nghĩa lý giữ nguyên tục Cửu trù.[195]

Rượu Hàng Châu để chống rét đến khi tiết xuân ấm đến,

Áo gai che thân chống chọi mưa tuyết lạnh.

Đến nay sóng gió vùng đông nam yên tĩnh đã lâu,

Nên hàng năm vẫn giữ chức phận triều cống phương bắc.

7.3. 阮公沆 → 俞集一, 李世瑾

地各東南海際居*
計程三**萬有零餘***
威儀共秉姬家禮
學問同尊****孔氏書
好把文章通綮肯*****
休論溫飽度居諸
使軺云遠*重相憶
在子安知不我如

Địa các đông nam hải tế cư
Kế trình tam vạn hữu linh dư
Uy nghi cộng bỉnh Cơ gia lễ
Học vấn đồng tôn Khổng thị thư
Hiếu bả văn chương thông khải khẳng
Hưu luận ôn bão độ cư chư
Sứ thiều vân viễn trùng tương ức
Tại tử an tri bất ngã như

『北使詩集』

땅이 동으로 남으로 바다의 끝에 있으니
길을 헤아리면 삼만여 리가 넘도다.
의례는 함께 주나라의 가례를 잡았고
학문은 한가지로 공자의 글을 높이도다.
문장으로 궁경肯綮에 두루 잘 통달하셨나니196)
온포溫飽를 논하지 말고 세월이나 보냅시다.197)
사신 수레 돌아간다 함에 거듭 그리워지니
그대 회포가 어찌 나와 같지 않으리!

---

* Bài này được Bùi Huy Bích sưu tập trong Hoàng Việt thi tuyển, quyển ngũ 皇越詩選,卷五; được Từ Thế Xương sưu tầm trong Văn tinh di thi hội, quyển 200. / 이 시는 Bùi Huy Bích, 『皇越詩選』권5과 徐世昌, 『晚晴簃詩彙』권200에 있다.

** 徐世昌。晚晴簃诗汇: 一 / 徐世昌, 『晚晴簃詩彙』에는 一이다.

*** Tĩnh Hiên tập/ Lý Thế Cấn :計程萬里有零餘 / 이세근, 『靖軒集』에는 計程萬里有零餘이다.

**** 徐世昌。晚晴簃诗汇: 遵。/ 徐世昌, 『晚晴簃詩彙』에는 遵이다.

***** 徐世昌。晚晴簃诗汇: 肯綮; Tĩnh Hiên tập/ Lý Thế Cấn: 肯綮。/ 徐世昌, 『晚晴簃詩彙』에는 肯綮; 이세근, 『靖軒集』에는 肯綮이다.

* 徐世昌。晚晴簃诗汇: 返; Tĩnh Hiên tập/ Lý Thế Cấn: 返。/徐世昌, 『晚晴簃詩彙』; 이세근, 『靖軒集』에는 返이다.

Địa vực nước ở phía đông, ở phía nam cách biển nhau,

Kể trình đường lối đến hơn ba vạn dặm có dư.

Uy nghi còn giữ gia lễ từ đời Cơ tử,

Học vấn cùng suy tôn sách vở họ Khổng.

Làm văn chương thích lối văn thông suốt làm cốt yếu,

Chẳng bàn gì đến thói no ấm qua ngày tầm thường.

Xe sứ xa rồi mây lấp càng thêm nhớ nhau,

Có biết bên phía ngài có như ta mà nhớ nhau chăng.

7.4. 阮公沆 → 俞集一, 李世瑾

滄海桑田*幾度三**	Thương hải tang điền kỷ độ tam
炎邦自昔宅交南	Viêm bang tự tích trạch Giao nam
六經以外無他道	Lục kinh dĩ ngoại vô tha đạo
一歲之中熟八蠶	Nhất tuế chi trung thục bát tàm
萬戶漁***鹽常給足	Vạn hộ ngư diêm thường cấp túc
四時花草共敷覃	Tứ thời hoa thảo cộng phu đàm
歸來宣室如前席	Quy lai tuyên thất như tiền tịch
似與觀光****助一談	Tự dữ quan quang trợ nhất đàm

『北使詩集』

상전벽해 세 번이나 되었어도[198)

염방은 그 옛적부터 교남에 터 잡았도다.

육경 이외는 다른 도가 없고

한 해에 여덟 번 누에를 치도다.

집집마다 어염이 부족함 없이 공급되고

사철에 꽃과 초목 함께 무성하도다.

돌아가 선실에 이전처럼 자리한다면

관광 이야기에 한 마디 더 보탤 텐데……

---

* 徐世昌。晚晴簃诗汇: 揚塵; Tĩnh Hiên tập của Lý Thế Cấn cũng: 揚塵 (theo Lý Xuân Chung. Sđd). / 徐世昌, 『晚晴簃詩彙』; 이세근, 『靖軒集』에는 揚塵이다.

** Bài này được Bùi Huy Bích sưu tập trong Hoàng Việt thi tuyển quyển ngũ 皇越詩選, 卷五; được Từ Thế Xương sưu tầm trong Văn tình di thi hội, quyển 200. / 이 시는 Bùi Huy Bích, 『皇越詩選』 권5과 徐世昌, 『晚晴簃詩彙』 권200에 있다.

*** 徐世昌。晚晴簃诗汇: 魚 / 徐世昌, 『晚晴簃詩彙』에는 魚이다.

**** 徐世昌。晚晴簃诗汇: 風 / 徐世昌, 『晚晴簃詩彙』에는 風이다.

Biển xanh ruộng dâu biến đổi đã ba lần,

Viêm bang tự cổ đã đặt cõi phía Giao nam.[199]

Ngoài Lục kinh ra cũng không học theo đạo nào khác,

Nghề chăn tằm thì một năm những tám vụ.

Muôn nhà làm muối đánh cá, chu cấp đầy đủ,

Bốn mùa hoa cỏ cùng phô tươi thắm.

Trở về, nơi cung vua như thấy chân vẫn bước lên chiếu,[200]

Cũng như một câu chuyện hay về việc thăm phong cảnh nước lớn vậy.

7.5. 俞集一 → 阮公沆

朝鮮正使刑部尚書姓俞名集一號守玄居士和韻*

Triều Tiên Chánh sứ Hình bộ Thượng thư
tính Du danh Tập Nhất hiệu Thủ Huyền Cư Sĩ họa vận

故園於**夢不憚***賒	Cố viên u mộng bất đạn xa
客貫****經年便作家	Khách quán kinh niên tiện tác gia
村酒剩貽*****連日醉	Thôn tửu thặng di liên nhật tuý
驛梅新放*幾枝花	Dịch mai tân phóng kỷ chi hoa
玉樓寒盡惟吟日**	Ngọc lâu hàn tận duy ngâm nhật
銀渚春生未返槎	Ngân chử xuân sinh vị phản tra
同是旅人君更返***	Đồng thị lữ nhân quân cánh phản
一般愁思應相加****	Nhất ban sầu tứ ứng tương gia

『北使詩集』

---

* Theo Tĩnh Hiên tập/Lý Thế Cấn: 玉河舘酬安南國正使乞和韻/Ngọc hà quán thù An Nam quốc
  chánh sứ khất họa vận. / 이세근, 『靖軒集』에는 玉河舘酬安南國正使乞和韻라고 기록하였다.
** Tĩnh Hiên tập/ Lý Thế Cấn: 歸 / 이세근, 『靖軒集』에는 歸이다.
*** Tĩnh Hiên tập/ Lý Thế Cấn: 言 / 이세근, 『靖軒集』에는 言이다.
**** Tĩnh Hiên tập/ Lý Thế Cấn: 舘 / 이세근, 『靖軒集』에는 舘이다.
***** Tĩnh Hiên tập/ Lý Thế Cấn: 成 / 이세근, 『靖軒集』에는 成이다.
* Nguyên bản thiếu mất 2 chữ; theo bản Tĩnh Hiên tập/ Lý Thế Cấn bổ sung 2 chữ tân phóng
  新放 / 『北使詩集』에 없는 新放을 이세근, 『靖軒集』에 따라 보충하였다.
** Tĩnh Hiên tập/ Lý Thế Cấn: 玉樓寒盡猶瞻極 / 이세근, 『靖軒集』에는 玉樓寒盡猶瞻極이다.
*** Tĩnh Hiên tập/ Lý Thế Cấn: 遠 / 이세근, 『靖軒集』에는 遠이다.
**** Tĩnh Hiên tập/ Lý Thế Cấn: 一般愁思想應加 / 이세근, 『靖軒集』에는 一般愁思想應加이다.

조선의 정사 형부상서 유집일, 수현거사가 화운하다

꿈에서는 멀다 않고 고향으로 달리는데
해를 넘기니 객관이 문득 집이 되어 버렸네.
시골에선 술이 익어 연일 취하겠고
역의 매화도 벌써 몇 가지 피었겠지.
옥루에 추위도 가셔 아스라이 바라보나니
은빛 물가에 봄이 와도 돌아가지 못하도다.
같이 나그네 된 그대 다시 돌아간다 하니
수심 어린 그리움이 서로 간에 한가지로다.

Chánh sứ nước Triều Tiên là Hình bộ Thượng thư
họ Du tên Tập Nhất hiệu Thủ Huyền Cư Sĩ họa vận

Vườn cũ mong về chẳng ngại xa,
Khách quán qua năm tiện làm nhà.
Rượu thôn thừa để say sưa hàng ngày,
Dịch đình mai nở mấy nhành hoa tươi.
Cho qua mùa rét ở nơi lầu ngọc ấy ta đành ngâm nga,
Sông Ngân bến xuân còn chưa quay thuyền về được.
Cùng là lữ khánh nơi quê người, ông lại về trước,
Một mình buồn sầu lại thêm gia tăng bội phần.

7.6. 俞集一 → 阮公沆

納納乾坤闢四陬　　Nạp nạp càn khôn tịch tứ tưu
東南陸海地之頭　　Đông nam lục hải địa chi đầu
星分朱雀同文軌　　Tinh phận Chu tước đồng văn quỹ
聖則玄龜啟洛籌　　Thánh tắc Huyền quy khải lạc trù
萬里竭來同土貢　　Vạn lý khiết lai đồng thổ cống
一辰離合等萍浮　　Nhất thời ly hợp đẳng bình phù
青春作伴君先返　　Thanh xuân tác bạn quân tiên phản
此後思音尺素修　　Thử hậu tư âm xích tố tu

『北使詩集』

넓고 넓은 건곤이 사람 살 데를 여시니
동으로 남으로 땅 끝이요 바다 끝이로다.
별자리는 주작 분야지만 문물은 동문 동궤요
성현 준칙도 거북점으로 낙서를 열었도다.
만리를 훌쩍 건너와 함께 공물 바치고
하루아침에 만나고 헤어지니 부평 같도다.
푸른 봄에 짝이 되었다 그대 먼저 가시니
이후에 음성 그리우면 편지를 닦아 보리.201)

Mênh mang trời đất mở bốn phương,
Đất biển vùng đông nam chốn địa đầu.
Nằm ở tinh phận Chu tước cũng là khu vực đồng văn đồng quỹ,202)
Học theo phép thánh của phương Bắc, mở mang ý nghĩa của Lạc thư.203)
Từ muôn năm nay cùng đi lại triều cống thổ sản tới thượng quốc,
Một chốc chia ly khác nào bèo nổi lại tan.
Đương lúc thanh xuân tươi đẹp làm bạn với nhau ngài lại được về trước,
Từ nay về sau, thường nhớ tiếng nhớ hình mà lại gửi nhờ vào một mẩu thư.

7.7. 俞集一 → 阮公沆

旅館何人慰索居　　　Lữ quán hà nhân uỷ tố cư
賴君相託四旬餘　　　Lại quân tương thác tứ tuần dư
綸經不有他門教　　　Luân kinh bất hữu tha môn giáo
學道宜徵我聖書　　　Học đạo nghi trưng ngã thánh thư
彩筆異香多拱碧　　　Thái bút dị hương đa củng bích
花椷瓊什勝方諸　　　Hoa giam quỳnh thập thắng phương chư
仙槎聞說君先返　　　Tiên tra văn thuyết quân tiên phản
可想歡心倍豁如　　　Khả tưởng hoan tâm bội khoát như

『北使詩集』

나그네 객관에 누가 있어 쓸쓸함을 위로하리
그대로 하여 사십여 일을 서로 의탁했도다.
경전을 다스림에 딴 이단의 가르침이 없고
도를 배움에 의당 공자의 책으로 징험하도다.
문채 나는 필적 향기도 달라 보배로움이 많고
꽃다운 함 속 보배 시구는 방저方諸보다도 낫도다.[204]
선사 띄워 그대 먼저 돌아가신다 들었나니
생각하건대, 기쁜 마음이 배나 드넓으시리.

Khách quán tha hương ai người an ủi lúc cô liêu,[205]
Nhờ ngài gửi gắm được cùng nhau hơn bốn tuần.
Ngoài mệnh chúa giao sửa lí chính vụ, không có việc gì khác,
Học đạo nên xem theo sách thánh nhà Nho ta.
Bút hoa hương lạ càng thêm trân trọng nâng đỡ như ngọc quý,
Bì hoa phong lại lời thơ như ngọc quý hơn mọi thứ.
Nghe nói thuyền tiên ngài được về nước trước,
Trong lòng thấu hiểu nỗi vui mừng gấp bội như thế nào.

7.8. 俞集一 → 阮公沆

手把瓊琚玩再三*	Thủ bả quỳnh cư ngoạn tái tam
詞壇聲價重雙南	Từ đàn thanh giá trọng song nam
從知萬國同文軌	Tòng tri vạn quốc đồng văn quỹ
更喜炎邦**美稻蠶	Cánh hỷ Viêm bang mỹ đạo tàm
經義自來多蘊奧	Kinh nghĩa tự lai đa uẩn áo
工夫須且極研覃	Công phu tu thả cực nghiên đàm
還相蕪語酬勤意	Hoàn tương vu ngữ thù cần ý
恍若晴窗玉座***談	Hoảng nhược tình song ngọc tọa đàm

『北使詩集』

손으로 시를 받들어 재삼 완상해 보니
사단詞壇의 성가聲價가 쌍남雙南에 중하리로다.
이로써 만국이 동문 동궤임을 알았고,
염방에 쌀과 비단 아름답다니 더욱 기쁘도다.
경전의 뜻 자고이래自古以來로 온축함이 많고206)
공부를 당위로 알아 연찬의 벋어감이 극했도다.
무잡한 말로써 정성된 뜻에 보답해 드리나니
마치 비 갠 창 아래 옥진담을 나눔 같도다.207)

---

* Tĩnh Hiên tập/Lý Thế Cẩn: Đây là bài Lý Thế Cẩn ứng họa Nguyễn Công Hãng. Nguyên
đề Tái ứng Nguyễn chánh sứ khất họa再應阮正使乞和. / 이세근, 『靖軒集』에는 완공항의 시
를 화운하는 시; 원제는 再應阮正使乞和이다.

** Tĩnh Hiên tập/ Lý Thế Cẩn: 方 / 이세근, 『靖軒集』에는 方이다.

*** Tĩnh Hiên tập/ Lý Thế Cẩn: 塵. / 이세근, 『靖軒集』에는 塵이다.

Tay nâng ngọc quý là lời thơ tặng, thưởng ngoạn mấy lần,

Trên văn đàn tiếng tăm của ngài còn nặng giá hơn vàng song nam[208].

Từ xưa vốn biết muôn nước cũng là viết cùng chữ, xe cùng trục,

Lại càng mừng là Viêm bang của ngài nổi tiếng vì lúa và tằm đều tốt.

Lời kinh nghĩa truyện từ xưa nhiều điều bí diệu súc tích,

Mới thấu công phu ngài tu luyện cực kỳ sâu rộng.

Lại dám đem lời xằng bậy, quê mùa mà tạ lòng ân cần chiếu cố của ngài,

Thảng thốt như còn nhớ trước song ngọc mà được đối đáp cùng ngài.

7.9. 李世瑾 → 阮公沆

副使判官姓李名世瑾青丘人號靜軒居士和韻詩四首

Phó sứ Phán quan tính Lý danh Thế Cẩn Thanh Khâu nhân
hiệu Tĩnh Hiên Cư Sĩ họa vận thi (tứ thủ)

萬里東南重譯賒　　Vạn lý đông nam trùng dịch xa
越裳消息自周家　　Việt thường tiêu tức tự Chu gia
沿途景物囊中草　　Duyên đồ cảnh vật nang trung thảo
滿目繁花勝裡花　　Mãn mục phồn hoa thắng lý hoa
經載行人留玉舘　　Kinh tải hành nhân lưu ngọc quán
何辰博望返星槎　　Hà thời bác vọng phản tinh tra
旅懷寫出瓊琚贈　　Lữ hoài tả xuất quỳnh cư tặng
共歎霜毛兩鬢加　　Cộng thán sương mao lưỡng mấn gia

『北使詩集』

부사 판관 이세근 청구인 호 정헌거사가 화운한 시다 (4수)

만리 동남에서 중역을 빌어 왔나니
월상씨 소식은 주나라 때부터로다.
연도의 경물들, 주머니 속 시초에 간직하고
눈 가득 번화한 것들, 문화文華 묶음 속에 있도다.
해가 넘도록 나그네로 옥관에 머무나니
어느 날에 박망博望에서 돌아가는 배 띄우리!
나그네 시름 쏟아내어 시구로 주면서
흰 터럭 두 살쩍에 더해짐을 함께 탄식하도다.

Phó sứ Phán quan, họ Lý tên là Thế Cẩn, người Thanh Khâu hiệu Tĩnh Hiên Cư Sĩ họa vần thơ (bốn bài)

Từ vùng đông nam muôn dặm xa xôi mà đến,
Nước Việt Thường xưa, tin tức đã có từ thời nhà Chu.
Cảnh vật trên đường ghi chép lại thành bản lưu trong túi,
Sự phồn hoa mãn nhãn nhiều khôn kể xiết.
Qua năm rồi đoàn sứ mới đến được quán Ngọc Hà,[209]
Không biết khi nào được quay thuyền về.
Lòng lữ khách hoài vọng chép ra mấy thiên ngọc để tặng,
Cùng thán sương tuyết pha màu trên mái tóc.

7.10. 李世瑾 → 阮公沆

各自東南海一陬	Các tự đông nam hải nhất tưu
悟*言無路只回頭	Ngộ ngôn vô lộ chỉ hồi đầu
衣冠定襲文明制	Y quan định tập văn minh chế
田制底**從上下疇	Điền chế để tòng thượng hạ trù
更把篇章欽典雅	Cánh bả thiên chương khâm điển nhã
即知風氣絕誇浮	Tức tri phong khí tuyệt khoa phù
經邦大法惟周孔	Kinh bang đại pháp duy Chu Khổng
須向遺編字字修	Tu hướng di biên tự tự tu

『北使詩集』

각기 동쪽 남쪽 바다 끝에서 와서
말이 통하지 않아 머리만 돌렸었도다.
그러나 의관은 일정하게 문명제도 따랐고
전제도 근본 정전제도를 좇았도다.
다시금 지으신 글의 전아함을 흠모하나니
그 풍도 기상이 이루 다 칭찬할 수 없으리로다.
나라 경영의 큰 법은 오직 주공과 공자시니
모름지기 남기신 책들, 자자히 닦으리로다.

---

* Tĩnh Hiên tập/ Lý Thế Cẩn: 晤 / 이세근, 『靖軒集』에는 晤이다.
** Tĩnh Hiên tập/ Lý Thế Cẩn: 田賦應從上下疇 / 이세근, 『靖軒集』에는 田賦應從上下疇이다.

Riêng góc đông nam sát biển khơi,

Đàm thoại không đường chỉ còn lối quay đầu về.

Y quan chế độ vẫn theo cõi văn minh đã sẵn từ trước,

Phép điền địa chỉ có ruộng hạng trên, hạng dưới.

Lại thêm vần thơ để khâm phụng lối điển nhã,

Thì biết ngay kẻ sĩ có phong khí không khoa trương phù phiếm.[210]

Kinh bang giúp nước phép lớn vẫn suy tôn các thánh Chu công, Khổng Tử,

Nên xem xét sửa chữa từng chữ sách còn lại.

7.11. 李世瑾 → 阮公沆

悄然孤舘等禪居*　　Tiễu nhiên cô quán đẳng thiền cư
無限羇愁萬斛餘　　Vô hạn cơ sầu vạn hộc dư
得此瓊章雙手盥　　Đắc thử quỳnh chương song thủ quán
勝於棐几十年書　　Thăng ư phỉ kỷ thập niên thư
客中歲律回淵獻　　Khách trung tuế luật hồi Uyên hiến
夢裡鄉情說孟諸　　Mộng lý hương tình thuyết Mạnh chư
聞道仙槎歸日近　　Văn đạo tiên tra quy nhật cận
出樊飛鳥興何如　　Xuất phàn phi điểu hứng hà như

『北使詩集』

외로운 객관 절집과 한가지인데
나그네 무한 시름 만 섬이 넘도다.
이 보배로운 글귀 얻어 두 손을 씻고 보니
책상머리 십년공부보다 더 낫도다.
객중에도 세월 돌아 '연헌淵獻'의 해가 되었고211)
꿈에서도 고향 그리는 정은 '맹저孟諸'를 되뇌이네.212)
선사 띄워 돌아가실 날이 가깝다 들었나니
새장을 벗어난 새라, 그 흥취 어떠하리!

---

* Tĩnh Hiên tập/ Lý Thế Cẩn: Bài này cũng là bài của Lý Thế Cẩn họa. / 이세근, 『靖軒集』에
  실린 이세근의 화시.

Buồn bã cô liêu khách quán như nơi cửa thiền,

Lòng sầu vô hạn đến muôn hộc khó đong đầy.

Được thiên thơ này, hai tay rửa sạch để nâng niu,

Trân trọng còn hơn mười năm đọc sách.

Giữa buổi làm khách quê người, trời chuyển tiết về năm Uyên hiến,[213]

Trong giấc mộng tình quê còn dạt dào nhớ chuyện Mạnh chư.[214]

Nghe nói thuyền tiên quay về đã sớm đến,

Như chim sắp ra khỏi lồng, lòng cảm hứng biết bao.

碧海桑田若變三	Bích hải tang điền nhược biến tam
何南聲教暨天南	Hà nam thanh giáo ký thiên nam
遺風宜尚尊周孔	Di phong nghi thượng tôn Chu Khổng
舊俗休誇足設蠶	Cựu tục hưu khoa túc thiết tàm
顧我多慚專對命	Hoan ngã đa tàm chuyên đối mệnh
知君為報廣恩覃	Tri quân vị báo quảng ân đàm
還於遮莫傳酬唱	Hoàn ư già mạc truyền thù xướng
愧作他鄉撫掌談	Quỹ tác tha hương phủ chưởng đàm

『北使詩集』

상전벽해 세 번 뒤친 오랜 세월이니
하남의 성교가 천남에까지 미쳤도다.
유풍은 의당 주공과 공자를 높이려니와
구속이 누에치기 넉넉함은 자랑 마시라.
나를 돌아보매 전대專對의 명命에 부끄러우나
그대 알게 되어 너른 은혜에 보답이 되었도다.
수창을 전하는 것은 도리어215) 그렇다 치고216)
타향에서 손뼉 치며 떠든 것이 부끄럽도다.217)

Biển biếc ruộng dâu biến cải đã ba phen,
Đâu đâu cũng thanh giáo khắp trời nam.
Di phong vẫn thượng sùng tôn thánh Chu, thánh Khổng,
Tục cũ thôi khoe cũng đủ sự nghề tàm tang.
Xấu hổ mừng tôi có thể đối đáp xứng mệnh,
Lại hay ngài báo đáp ơn trên được rộng rãi thay.
Còn đem chuyện gì để lưu truyền sự thù xướng,
Thẹn nơi đất khách được vỗ tay bàn luận cùng.

8. 홍계희洪啟禧, 이휘중李徽中, 조영진趙榮進(韓) - 여귀돈黎貴惇(越) 1760~1761년

8.1. 黎貴惇 → 洪啟禧, 趙榮進, 李徽中

東朝鮮國使洪啟禧趙榮進李徽中 Giản Triều Tiên quốc sứ Hồng Khải Hy, Triệu Vinh Tiến, Lý Huy Trung

[庚辰年前臘月。本使禮鴻臚寺遇朝鮮國正使文科狀元鴻啟禧。副使文科狀元趙榮進春坊學士李徽中。設席寺門。各通姓名。坐談片刻。後伊送手箋紙扇丸藥方物。因賦詩贈之*。

東方君子國也。悅信義服詩書。足令人生敬愛。敝邑忝稱秉禮。蘭芝氣味大約相同。即使菰瓜鄴壤。其親睦當何如。僕以涼謭叨充陪介。奉璋京闕。使君亦不遠千里而來。幸得遇於司賓席中。纔接雅談。便定僑札之好。情誼殷重莫可云喻。聊拈拙律。妄塵客次清凝。非有楚齊彼此於其間。亦以誌吾等邂逅之緣為他日佳話云爾**。]

瀛海東南***各一方	Doanh hải đông nam các nhất phương
齊趨象闕拜天王	Tề xu tượng khuyết bái thiên vương
傘圓概似松山秀	Tản Viên khái tự tùng sơn tú
鴨綠應同珥水長	Áp lục ưng đồng Nhị thuỷ trường

---

* VHv.2341 có chép 1 đoạn dẫn: 朝鮮正使丁巳文科狀元吏部尚書洪啟禧副使丙子文科戶部侍郎趙榮進書狀官庚辰文科春坊學士李徽中時我國使演禮鴻臚適遇之伊使該席寺門各通姓名坐談片刻既歸館送以藥丸方物頗有厚意因詩以贈。/『桂堂詩集』(VHv.2341) 에서 《朝鮮正使丁巳文科狀元吏部尚書洪啟禧, 副使丙子文科戶部侍郎趙榮進, 書狀官庚辰文科春坊學士李徽中。時我國使演禮鴻臚適遇之。伊使該席寺門各通姓名坐談片刻。既歸館送以藥丸方物頗有厚意因詩以贈。"라는 서문이 실려있다.

** VHv.2341 không có đoạn "東方君子國 … 佳話云爾" / 『桂堂詩集』(VHv.2341) 에는 "東方君子國 … 佳話云爾"라는 부분이 없다.

*** VHv.2341:涯. / 『桂堂詩集』(VHv.2341) 에는 涯이다.

六籍以來多學問　　　Lục tịch dĩ lai đa học vấn
九疇而後更文章　　　Cửu trù nhi hậu cánh văn chương
旅懷習疊如君扇　　　Lữ hoài tập điệp như quân phiến
新對春風為展揚　　　Tân đối xuân phong vị triển dương
[-朝鮮正使前以扇贈故云* Triều Tiên Chánh sứ tiền dĩ phiến tặng cố vân]

『桂堂詩集』

조선국 사신 홍계희 조영진 이휘중에게 주다

[경진년 전 섣달에 본국사신은 홍려시에 예를 올리다가 조선국 정사인
문과장원 홍계희와 부사 문과장원 조영진, 춘방학사 이휘중을 만났다.
홍려시의 문에 마련된 자리에서 통성명을 하고 잠시 앉아 이야기를 나눴다.
후에 편지와 부채 환약 등의 방물을 보내왔다. 인하여 시를 지어주었다.
동방은 군자의 나라입니다. 신의를 기뻐하고 시서를 따르시니 족히 사람들
로 하여금 경애케 합니다. 우리 사는 데도 병례향이라 일컫는 바 있어
난초와 지초의 기미가 거의 같은 바 있은 즉 비천한 저희로 하여금 친목케
하심이 응당 어떻겠습니까?218) 저는 여러 모로 천박한데 외람되이 사신에
충당되어 천자의 대궐에 예물을 받들게 되었습니다. 사군께서도 천리를
멀다하지 않고 오셔서 다행히 사빈석(司賓席)에서 만나 뵙고 기품 있는
말씀에 접하고 또 문득 교찰의 사귐219)을 정하게 되었습니다. 정분과
우의의 은중함이 이루 말할 수 없음에 애오라지 졸한 율시나마 지어서
망녕되이 존객의 맑은 차운을 바랍니다. 제나라와 초나라처럼 비슷하지
않고 그 사이의 작은 나라에 불과하나 다만 이로써 우리의 만남의 인연을
기록하여 후일의 아름다운 이야기로 삼고자 할 뿐입니다.]

넓은 바다 동쪽 남쪽의 각각 한 지방으로
함께 천자의 대궐에 와 천왕을 배알하도다.

---

* A.576 không có lời chú. / 『桂堂詩集』(A.576)에는 이 설명이 없다.

우리의 산원산은 그대 나라 송산처럼 빼나고220)
그대 나라 압록강은 우리 이수처럼 길도다.
육적이 전래된 이래로 학문이 많고
홍범구주 이후에 문장도 새롭도다.
나그네 회포가 주신 쥘부채처럼 첩첩하니
새로 춘풍을 대하여 활짝 펼쳐 보리라.

[-조선 정사가 그 전에 부채를 준 연고라]

Trình sứ thần nước Triều Tiên là các ông Hồng Khải Hy, Triệu Vinh Tiến, Lý Huy Trung

[Tháng chạp trước năm Canh Thìn, bản sứ đến làm lễ ở Hồng
lô tự, gặp Chánh sứ nước Triều Tiên là Trạng nguyên văn khoa
Hồng Khải Hy, Phó sứ là Trạng nguyên Văn khoa Triệu Vinh Tiến
và Xuân Phường Học sĩ là Lý Huy Trung. Được đặt tiệc thết đãi
ở cửa (Hồng lô tự), mọi người đều giới thiệu tên họ. Ngồi tọa
đàm trong chốc lát. Sau họ gửi tặng tờ tiên, quạt giấy, và một
số sản vật. Nhân làm bài thơ để tặng họ.

Là nước quân tử ở phương Đông, sùng tín nghĩa chuộng Thi Thư,
đủ để khiến người ta sinh lòng kính mến. Nước nhỏ tôi thẹn
xưng là có lễ, khí vị lan chi đại khái cũng tương đồng, nhưng
tức chỉ như cỏ thôi sánh với quả dưa, đất Nghiệp so với đất Nhường
g.221) Tình thân ái hòa mục nên làm sao. Kẻ chất phác thô kém,
dám lạm vào hàng tiếp đãi, vâng mệnh dâng ngọc nơi cung khuyết.
Sứ quân ngài cũng từ nghìn dặm mà đến. May mắn được gặp
gỡ trên tiệc đãi tân khách của Hữu ty. Mới tiếp lời cao nhã, đã
định tình văn chương. Tình nghị thân thiết trọng hậu không thể
nói hết. Nên mượn lời vụng luật thô, mong dâng thượng khách
sáng suốt đoái xem. Chẳng có ý xa xôi Tề Sở đây kia xen vào

đâu, mà cũng là ghi lại cái duyên giải cấu gặp nhau, để ngày sau lưu thành giai thoại vậy.]

Biển lớn đông nam mỗi nước một phương,
Cùng về cửa khuyết triều lạy thiên vương.
Non Tản cảnh quan đẹp như Tùng lĩnh,222)
Sông Áp Lục chảy dài cũng như dòng Nhị thuỷ.
Từ các sách Lục tịch trở đi nhiều người đa học vấn,
Cửu trù về sau lại càng phát triển văn chương.223)
Lòng khách xa quê được thu nhận, như quạt ngài tặng cho,
Sớm mà triển dương đón đưa gió xuân về.

[Chánh sứ nước Triều Tiên trước có tặng quạt, nên nhắc lại.]

8.2. 黎貴惇 → 洪啟禧, 趙榮進, 李徽中

再疊前韻送朝鮮國使
Tái điệp tiền vận tống Triều Tiên quốc sứ

[鹽捧花翰。溫厚弘遠。意味溢出。愛之不能釋手。古人云: 必以天地浩靈。
滌筆於冰甌雪埦中。方與此詩相副。似先為佳製道也。拋磚引玉。喜也
何如。蒙惠弁卷一緘。亦已祈領訖。猥緣會晤。遙奉箋書。正懷覿於未
同。乃訂交於半面。位高? 新空玄議論而分毫折釐*。一氣揮洒而傾江
倒峽。真是名儒鉅公。非尋常人物矣。三省鄙作。有牽私見。有拾陳言。
未免駢梅**拔指。過承許可。且幸且慚。序末錫教以講禮窮理。諄諄相
勉。敢謝盛情。僕史辦誠。非歐公博古圖。使君文字殊不讓蔡君謨也。
慚無鼠鬚管龍團茶為潤筆耳。更依元韻瀆***簡上呈****。]

異邦合志亦同方	Dị bang hợp chí diệc đồng phương
學術本從先素王*****	Học thuật bản tùng tiên Tố vương
完福共欣歌五善	Hoàn phúc cộng hân ca Ngũ thiện
逸才偏愧乏三長	Dật tài thiên quý phạp tam trường
側釐白硾交投贈	Trắc ly bạch đóa giao đầu tặng
端委洪疇*競表章	Đoan uỷ Hồng trù cạnh biểu chương
信筆雌黃終歉歉	Tín bút thư hoàng chung khiểm khiểm
粲花清論過揄揚	Sán hoa thanh luận quá du dương

『桂堂詩集』

---

* 원전의 高 다음 한 글자가 판독 불능 상태다.

** Chép nhầm, nguyên là chữ mẫu 拇, chép nhầm thành chữ mai 梅. Nguyên điển xuất trong
Trang tử/ Ngoại thiên/Biền mẫu駢拇枝指/Biền mẫu chi chỉ. Ý nói về cái móng thừa của con
ngựa. / 원래 拇인데 梅로 잘못 기록되었다.『莊子』「外編」에 있는 駢拇枝指로부터 비롯된다.

*** Chữ tục 續 viết nhầm thành chữ 瀆. / 續인데 瀆로 잘못 기록되었다.

**** A.576 không có lời dẫn. /『桂堂詩集』(A.576)에는 서문이 없다.

***** A.576: 從來本素王. /『桂堂詩集』(A.576)에는 從來本素王이다.

* Có thể chép nhầm của chữ 儔thành chữ 疇. / 儔인데 疇로 잘못 쓴듯한다.

[-南越以海苔為紙。其理絡斜側號理紙。訛為側釐。白硾高麗紙名。來詩舉泰伯端委治吳國故事。我亦及箕子九疇故事。硾音隊以石搗碎為紙。]

다시 전운에 거듭하여 조선국 사신에게 보내다

[손을 씻고 꽃다운 글월을 받아보니 온후홍원하고 뜻과 맛이 흘러 넘쳐서, 사랑하여 손에서 놓을 수가 없었습니다. 고인이 이르기를: '반드시 천지의 호한한 영이 붓을 얼음 사발 눈 잔 가운데 적심이로다' 한 것이 바로 이 시에 서로 부합하는 바가 있으니, 마치 먼저 아름다운 제작을 유도한 것과 같습니다. 벽돌을 던져서 옥구슬을 끌어들임이니 그 기쁨이 어떠하겠습니까! 은혜를 입어 서문(序文) 한 통도 바란 바대로 또한 이미 얻고,224) 만남을 인연하여 외람되이 멀리서 편지까지 받자왔으니, 실로 격이 맞지 않음에 절로 얼굴이 붉어짐이요,225) 미처 얼굴이 익기도 전에 우정을 맺은 격입니다.226) 지위가 높으시고 미묘한 것을 의론하심에 호리를 다 분석하시고, 일기로 휘둘러 씻어내심에 강을 기울여 협곡에 쏟은 것 같으니 실로 명유거공이라 보통 인물이 아니십니다. 세 번 제 시를 돌아봄에 삿된 견해에 끌리고 묵은 말을 모아놓은지라 육손이 손가락만 같은데, 과분하게도 칭찬을 해 주시니 다행이자 부끄러움이로소이다. 서문의 말미에 강례궁리로써 가르침을 베풀어 주시고 다정하고 친밀하게 권면해 주시니 감히 성대한 정에 감사를 드립니다. 제가 편찬한 역사서가 참됨을 가려 뽑음은 구공(歐公)의 박고도(博古圖)가 아니로되 사군의 글은 채군모에게 뒤지지 않습니다. 서수관 용단차227)로써 윤필할 수 없음이 부끄러울 따름입니다. 다시 원운에 의거하여 욕된 글로써 올려 드리나이다.]

이방 사람이라도 뜻이 합하면 한나라 사람이니
학술이 본래 공자를 좇아 왔음이로다.
온갖 복에 함께 기뻐하며 오선을 구가하나
빼난 재주엔 나만 부끄리노니 삼장이 결핍함이로다.
측리지와 백추지에 시를 써서 주고받으며

복식과 법제를 다투어 표창했도다.228)
붓 가는 대로 고쳐주셔도 종내 부족할 텐데229)
찬란한 맑은 의론으로 과히 높여 주셨네.

[남월에서는 해태로써 종이를 만드는데, 그 결이 비스듬히 기울어져 있으므로 '리지(理紙)'라 부른다. 와전하여 '측리(側釐)'라 한다. '백추(白硾)'는 고려의 종이 이름이다. 보내온 시에 태백(泰伯)이 단위복(端委服)을 입고 오나라를 다스린 고사를 들었기에, 나 역시 기자 홍범구주의 고사를 든 것이다. '硾'는 '隊'와 발음이 같은데, 돌을 잘게 빻아서 종이로 만든 것이다.]

Lại nối vần trước, tặng sứ thần nước Triều Tiên

[Rửa tay nâng bức tờ hoa, ý tứ ôn hậu hoằng viễn, khí vị tràn đầy, lòng yêu mến mà không rời tay. Cổ nhân từng nói: Ắt phải có cái khí linh thiêng hạo nhiên của trời đất, mà rửa bút bằng âu băng, bằng tay tuyết mới có thể ứng ngang với những vần thơ này. Dường như có cái đạo trước khi làm những việc hay việc quý230) vậy. Như vứt đá mà lượm được ngọc, mừng vui xiết bao. Đội ơn tặng một phong quyển. Lòng cũng mong nhận mà báo. Thẹn duyên hội ngộ, xa bưng bức tiên thư. Chính lúc thẹn thùng vì không sánh bằng, nên chỉ đính giao qua nửa mặt.231) Ngôi vị đã cao?232) bàn luận sự vi diệu mà tỷ mỷ đến hào li, một cái vung vẩy mà nghiêng sông đổ núi, thực là đại gia danh nho, không phải nhân vật tầm thường vậy. Ta thì ba phen tự sửa bài thô, có đắn đo tiến thoái ý riêng, có lời trình bày thu thập, chẳng tránh được tiếng làm cái việc nhổ móng thừa của ngựa vậy.233) Được nhờ lời ngài quá khen, vừa mừng vừa thẹn. Lại viết tự vào cuối, dạy cho hết lý, bảo cho hết lễ. Cái tình khuyến khích đau đáu như thế, lấy làm cảm tạ vô cùng. Kẻ hèn biện chút thành tâm, chẳng dám có ý làm như Âu công rộng thông sự cố,[234] sứ quân thì văn tự chẳng kém gì Sái Quân Mô.[235] Thẹn là không có bút lông chuột, không có chè Long Đoàn[236] để làm tươi bút nhuận mực vậy. Lại y nguyên vận nối vào dâng lên.]

Khác nước mà ý chí hợp, phương hướng cùng,
Học thuật từ xưa theo đạo của Tố vương.[237]
Trọn vẹn phúc lành cùng vui ca Ngũ thiện,[238]
Hiền tài đâu thẹn thiếu kẻ đủ cả đức Tam trường.[239]
Giấy trắc ly và giấy bạch đóa đem tặng đáp,[240]
Việc đoan ủy của Ngô Thái Bá, Hồng phạm Cửu trù của Cơ Tử cùng sánh vẻ biểu dương nhau.
Tin là sự bút mực còn phải chỉnh sửa nên lo ngay ngáy suốt,[241]
Mà lời điển nhã tú lệ như hoa xuân lại khen quá du dương.

[Vùng Nam Việt lấy rong biển làm giấy, điều mạch đầu mối của nó nghiêng nghiêng, nên gọi là giấy Lý chỉ, đọc ngoa ra là giấy Trắc ly. Còn giấy Bạch đóa, là tên loại giấy của xứ Cao Ly. Thơ đưa đến lấy chuyện Thái Bá đầu mối ủy trị nước Ngô, ta cũng lấy tích Cửu Trù của Cơ Tử để ứng. Chữ đóa âm đọc là đội, lấy đá mà giã cho nát để làm giấy.]

8.3. 黎貴惇 → 洪啟禧, 趙榮進, 李徽中

偉*才端的讓東方	Vĩ tài đoan đích nhượng đông phương
義理淵源貫百王	Nghĩa lý uyên nguyên quán bách vương
尚友四旬梅信重	Thượng hữu tứ tuần mai tín trọng
相思二月柳條長	Tương tư nhị nguyệt liễu điều trường
猥因文字成佳好	Ỏi nhân văn tự thành giai hảo
還借傔從寄短章	Hoàn tá khiểm tòng ký đoản chương
欲寫風情嫌莫肖	Dục tả phong tình hiềm mạc tiểu
丹臺段段想清揚	Đan đài đoạn đoạn tưởng thanh dương

『桂堂詩集』

위대한 재주 경위는 동방에 양보하나니[242]
의리 연원이 백대 임금을 관통해 왔음이로다.
사십일 독서에 매화 봄소식 거듭 전해지고[243]
두 달 상사에 버드나무가지 길어지도다.
외람되이 문자를 인하여 아름다운 사귐 이루니
겸종傔從을 빌어 짧은 글을 보내는도다.
풍정을 써보려 하나 불초함이 꺼려지나니
단대丹臺에서 곰곰이 수려한 그대 용모 떠올리도다.[244]

---

* VHv.2341:鼟. / 『桂堂詩集』(VHv.2341)에는 鼟이다.

Tài lớn đoan nghiêm nhường hẳn với đông phương,

Nghĩa lý thâm sâu vượt cả bách vương.

Trọng bằng hữu hơn bốn tuần tin mai đi lại,

Nhớ thương nhau hai tháng sợi liễu dài.

Thẹn thùng chuyện văn chương mà thành giai thoại,

Còn đương nhờ đến kẻ hầu đưa gửi lời thơ ngắn.[245]

Muốn bày tỏ chút phong tình, nhưng còn kém xin đừng cười,

Đài son tấc tấc nhớ tưởng vẻ thanh dương cao nhã.[246]

8.4. 洪啟禧 → 黎貴惇

附朝鮮國使洪啟禧和詩
Phụ Triều Tiên quốc sứ Hồng Khải Hy họa thi

[雅儀在目。方此耿結。花什入手。苑接聲光。思致之纏綿。韻調之清麗。
令人把玩三復。不翅得拱璧也。懶於聲律。沿途三千里。苦無一篇詩。
今此盛意。有不可孤。更忘蕪拙。謹用續貂。恐為帳下見所笑也*。]

南金美價耀離方	Nam kim mỹ giá diệu Ly phương
青瑣緋**魚日侍王	Thanh tỏa phi ngư nhật thị vương
玉節來觀中國壯	Ngọc tiết lai quan Trung Quốc tráng
孤舟遠繫大洋長	Cô chu viễn hệ đại dương trường
天涯地角人相見	Thiên nhai địa giác nhân tương kiến
鴈後華前詩一章	Nhạn hậu hoa tiền thi nhất chương
緗帙虛勞玄晏托	Tương dật hư lao huyền yến thác
愧無彩***筆為鋪揚	Quỹ vô thái bút vị phô dương

『桂堂詩集』

[-玄晏先生皇甫謐為左思三都賦作序。]

---

* VHv.2341 không có lời dẫn đầu bài thơ. / 『桂堂詩集』(VHv.2341)에는 시의 서문이 없다.
** VHv.2341: 緋; A.576: 排 / 『桂堂詩集』(VHv.2341)에는 緋, (A.576)에는 排이다.
*** VHv.2341:椽 / 『桂堂詩集』(VHv.2341)에는 椽이다.

조선국 사신 홍계희의 화답시를 부록하다

[고아한 용모가 눈에 삼삼 바야흐로 그리움이 맺혀 있더니, 꽃다운 시편을 입수하여 동산에서 성광에 접하였습니다. 생각이 깊고 운조(韻調)가 청려함에 사람으로 하여금 세 번을 완상케 하니, 다만 보배로운 구슬을 얻었을 따름이 아닙니다. 저는 성률에는 게을러서 연도 삼천리에 한 편의 시조차 지은 것이 없습니다. 이제 이 성대한 뜻을 그저 외롭게 둘 수 없어 무졸함을 무릅쓰고 삼가 담비 꼬리에 개의 꼬리를 잇사오나, 장막 아래서 웃음거리가 될까 두렵습니다.]

남금南金의 아름다운 값이 남방에서 빛나더니247)
대궐 문에서 관복 입고 날마다 왕을 모시도다.248)
옥절 앞세우고 와서 중국의 장함을 보고
고주孤舟로 대양의 먼 거리를 맺어 이었도다.
하늘 끝 땅 모서리에서 서로 만나 뵙고
기러기 돌아간 후 꽃 앞에서 시를 짓도다.
귀한 책에 부질없이 현안의 책무249)를 부탁하시나
문채 있는 필력으로 포양해 드릴 수 없음이 부끄럽도다.
　[-현안 선생 황보밀이 좌사의 〈삼도부〉의 서문을 지었다]

Phụ thơ họa của sứ thần nước Triều Tiên là Hồng Khải Hy

[Thanh nhã nghi dung như trước mắt, lòng đọng ý kết ở trong tâm. Thơ hoa đến tay, cúi tiếp ánh vàng. Lòng suy dạ lự, ý tứ triền miên, vận điệu câu thanh từ lệ. Khiến người thưởng ngoạn ba lần, không kém gì tay nâng ngọc quý. (Tôi) lại lười về thanh luật, đường đi ba nghìn dặm, khổ không được một bài thơ. Nay được thịnh ý của ngài, không còn thấy cô liêu nữa, liền quên sự hèn kém, kính cẩn nối điệu, chỉ e mua cười dưới trướng.]

Vàng phương nam giá cao nổi tiếng cõi phương nam,250)

Cung môn, triều phục đến chầu thiên vương.251)

Ngọc tiết vâng sứ đến xem sự thịnh trị của Trung Quốc,252)

Một chiếc thuyền đơn lênh đênh trên biển rộng.

Góc biển chân trời người và ta hội ngộ,

Cảnh nhạn sau hoa trước vận làm thơ một chương.

Sách vở lao tâm tổn lực gửi gắm bậc cao sĩ,253)

Thẹn là không có bút hoa để phô bày tình cảm.

[-Huyền Yến tiên sinh tức Hoàng Phủ (Mật), tên thụy là Tả Tư,254) người viết tựa cho bài phú Tam Đô.]

8.5. 洪啟禧 → 黎貴惇

附朝鮮國使鴻啟禧和詩
Phụ Triều Tiên quốc sứ Hồng Khải Hy họa thi

[湘靈琴瑟於秋江之上。曲中而人不見。古人譬之詩文之至者。蓋言其
神來之境也。今足下以描空步虛之筆。透此一點靈犀。不憚其頻煩。三
復來章。誠迦葉定中之舞也。極知玄晏不足以重三都。下里難以和陽春。
而亦不敢全孤摯意。茲殫驢拔。笑普幸堪。*]

高碁傳譜藥傳方	Cao kỳ truyền phả dược truyền phương
小帙編摩證百王	Tiểu trật biên ma chứng bách vương
南記詞華之子最	Nam ký từ hoa chi tử tối
神洲心眼此行長	Thần châu tâm nhãn thử hành trường
雲煙吳楚移舟夜	Vân yên Ngô Sở di chu dạ
雨雪幽燕伐木章	Vũ tuyết U Yên phạt mộc chương
奇遇只應通紵縞	Kỳ ngộ chỉ ưng thông trữ cảo
拙文那得重班揚	Chuyết văn na đắc trọng ban dương

『桂堂詩集』

---

* VHv.2341 không có lời dẫn. / 『桂堂詩集』(VHv.2341)에는 서문이 없다.

조선국 사신 홍계희가 화답한 시를 부록하다

[상강의 영이 가을강에서 금슬을 타매 곡의 소리만 나고 사람은 보이지 않는데, 고인이 시문의 지극한 것을 이에 비했으니, 대개 그 신이 오른 경지를 말함이었습니다. 이제 그대가 신선의 자취와도 같은 글 솜씨로 이 한 점 영서255)를 꿰뚫어 그 빈번함을 꺼리지 않고 세 차례나 거듭 시를 보내시니, 실로 가섭존자가 선정(禪定)에 든 춤이로소이다. 현안선생으로서도 〈삼도부〉의 가치를 다 드러낼 수 없다 했고, 하리곡(下里曲)으로 양춘곡(陽春曲)에 화답할 수 없음을 잘 아는데, 감히 전적으로 진지하신 뜻을 외롭게 할 수 없어 이에 나귀의 재주를 다 기울인 것이오니, 웃어넘기시면 다행이겠습니다.256)]

고수 바둑은 기보가, 약은 방문이 전하나니
작은 책자 엮어냄도 백대 왕을 증험했도다.
남방에 사화詞華 짓는 이 그대가 제일이니
중국을 살핀 심안, 이번 행차가 길었도다.
구름과 안개 자욱한 오초에 배 젓던 밤이며,
눈비 오는 유주 연주에서의 벌목장이로다.
기이한 만남에 다만 호저의 통함에 응할 따름,
졸문이 어찌 반고班固 양웅揚雄의 중함을 얻으리오!257)

Ghi thơ họa của sứ thần nước Triều Tiên là Hồng Khải Hy

[Thần Tương linh nổi tiếng cầm, tiếng sắt trên dòng thu. Trong khúc nhạc du dương mà không thấy người.258) Cổ nhân dùng hình ảnh ấy ví với sự cao diệu tuyệt mực của thi văn. Ý nói cái cảnh giới chỉ thần tiên mới tới được. Nay túc hạ dùng bút pháp tả huyền diệu, lướt hư không, triệt thấu đến cái điểm linh tê ấy,259) chẳng ngại phiền phức, ba phen gửi thư, thực là cảnh giới Ca Diếp bay nhảy trong cõi định lặng vậy. (Thế nên rất hiểu), người như Huyền Yến, (tự lượng tài) chưa đủ để sánh với phú Tam Đô.260) Chốn quê mùa đâu đủ để họa lại ánh dương xuân, nhưng cũng không dám quên tình quý mến. Nay gắng sức lừa mà mua cười cho khắp, là may lắm.261)]

Cờ cao còn truyền phả, thuốc hay còn truyền phương,
Sách nhỏ biên nên rõ cả trăm đời vua.
Ghi chép ở phía nam, ngôn từ hoa lệ biết ngài là bậc tài giỏi,
Có hiểu biết về Thần Châu thì chuyến hành trình này mới là dài.262)
Cảnh khói mây vùng Ngô Sở đêm dời thuyền lên đường,263)
(Nay) giữa trời mưa tuyết đất U Yên, có vần thơ ngâm bài Phật mộc.264)
Kỳ ngộ gặp gỡ nhau nên thông giao với nhau bằng áo trữ đai cảo,265)
Còn văn chương kém vụng này đâu đáng được vào hàng khen ngợi.

8.6. 李徽中 → 黎貴惇

李徽中和詩 Lý Huy Trung họa thi

[殊方傾蓋。諒不尋常。稠班公廷。薄接清光。脈脈數語。如水窺影。歸
臥虛館。彌日耿耿。貴介辱臨。惠以好音。天涯奇遇。鳴以南金。詠而束
歸。以筒以函。有唱無酬。萬里奚替。辭短意長。穆然神契。*]

塞外人來天一方	Tái ngoại nhân lai thiên nhất phương
殊邦徂歲戀君王	Thù bang tồ tuế luyến quân vương
星分箕斗三生隔	Tinh phận Cơ Đẩu tam sinh cách
地阻蓬瀘萬國長	Địa trở bồng lư vạn quốc trường
差幸同文論古字	Si hạnh đồng văn luận cổ tự
共存舊制撫身章	Cộng tồn cựu chế phủ thân chương
越裳消息**今聞否	Việt Thường tiêu tức kim văn phủ
猶似當辰海不揚	Do tự đương thời hải bất dương

『桂堂詩集』

[-高麗在燕幽外。尾箕分。安南在秦蜀外。斗鬼分。上應天星餘氣。***]

---

* VHv.2341 không có lời dẫn. / 『桂堂詩集』(VHv.2341)에는 시의 서문이 없다.
** A.576 thiếu chữ 息 / 『桂堂詩集』(A.576)에는 息가 없다.
*** VHv.2341 không có lời chú này. / 『桂堂詩集』(VHv.2341)에는 이 설명이 없다.

이휘중이 화답한 시

[낯선 땅에서 수레 덮개 열고 친밀해짐은266) 심상한 일이 아닐 터인데, 궁정에서의 빽빽이 늘어선 반열에서 맑은 용모를 얼핏 접하였습니다. 다정한 몇 마디 말씀이 물에 비췬 그림자를 엿본 것 같아서 돌아와 빈 객관에 누워서도 종일 마음에 잊히지 아니하였습니다. 또 귀국의 사신께서 방문해 주시고 좋은 시까지 끼쳐주셨으니, 하늘가에서의 기이한 만남이 남금(南金)의 보배로움 같이 울리겠습니다. 읊조리며 동으로 돌아가 상자와 함에 소중히 보관하겠습니다. 창만 있고 화답이 없다면 만리 이역에 누가 대신해 주겠습니까. 비록 저의 말은 짧으나 뜻은 기니 조용히 정신이 같음에 마음에 딱 맞음이로소이다.267)]

변새 밖의 사람이 하늘 한 모서리로 와서
낯선 땅에서 해를 보내며 군왕을 그리도다.
별의 분야는 기성과 두성이니 삼생을 격함이요
땅은 봉래산과 노수로 막혀 만국의 거리로다.
남달리 다행히도 동문同文이라 옛 문자를 논할 수 있었고
함께 옛 제도 존속함에 신장身章268)을 어루만졌도다.
월상씨의 나라 소식을 이제 듣지 않았는가
오늘을 당하여 바다에 파도 잔잔하다 함을.

[-고려는 연주와 유주의 바깥에 있어 미성 기성의 분야요, 안남은 진주와 촉주의 바깥에 있어 두성과 귀성의 분야다. 위로 하늘에서 별자리들의 남은 기운에 감응함이다.]

Lý Huy Trung họa thơ

[(Khách) ở phương xa, nghiêng lọng đón rước, thực xét chẳng phải tầm thường. Đủ ban trước hội công đình, sơ bạc diện kiến thanh quang. Mấy lời đưa tiếng đăm đăm, mới như nước trong trộm soi hình bóng. Về nơi quán vắng, cả ngày thắc thỏm không yên. Được bậc cao quý không nhục mà hạ cố, ban cho lời hay. Thực thiên nhai kỳ ngộ, tiếng vàng lảnh lót. Ngâm vịnh rồi về đông, cũng có cái cất trong rương trong hòm rồi. Có bài xướng mà không thù đáp, về xa muôn dặm lấy gì thay được. Lời thì ngắn gọn, ý thì vô cùng, thầm lặng mà tinh thần khế hợp.]

Người từ nơi biên tái xa xôi đến, một cõi trời khác,
Nước khác kịp năm mà đến, mến bậc quân vương.
Chia tinh phận ở tận vùng Cơ Đẩu, xa cách đến ba kiếp,
Đất đai cách trở non Bồng, sông Lư xa xôi muôn nước.
Thật là may mắn được cùng là nước đồng văn, cùng luận bàn cổ tự,
Cùng bảo tồn quy chế của thánh nhân vỗ về cho y quan văn hiến.
Thông tin về nước Việt Thường đến nay đã biết hay chưa,
Do bởi lúc ấy biển bình yên không sóng gió.

[-Cao Li là nước ngoài vùng Yên U, thuộc tinh phận sao Vĩ sao Cơ. Nước An Nam ở ngoài vùng Tần Thục, thuộc tinh phận sao Đẩu sao Qui. Trên ứng dư khí của thiên tinh.]

8.7. 李徽中 → 黎貴惇

李徽中和詩 Lý Huy Trung họa thi

[空館頹堂。與病為鄰。進承瓊什。盥手敬讀。如太虛之樂愈出愈韻。令人不厭。聊復作勢和呈。畢露醜拙。都惟俯怒。*]

浮槎渺渺自何方	Phù tra diểu diểu tự hà phương
南指星辰別有王	Nam chỉ tinh thần biệt hữu vương
煙濕五湖衣帶緩	Yên thấp Ngũ hồ y đái hoãn
芝餐三島鬢眉長	Chi xan Tam đảo mấn my trường
蒼茫膜外山河遠	Thương mang mạc ngoại sơn hà viển
絡續花前錦繡章	Lạc tục hoa tiền cẩm tú chương
歸橐盎然皆越字	Quy thác áng nhiên giai Việt tự
春風燕薊馬蹄揚	Xuân phong Yên Kế mã đề dương

『桂堂詩集』

이휘중의 화답한 시

[빈 객관 낡은 집에 병으로 더불어 이웃하다가 보배로운 시를 받잡고 손을 씻고 경독했습니다. 태허의 음악이 나가면 나갈수록 더욱 운치가 있어 싫증이 나지 않는 듯합니다. 애오라지 다시금 힘을 써서 화답하여 드리지만,269) 필경 누추하고 졸렬함을 드러내어 굽어보시고 노여워하실 것만 같습니다.]

떠 오는 뗏목 아득히 어디로서 오는고?
남쪽 별자리 아래 따로 왕국이 있음이로다.

---

* VHv.2341 không có lời dẫn. / 『桂堂詩集』(VHv.2341)에는 서문이 없다.

오호 눅진한 안개에 허리띠 느슨해졌고
삼도 영지 드시고 귀밑머리 눈썹 길어졌도다.
넓고 넓은 막북이라 산도 물도 아득한데270)
이어 피는 꽃들이 비단에 수놓은 듯 빛나도다.
돌아가는 전대에는 다 월자越字 그득하리니
연주 계주 봄바람에 말발굽 드날리리.

Lý Huy Trung họa thơ

[Nơi quán vắng nhà nát này, chỉ biết có bệnh tật làm bạn. Lại
được người tiến tặng chương quỳnh, rửa tay kính đọc, cảm nhận
như nhạc Thái hư271) vậy, càng đọc càng hiện rõ phong nhã,
khiến người không còn thấy chán nản nữa. Mượn lời lấy thế đáp
lại họa dâng, tất có chỗ kém vụng. Kính xin ngài vuốt giận.]

Mênh mang thuyền nổi tự phương nào,
Phương Nam vùng ấy có đấng quân vương riêng một cõi.
Cảnh mây khói Ngũ hồ, vui áo đai và thong thả,
Được ăn linh chi Tam đảo, nên râu tóc tốt rườm rà.
Nơi biển xanh ngoài cõi xa sông núi,
Cũng lục tục nối nhau hoa phô bài thơ gấm.
Hành trang trên đường về, túi đầy thơ chữ của người nước Việt,
Cảm thấy như có gió xuân ở đất Yên Kế thổi, càng dục vó ngựa mau
mau.

9. 윤동승尹東升, 이치중李致中(韓)
- 무휘진武輝挺, 단완숙段阮俶(越)
1773년

9.1. 武輝挺 → 尹東升, 李致中

贈朝鮮國使並序* Tặng Triều Tiên quốc sứ tịnh tự

[共球盛會萍水良緣。雖東海南海之有萬千。** 而心契道同匪今伊昔。
剩喜晉陪燕暇 預接塵談以領十年書***之益。祇是南軺卓****錫。行色勿
忙。鴻翼背飛餘依*****耿耿。式憑手札代致面辭。極知下里巴音。僅僅博
大方一粲。聊以表涯角相逢之雅云耳。]

幸挹芝蘭覺舊*因	Hạnh ấp chi lan giác cựu nhân
醇盃未到易成醺**	Thuần bôi vị đáo dị thành huân
鴨江鳶嶺疆雖遠***	Áp giang Diên lĩnh cương tuy viễn
麟****籍龜書道不分	Lân tịch Quy thư đạo bất phân
已喜衣冠無異制*****	Dĩ hỉ y quan vô dị chế

---

* Bản Hoa trình thi tập A.446 chép là chữ 引. / 『華程詩集』(A.446)에는 引이다.

** A.446: 之利地有萬千. / 『華程詩集』(A.446)에는 之利地有萬千이다.

*** Bản Hoa trình thi tập A.446 không chép chữ 書. / 『華程詩集』(A.446)에는 書가 없다.

**** A.446: 早. / 『華程詩集』(A.446)에는 早이다.

***** A.446: 懷. / 『華程詩集』(A.446)에는 懷이다.

* A.446: 宿. / 『華程詩集』(A.446)에는 宿이다.

** Bản Sứ trình thi tập VHv.1405 bị rách, câu này chúng tôi bổ sung theo bản Hoa trình thi
tập A.446 bốn chữ未到易成醺. / 『華程詩集』(VHv.1405)가 훼손된 상태라서 『華程詩集』
(A.446)에 따라 未到易成醺 부분을 보충하였다.

*** Câu này bổ sung theo bản Hoa trình thi tập A.446 cả câu鴨江鳶嶺疆雖遠 / 온 문장은 『華程
詩集』(A.446)에 따라 보충되었다.

**** Câu này bổ sung theo bản Hoa trình thi tập A.446 chữ 麟. / 『華程詩集』(A.446)에 따라
보충된 麟이다.

***** Câu này cũng bổ sung theo bản Hoa trình thi tập A.446 các chữ: 衣冠無異制 / 『華程詩集
』(A.446)에 따라 보충된 衣冠無異制이다.

更徵圖牒有同文*
想應**軿乘南歸後
座右台光寤寐殷

[-通篇典重溫厚。是大家機杼***]

Cánh trưng đồ điệp hữu đồng văn
Tưởng ưng bình thặng nam quy hậu
Tọa hữu thai quang ngụ mị ân

『華程詩集』

조선국 사신에게 주다. 병서

[공물 바치는 성대한 모임에 물 위의 부평 같은 인연으로 비록 동해 남해의
천만 리 거리가 있지만, 뜻이 맞고 도가 통함은 새삼스런 게 아니고 오래전부
터였습니다. 더욱이 편안히 쉴 때, 모시고 기꺼이 청담272)에 접함으로
책상에서의 십년공부의 유익을 영유할 수 있음이 더욱 기뻤습니다. 다만
남쪽의 수레 머묾이 행색이 총망하고,273) 기러기 등져 낢에 남은 그리움
경경합니다. 수찰에 의지하여 작별인사 대신하나니, 하리파음(下里巴音)
격인 저의 시는 근근이 대방가의 한 번 웃음이나 얻으리란 걸 잘 압니다.274)
애오라지 이로써 하늘 끝에서 서로 만나 사귀었던 정분을 표하는 바입니다.]

다행히 지란의 사귐, 묵은 인연임을 알고 보니
술잔 기울이지 않아도 이내 흠뻑 취하네요.
압록강 건너, 연령 너머 강역은 서로 멀어도
유교를 따르는 도리는 서로 다르지 않았지요.
이미 의관이 다른 제도 아님이 기뻤거니
도서와 문첩도 같은 글임을 확인하네요.
수레 돌려 남쪽으로 간 이후에도 응당

---

* Câu này bổ sung theo bản Hoa trình thi tập A.446 cả câu 更徵圖牒有同文. / 온 문장은『華程詩
集』(A.446)에 따라 보충되었다.
** Câu này bổ sung theo bản Hoa trình thi tập A.446 chữ 想應. /『華程詩集』(A.446)에 따라
보충된 想應이다.
*** Lời bình theo bản A.446. Bản VHv1405 không có. /『華程詩集』(VHv1405)에 없는데『華程
詩集』(A.446)에 있는 논평이다.

좌우에 그대의 임재가 오매에도 은은하리.[275]

[통편이 전중 온후하니 이는 대가의 기틀이다.]

Thơ tặng sứ thần nước Triều Tiên kèm lời tựa

[Cùng mong hội thịnh trị, duyên bèo nước gặp nhau, tuy hai
nơi biển Đông biển Nam xa cách muôn vàn, mà tâm hợp đạo
đồng chẳng chia xưa cùng nay khác. Thừa vui ngày rỗi đất Yên,
dự hàng bàn luận, để lĩnh hội sự ích lợi đọc sách mười năm.
Chỉ mong, xe lọng về Nam lưu dấu trượng, đường lữ khách chớ
vội; Cánh chim hồng bay đi, lòng mong nhớ còn như thắc thỏm.
Chỉ biết nhờ vào bức trát thư thay mặt đưa lời từ biệt, vốn rất
biết là người ở chốn quê mùa giọng tiếng ngọng nghịu, chỉ mong
được tiếng phì cười của bậc kiến thức rộng rãi,[276] là đã thỏa
cái nhã ý tương phùng tương ngộ nơi chân trời góc biển vậy.]

May mắn được gần bậc quân tử chi lan[277] như người bạn đã quen cũ,
Chén rượu chưa đưa đến mà đã như men say.
Sông Áp với núi Diên biên cương tuy xa cách,[278]
Mà sách Lân, sách Qui[279] đạo lý đâu có khác chia.
Đã mừng y quan chế độ không khác biệt,
Lại thêm sách vở cũng cùng một thứ chữ.
Nhớ trông tán xe về Nam mất rồi,
Nơi chỗ đứng sắc về cao quý vấn vương tình cảm lẫn cả vào giấc ngủ sâu.

[[Lời thơ thông suốt toàn thiên mà điển tích trọng ôn hậu, đúng là then máy
của bậc đại tác gia vậy].]

9.2. 尹東升 → 武輝挺, 段阮俶

附朝鮮國使贈*詩二首並引
Phụ Triều Tiên quốc sứ tặng thi nhị thủ tịnh dẫn

聞說春光罷餞筵	Văn thuyết xuân quang bãi tiễn diên
朱衣使者去翻然	Chu y sứ giả khứ phiên nhiên
來時禮樂延陵札	Lai thời lễ nhạc Duyên Lăng Trát
遊後文章大史遷	Du hậu văn chương Thái sử Thiên
可道赫陪**離思盡	Khả đạo hách bồi li tư tận
虛行寶翣惠風宣	Hư hành bảo sáp huệ phong tuyên
參商此日慇懃意	Sâm Thương thử nhật ân cần ý
珍重韓碑廟下船	Trân trọng Hàn bi miếu hạ thuyền

『華程詩集』

[昨日寵貺諸種拜領。至意不勝珍荷。至於瓊韻三章***得於望外。披諷
數四。甚為感幸。何翅百朋之錫也。**** 既辱腆眷。禮宜奉報。而*****夜燈潦
草。莫究耿耿之懷。似聞徒御夙戒。此中舘門啟閉亦未知。能及於行船
未啟*之前也。萬萬惟祝僉**尊行李。神衛保重。

右朝鮮國价老圃尹東昇拜***]

---

* A.446: 答贈 / 『華程詩集』(A.446)에는 答贈이다.
** A.446:啼. / 『華程詩集』에는 啼이다.
*** Câu này bổ sung theo bản Hoa trình thi tập A.446 hai chữ 三章. / 『華程詩集』(A.446)에 따라 보충된 三章이다.
**** Câu này bổ sung theo bản Hoa trình thi tập A.446 hai chữ 腆眷. / 『華程詩集』(A.446)에 따라 보충된 腆眷이다.
***** Câu này bổ sung theo bản Hoa trình thi tập A.446 chữ 而. / 『華程詩集』(A.446)에 따라 보충된 而이다.
* Bản Sứ trình thi tập A.446: 行軺 và có chú thêm 2 chữ 未啟 / 『華程詩集』(A.446)에는 行軺이고 未啟를 추가로 보충하였다.
** A.446: 畫. / 『華程詩集』(A.446)에는 畫이다.
*** Bản Hoa trình thi tập A.446 để lời dẫn ở trên mỗi bài thơ. Bản này để ở cuối mỗi bài thơ. / 『華程詩集』(A.446)에는 서문들이 시 앞에 실려 있는데 『華程詩集』(VHv1405)에는 시 끝에 실려 있다.

조선국 사신의 증시 2수와 병인을 부록함

듣자니 봄날 전별연을 마쳤다 하니
붉은 관복 사신께서 훨훨 떠나가시리로다.
오실 때 예악은 연릉延陵 계찰季札 같았고
유람하며 남긴 문장은 사마천司馬遷과 같도다.
길잡이 밝은 배행들로 이별 시름도 가실게요
공중에 떠가는 보삽寶翣엔280) 봄바람도 불겠지요.
삼성과 상성으로 멀어지는 오늘의 은근한 뜻
회서와 해남도 험한 뱃길에 진중하시기만을!281)

[어제 은총으로 주신 여러 선물들을 절하여 받잡고 지극한 뜻을 감당키
어렵습니다. 보배로운 글 삼장을 망외로 얻어 서너 번 펼쳐 읊어봄에
심히 다행함을 느낍니다. 어찌 다만 백붕의 보배를 주심뿐이겠습니까!
이미 후한 돌보심을 입어 마땅히 받들어 보답함이 예인데, 등불만 쓸쓸하여
외로운 마음을 가눌 길 없습니다. 듣건대 경계가 삼엄하여 관문(舘門)의
열고 닫음이 배가 떠나기 전에 미칠 수 있을는지도 알 수가 없었습니다.
만만 축원하옵기는 행차에 신령이 보위하사 보중하시기만을…
위는 조선국 사신 노포 윤동승이 쓴 것이다.]

Ghi hai bài thơ sứ thần nước Triều Tiên tặng và lời dẫn

Nghe nói trời tiết xuân hết tiệc tiễn đưa,

Các sứ giả áo đỏ lên đường đi nhanh chóng.

Đến thì lễ nhạc uy nghi như Duyên Lăng Ngô Quý Trát,

Đi rồi văn chương lưu lại sâu đậm như Thái sử Tư Mã Thiên.[282]

Có thể nói sự bồi tiếp hiển hách mà ý chia li cũng cạn,

Mấy hàng hoa văn đẹp treo đưa hương trong gió.[283]

Cách biệt Sâm Thương hai ngả[284] mà ý tứ ân cần như thế,

Trân trọng văn chương như lời trên bia Hàn Dũ[285] khi xuống thuyền.

[Ngày trước được quý mến tặng các món đồ vật, vâng bái lĩnh ý tốt, trân trọng không kể xiết. Còn đến như vài chương thơ ngài như vận ngọc quỳnh, tôi được ở ngoài mà thêm câu phúng vịnh, thực là may mắn lắm. Đâu dám lấy nhận giá cao khen thưởng.[286] Đã thẹn về sự ưu ái trọng hậu, lễ nghi kính báo mà trong đèn suốt đêm viết nguệch ngoạc, chẳng xét nổi hoài niệm thắc thỏm, tựa như đánh xe mà nơm nớp từ sáng sớm. Ở đây lại cửa dịch quán đóng mở không tường không biết có kịp trước khi thuyền sứ khởi trình không vậy. Cúi mong muôn vàn, duy chúc quý tôn được hành trang thần vệ bảo trọng.

Bên phải là lời Lão Phố Doãn Đông Thăng bái tặng.]

9.3. 李致中 → 武輝挺, 段阮俶

秦城萬里喜萍蓬	Tần thành vạn lý hỷ bình bồng
春泛歸槎摺*燕蹤	Xuân phiếm quy tra toản yến tung
肝膽豈輸鞮舌裏	Can đảm khởi thâu đề[287] thiệt lý
精神空注鷺**班中	Tinh thần không chú lộ ban trung
南東海岳分星遠	Nam đông hải nhạc phân tinh viễn
文武衣冠古制同	Văn vũ y quan cổ chế đồng
牢落天涯他日思	Lao lạc thiên nhai tha nhật tứ
三章璀璨在牙筒***	Tam chương thôi xán tại nha đồng

『華程詩集』

[昨日伻還。恭撫三篇瓊章杯坐一讀。諷諷可喜。**** 當攜托弊邦。將與向
年陳黎諸公*****之酬唱疋休。* 感幸良深。聞行舟早啟。禮宜趁和。剪燭
構**成。忘陋緘呈。詩云乎哉! 祇答繾綣意耳。辱貺各***種。仰向崇念。
統希行李珍重以副區區。

右朝鮮國書狀官蒼南李致中拜。]

---

* Bản Hoa trình thi tập A.446 chép là chữ 憯. / 『華程詩集』(A.446)에는 憯이며, 慘과 비슷하다.
** Bản Hoa trình ngẫu bút lục A.697 chép là chữ 路. / 『華程偶筆錄』(A.697)에는 路이다.
*** Bổ sung theo bản Hoa trình ngẫu bút lục A.697 năm chữ: 璀璨在牙筒. / 『華程偶筆錄』(A.697)
에 따라 보충된 璀璨在牙筒이다.
**** Bổ sung theo bản Hoa trình ngẫu bút lục A.697 các chữ: 撫三篇瓊章杯坐一讀, 諷諷可喜.
/ 『華程偶筆錄』(A.697)에 따라 보충된 撫三篇瓊章杯坐一讀, 諷諷可喜이다.
***** Bổ sung theo bản Hoa trình ngẫu bút lục, A.697 chữ: 公. / 『華程偶筆錄』(A.697)에 따라
보충된 公이다.
* Bổ sung theo bản Hoa trình ngẫu bút lục, A.697 hai chữ: 疋休. / 『華程偶筆錄』(A.697)에 따라
보충된 疋休이다.
** Bổ sung theo bản Hoa trình ngẫu bút lục, A.697 ba chữ: 剪燭構. / 『華程偶筆錄』(A.697)에
따라 보충된 剪燭構이다.
*** Bổ sung theo bản Hoa trình ngẫu bút lục, A.697 một chữ: 各. / 『華程偶筆錄』(A.697)에 따라
보충된 各이다.

만리 중국의 도성에서 떠돌이 만남 기뻤는데
봄 들자 귀국선 뜬다니 연경에서 노닐던 자취 가슴을 치도다.
속 깊은 충정을 어찌 역관의 혀에 보내겠는가!
정신은 부질없이 해오라기 무리 중에 빨려들도다.288)
남과 동의 바다와 산악, 별자리 분야 멀지만,
문과 무의 의관은 옛 제도 한가지로다.
후일에 쓸쓸히 하늘가에서 그리움에 잠길 때
삼장의 보배로운 시편이 상아 통에 있으리로다.

[어제 사환이 돌아옴에 세 편의 보배로운 글을 공경히 어루만지고, 앉아
한번 읽어보니 읊조리는 대로 기뻐할 만하니, 응당 저희나라에 가져가면
장차 지난날 진려제공(陳黎諸公)289)의 수창과 짝하여 아름다우리니, 다행
함이 자못 깊습니다. 듣자오니 배 떠남이 이른 새벽이라 하여 예로는
의당 달려가 화답해야 할 것이로되, 촛불 심지를 따 가면서 구성해
본 것을 누추함을 잊어두고 봉함하여 드리오나 어찌 시라고 이를 수 있겠습
니까! 다만 정성껏 아껴주심에 보답하는 뜻일 따름이요, 각종 선물 주심은
욕되게 받기만 하고 보답해 드리지 못하옵니다. 우러러 바라옵기는 저희들
의 구구한 염려에 부응해서서 여행에 각별히 진중하시옵기만을……
조선국 서장관 창남 이치중이 올림.]

Thành Tần muôn dặm mừng vui duyên bèo cỏ hội ngộ,

Tiết xuân buông thuyền về tìm dấu chim yến.

Ruột gan há trộm lấy để dấu trong lưỡi giày được,

Tinh thần đâu có chú ý đến, đứng ở trong ban chầu như cò vậy.

Nước non hai phía nam và đông chia tinh phận xa xôi,

Văn vũ hai ban, y quan chế độ xưa vẫn cùng nhau.

Chân trời cô tịch ngày sau còn tương tư, mến nhớ,

Ba vần thơ đẹp ngâm nga mãi còn lưu trong ống ngà.

[Bữa trước vâng sai, về được ba chương, cung kính ngồi ngâm ngợi một lượt, phong vẻ đáng khen lắm. Đáng mang về tệ bang, để sánh với các bài thù xướng những năm trước của các ông họ Trần, họ Lê. Như vậy là may mắn lắm lắm. Nghe nói thuyền sứ sớm khởi hành, lễ đáp nên gấp họa, khêu đuốc cả đêm mà thành, quên cả bỉ lậu, phong thư trình dâng. Có phải lời thơ chăng. Chỉ mong đáp cái tình ý sâu dày của ngài mà thôi. Lại thẹn các món biểu tặng. Cúi mong trọng vọng, hành trang gìn giữ để đáp tấm lòng lưu luyến vậy.

Bên phải là thư quan Trạng nước Triều Tiên, Thương Nam Lý Trí Trung viết tặng.]

9.4. 段阮俶 → 尹東升, 李致中

餞朝鮮國使尹東升李致中
Tiễn Triều Tiên quốc sứ Doãn Đông Thăng Lý Trí Trung

越甸山川隔*弁辰	Việt điện sơn xuyên cách Biện Thìn
他鄉今幸挹清塵	Tha hương kim hạnh ấp thanh trần
曾瞻漢節微星斗	Tằng chiêm Hán tiết vi tinh đẩu
更靚周墀絢鳳鄰	Cánh địch Chu trì huyến phượng lân
旅況有心皆尚友	Lữ huống hữu tâm giai thượng hữu
文光無地不同倫	Văn quang vô địa bất đồng luân
相逢莫訝分鑣早	Tương phùng mạc nhạ phân tiêu tảo
故國梅花今又春	Cố quốc mai hoa kim hựu xuân

『皇越詩選』

조선국 사신 윤동승 이치중을 전송하다

월남의 산천, 삼한과는 격절함이 있었더니,
이제 다행히 타향에서 맑은 모습을 뵙도다.
일찍이 한나라 부절符節 바라보매 북두성 희미했는데
다시금 주지周墀를 만나 뵙다니 봉황을 이웃함이 현란하도다.290)
나그네 정황에 마음 맞아 모두 벗이 됨직 하지만
내 문장 솜씨 없으니 짝할만하지 못하도다.
서로 만나 헤어짐이 이르다고 의아해 마시라
고국의 매화 벌써 또 봄을 맞고 있으리니.

---

* Hoàng Việt thi tuyển: 僃, Hoa trình ngẫu bút lục: 隔, chúng tôi cho là 隔hợp lý hơn. / 『皇越詩選』에는 僃, 『華程偶筆錄』에는 隔이다. 隔가 더 타당한 것으로 보인다.

Tiễn sứ thần nước Triều Tiên Doãn Đông Thăng và Lý Trí Trung

Núi sông đất Việt xa cách nước Biện Thìn,[291]

Xa quê may gặp được người chia sẻ vợi bớt bụi trần.

Từng xem cờ sứ Hán tiết ẩn vi mờ cả sao,

Lại thêm thăm viếng nền Chu lớp lớp hoa văn như vảy phượng.

Tình cảnh lữ khách xa quê càng có lòng trọng bằng hữu,

Nhờ ánh văn chương nên thấy không nơi nào không cùng vòng luân lí.

Gặp gỡ nhau đây đừng lạ là chia tiêu quá sớm,[292]

Nghĩ về cố quốc lại như thấy hoa mai giờ đây tươi nét xuân.

10. 이광李珖, 정우순鄭宇淳, 윤방尹坊(韓)
- 호사동胡仕棟(越)
1779년

10.1. 胡仕棟 → 李珖, 鄭宇淳, 尹坊

贈朝鮮國使李珖, 鄭宇淳, 尹坊回國* Tặng Triều Tiên
quốc sứ Lý Quang, Trịnh Vũ Thuần, Doãn Phường hồi quốc

公廷朝罷路分殊	Công đình triều bãi lộ phân thù
遙指東瀛憶使乎	Dao chỉ đông doanh ức sứ hồ
志氣可能追縞帶	Chí khí khả năng truy cảo đái
篇章奚管**付醬甌***	Thiên chương hề quản phó tương âu
敷文惟曰****車同軌	Phu văn duy viết xa đồng quỹ
秉禮從來國有儒	Bỉnh lễ tùng lai quốc hữu Nhu
萬里相逢知匪易	Vạn lý tương phùng tri phi dị
六年王會一成圖	Lục niên vương hội nhất thành đồ

『黃越詩選』

---

* Theo Lý Xuân Chung thì bài này được chép lại trong Hoa trình ngẫu bút lục A.697 và bị gán tên cho Lê Quang Viện. Chúng tôi dùng bản này để đối chiếu. / Ly Xuan Chung에 따르면 이 시는 『華程偶筆錄』(A.697)에도 실려있는데 여광원의 시로 간주되었다고 한다. 우리는 『黃越詩選』를 대조의 근거로 선택하였다.

** Hoàng Việt thi tuyển: 杠. / 『黃越詩選』에는 杠이다.

*** Bản Hoa trình ngẫu bút lục A.697 chép là chữ âu 甌; chữ 音風 là chép nhầm từ dị thể chữ 瓵nghĩa là cái vò nhỏ, thông với chữ âu甌. Hoàng Việt thi tuyển: 瓵 / 『華程偶筆錄』(A.697)에는 甌이다; 『黃越詩選』에는 颼인데 아마 瓵(단지, 작은 항아리 부)를 잘못 쓴 것 같다.

**** Bản Hoa trình ngẫu bút lục A.697 chép là惟曰. Hoàng Việt thi tuyển: 此日. / 『華程偶筆錄』(A.697)에는 惟曰, 『黃越詩選』에는 此日이다.

조선국 사신 이광, 정우순, 윤방의 회국에 부쳐

공정에서 조회를 마치자 길은 갈려
동쪽 바다 가리키며 사신을 그리도다.
뜻과 기개 호저縞紵의 사귐을 좇을 만하니
시문이 장독 덮개 감이라도 무엇이 걸리리오.
문교文敎를 펴니 동궤同軌라 이를 만하고
예禮를 잡으니 예부터 나라에 선비 있었도다.
만리에 서로 만남이 쉬운 일이 아님을 아나니
육 년 만에야 왕성王城에서 왕회도를 이루었도다.

Tặng sứ thần Triều Tiên Lý Quang, Trịnh Vũ Thuần, Doãn Phường về nước

Công đình việc triều hội đã tan, trên đường chia tay,
Xa xa chỉ hướng biển đông mà thấy lòng nhớ việc sứ.
Chí khí cao vời có thể học theo chuyện tặng lụa cảo, tặng đai trữ,[293]
Thiên thơ đề tặng có quản gì chỉ dám để che hũ tương thôi.[294]
Phô diễn văn chương, vì rằng có xe đồng trục vậy,
Giữ lễ từ xưa vẫn nhận là nước có Nho học.
Muôn dặm đến mà gặp được nhau đâu phải là dễ,
Cảnh chầu vương hội sáu năm mời một lần, vẫn in như thành một bức vẽ.

10.2. 胡仕棟 → 李珖, 鄭宇淳, 尹坊

又三陪臣詩 Hựu tam Bồi thần thi

迢遞星槎萬里通	Điều đệ tinh tra vạn lý thông
輕颺高泛斗牛宮	Khinh dương cao phiếm Ngưu Đầu cung
克生匪在絃夤外	Khắc sinh phỉ tại hoành di ngoại
為教寧殊載籍中	Vi giáo ninh thù tải tịch trung
瀛海東南天各別	Doanh hải đông nam thiên các biệt
燕臺玉帛地相同	Yên đài ngọc bạch địa tương đồng
從來會晤多佳話	Tòng lai hội ngộ đa giai thoại
縞紵依依往哲風	Cảo trữ y y vãng triết phong

『黃越詩選』

또 삼배신에게

아스라히 은하수 뗏목 만리에 통하여
가벼이 드날려 두우궁으로 높이 떠 왔도다[295]
훌륭한 인재는 굉인紘夤의 밖에 있지 않나니[296]
교화 베풂이 어찌 전적 내용과 다르겠는가.
바다의 동쪽과 남쪽 하늘은 각기 달라도
연대에 옥백을 바침은 처지가 한가지로다.
종래로 모여 즐기며 가화佳話도 많았거니
호저縞紵의 사귐 변함없는 선현의 풍취로다.[297]

Lại thơ của ba vị Bồi thần

Xa xôi thuyền sứ đến muôn trùng,

Gió nhẹ buồm buông đến Đẩu ngưu cung.[298]

Chọn kiếp chưa từng ra ngoài đến vùng xa xôi ấy,

Vì sự học biết đâu khác nhau trong sách vở.

Biển rộng trời nam, trời đông mỗi nơi một phía,

Mà sự cống nạp ngọc lụa về một nơi cũng giống nhau.

Chuyện hội ngộ từ xưa còn truyền nhiều giai thoại,

Giao hảo quý trọng nhau như hiền nhân xưa vẫn còn đây.

10.3. 李珖, 鄭宇淳, 尹坊 → 胡仕棟

他和答三律 Tha họa đáp (tam luật)

地隔重溟驛屢殊	Địa cách trùng minh dịch lũ thù
何如遠道使來乎	Hà như viễn đạo sứ lai hồ
秋槎已自牛墟到	Thu tra dĩ tự ngưu khư đáo
雲帆應知海若扶	Vân phàm ứng tri hải nhược phù
風雅卷中同古軌	Phong nhã quyển trung đồng cổ quỹ
文章世外有真儒	Văn chương thế ngoại hữu chân Nhu
燕臺邂逅終奇事	Yên đài giải cấu chung kỳ sự
留與人間可會圖	Lưu dữ nhân gian khả hội đồ

『黃越詩選』

그들이 화답한 세 율시

겹겹 바다 격하고 역도 무수히 다른데
어떻게 먼 길 사행을 오셨는고!
가을 뗏목 이미 절로 두우斗牛에 도착했거니
구름 돛은 응당 해약海若이 붙드신 줄 알리로다
풍아 권중에 옛 법도 한 가지니
문장 세상 바깥에 참된 선비 있도다.
연대에서의 해후는 마침내 기이한 일이니
인간 세상에 가회도可會圖를 남길만도다.

Thơ họa đáp khác (tam luật)

Đất cách biển khơi, qua sự trùng dịch nhiều phen,

Sao bằng đường sứ giả đến từ muôn dặm xa.

Trời thu thuyền đưa từ gò Ngưu đến,[299]

Buồm mây hay, từ lối biển đưa qua.

Thi thư phong nhã sách vở vẫn cùng một lối của thánh nhân,

Ngoài đời văn chương còn có những bậc chân Nho.

Sự gặp gỡ nơi Yên đài, chuyện lạ đã qua,[300]

Còn để lại cho nhân gian một bức tranh đẹp đáng xem.

10.4. 李珖, 鄭宇淳, 尹坊 → 胡仕棟

海東李珖拜*
天涯海角境相殊
南土之人逖矣乎
翠羽經年重譯到
鵬濤幾月片帆驅
文公禮法家同教
天子詩書俗尚儒
共播清篇今昔別
此生一見更難圖

Hải Đông Lý Quang bái
Thiên nhai hải giác cảnh tương thù
Nam thổ chi nhân địch hỹ hồ
Thuý vũ kinh niên trùng dịch đáo
Bằng đào kỷ nguyệt phiến phàm khu
Văn công lễ pháp gia đồng giáo
Thiên tử Thi Thư tục thượng Nhu
Cộng bá thanh thiên kim tích biệt
Thử sinh nhất kiến cánh nan đồ

『黃越詩選』

하늘가 바다 모퉁이 지경은 서로 다르니
남쪽 땅 사람들 멀고멀도다.
비취 날개로도 해를 넘기며 겹 통역으로야 이르렀고
붕새 같은 파도 몇 달 겪으며 돛단배 몰았도다.
문공의 예법이니 집집마다 가르친 바요
천자의 시서니 풍속이 유학을 숭상하도다.
함께 시문을 짓다가 어제 오늘의 나뉨이 되고 마니
이생에 한 번 만나기 다시는 어려워라.

---

* '海東李珖拜'는 맨 처음의 시 10.3.의 뒤에 붙은 서명(署名)으로 보인다.

[Hải Đông Lý Quang bái tặng]

Cảnh ngộ gặp gỡ, nơi góc biển chân trời cũng khác nhau,

Người ở nước phương Nam xa xôi quá.

Qua năm lại sửa đồ quý, theo lối phiên dịch đến,

Vượt biển theo cánh bằng mà dong buồm đến nơi.[301]

Trong nước thì cũng theo lễ pháp của Văn công,[302]

Cũng theo Thiên tử giáo dạy Thi Thư, tục chuộng Nho học.

Cùng xướng tác vần thơ hay để về sau tiễn biệt,

Kiếp này được một lần gặp gỡ thực là đã khó.

10.5. 李珖, 鄭宇淳, 尹坊 → 胡仕棟

海東鄭宇淳拜* Hải Đông Trịnh Vũ Thuần bái
脈脈遙看意暗通 Mạch mạch dao khan ý ám thông
朝差並出太和宮 Triều sai tịnh xuất Thái Hòa cung
孤槎溟渤要荒外 Cô tra minh bột yêu hoang ngoại
偏壞東南天地中 Thiên nhưỡng đông nam thiên địa trung
言語由來雖有別 Ngôn ngữ do lai tuy hữu biệt
衣冠還喜與相同 Y quan hoàn hỷ dữ tương đồng
百年自此音容隔 Bách niên tự thử âm dung cách
溯往那堪每響風 Tố vãng na kham mỗi hưởng phong

『黃越詩選』

맥맥히 멀리 바라만 보아도 뜻은 그윽이 통하고
반차도 나란히 태화궁을 나왔었지요.
외로운 배 발해에 떠서 원방으로 떠나면
치우쳐 동으로 남으로 다른 천지 중에 있겠지요.
언어와 유래는 비록 달랐어도
의관이 서로 같음을 기뻐했지요.
인생 백 년 이 이별로부터 음용을 격하려니
거슬러 떠오를 그 음성, 그 풍모 매번 어찌 견디리!

---

* '海東鄭宇淳拜'는 두 번째 시 10.4.의 뒤에 붙은 서명(署名)으로 보인다.

[Hải Đông Trịnh Vũ Thuần bái tặng]

Tình cảm thâm sâu xa trông đã ngầm thông ý tứ,

Vâng triều sai cùng đến điện Thái Hòa.[303]

Người thì từ biển xa theo thuyền đến, người từ vùng xa hoang ngoại,

Trong trời đất, các vùng ấy cách xa hẳn về hai phía đông và nam.

Ngôn ngữ tiếng nói từ trước tuy có khác biệt,

Nhưng y quan mũ áo còn mừng là giống nhau.

Âm dung tin tức cách biệt đến trăm năm (nay mới biết),

Suy nhớ chuyện cũ đều thấy lòng nhớ nhung ngong ngóng theo gió.

11. 서호수徐浩修, 이백형李百亨, 박제가朴齊家(韓) - 반휘익潘輝益, 무휘진武輝晉, 단완준段阮俊(越) 1790년 여름

11.1. 潘輝益 → 徐浩修, 李百亨, 朴齊家

柬朝鮮國使 Giản Triều Tiên quốc sứ

[朝鮮正使駙馬黃秉禮。副使吏曹判書徐浩修。書狀宏文舘校理李百亨。
與我使。連日侍宴。頗相疑合。因投以詩。]

居邦分界海東南	Cư bang phân giới hải đông nam
共向明堂遠駕驂	Cộng hướng minh đường viễn giá tham
文獻夙徵吾道在	Văn hiến túc trưng ngô đạo tại
柔懷全仰聖恩覃	Nhu hoài toàn ngưỡng thánh ân đàm
同風千古衣冠制	Đồng phong thiên cổ y quan chế
奇遇連朝指掌談	Kỳ ngộ liên triêu chỉ chưởng đàm
騷雅擬追馮李舊	Tao nhã nghĩ truy Phùng Lý cựu
交情勝似飲醇甘	Giao tình thắng tự ẩm thuần cam

『名詩合選』

조선국 사신에게 주다

[조선국 정사 부마 황병례, 부사 이조판서 서호수, 서장관 굉문 교리 이백형
과 우리사신들은 연일 잔치를 모시며 자못 서로 함치됨이 있어 인하여
시를 주고받았다.]

사는 땅은 바다의 동과 남으로 경계나 나뉘었으나
한 가지로 명당을 향하여 멀리서 수레 몰아왔도다.
문헌에 우리의 도 있음은 일찍부터 징험한 바요
부드럽게 품어주시는 성천자 은혜, 온전히 우러른 바로다.
풍속이 같으니 천고의 의관제도 그대로이고
만남이 기이하니 날마다 손뼉 치며 담소했도다.
시문의 교제도 풍馮과 이李의 옛 만남에 따를만하니[304]
사귐의 정이 맑은 술을 달게 마심보다 낫도다.

Gửi thư cho sứ thần nước Triều Tiên

[Chánh sứ nước Triều Tiên Phụ mã Hoàng Bính Lễ; Phó sứ Lại
tào Phán thư Từ Hạo Tu; Thư trạng Hoằng Văn quán Hiệu lý Lý
Bách Hanh và sứ nước ta được nhiều hôm hầu thị yến, tình nghị
tương hợp, nhân đó làm thơ tặng nhau.]

Nước ở hai nơi phân giới biển đông và biển nam,
Cùng đi sứ đến triều kiến nơi nhà Minh đường.[305]
Có văn hiến đầy đủ làm bằng chứng, đạo Nho ta đấy,
Người ở xa nhờ ơn vỗ về, cúi gội thánh ân.
Vốn là nước có cùng phong hóa, y quan nghìn năm vẫn chế độ ấy,
Duyên gặp nhau kỳ ngộ cùng nắm tay đàm thoại suốt mấy hôm.
Phong cách tao nhã lại nghĩ những noi gương họ Phùng họ Lý xưa,[306]
Tỏ tình giao kết còn thắm thiết hơn uống rượu ngọt.

朝鮮徐判書和送即席再柬

Triều Tiên Từ Phán thư họa tống tức tịch tái giản

客次*迢迢出嶺南	Khách thứ điều điều xuất Lĩnh Nam
薰風無意送征驂	Huân phong vô ý tống chinh tham
友聲豈為三韓隔	Hữu thanh khởi vị Tam Hàn cách
文脈從知四海談**	Văn mạch tòng tri tứ hải đàm
執玉位同王會例	Chấp ngọc vị đồng vương hội lệ
鄰香情在御筵談	Lân hương tình tại ngự diên đàm
萍蓬遘晤非容易	Bình bồng cấu ngộ phi dung dị
珍誦來章道味甘	Trân tụng lai chương đạo vị cam

『名詩合選』

조선 서판서가 화답시 보냄에 즉석에서 다시 쓰다

나그네 행차 멀리멀리 영남을 나서매
훈풍은 무심히 가는 수레 보냈었지요.
우정의 성원 어찌 삼한의 격함이 문제되랴
시문의 맥락이 사해로 벋어 있음을 알리로다.[307]
옥홀玉笏을 잡고 선 위계도 같았나니 왕회의 전례요
향을 이웃한 정이 깃들었나니 황제의 잔치자리 대화로다.
떠도는 나그네 길에 만남이 쉽지 않은데,
보배로이 읊조려 보내 주신 글, 도미道味가 달도다.

---

* Yên đài thu vịnh燕臺秋詠, A.1697: 況. / 『燕臺秋詠』(A.1697)에는 況이다.
** A.1697: 覃. / 『燕臺秋詠』(A.1697)에는 覃이다.

Từ Phán thư nước Triều Tiên họa thơ gửi tới lập tức gửi lại

Sứ khách xa xa đã ra khỏi vùng Lĩnh Nam,
Gió Nam hây hẩy, như vô ý theo đưa tiễn.
Tình hữu hảo, tiếng bạn bè đâu chỉ vì xa cách với vùng Tam Hàn,
Mạch văn chương vốn biết cùng đàm luận cả bốn biển.
Nay bưng ngọc cùng ngồi dự hội chầu thiên tử,
Tình nghĩa láng giềng lại bàn luận trên tiệc ngự.
Duyên bèo nước, cỏ bồng được hội ngộ đâu phải chuyện dễ,
Trân trọng ngợi khen vần thơ tặng, ý vị thật ngọt ngào.

詩　11. 서호수徐浩修, 이백형李百亨, 박제가朴齊家(韓)
－반휘익潘輝益, 무휘진武輝晉, 단완준段阮俊(越) 1790년 여름　221

11.3. 徐浩修 → 潘輝益

附錄徐判書和詩 Phụ lục Từ Phán thư họa thi

何處青山是日南	Hà xứ thanh sơn thị Nhật Nam
漁*陽秋雨共停驂	Ngư Dương thu vũ cộng đình tham
使華夙昔脩鄰**好	Sứ hoa túc tích tu lân hảo
聲教如今荷遠談***	Thanh giáo như kim hà viễn đàm
法****宴終朝聆雅樂	Pháp yến chung triều linh nhã nhạc
高情未暇付清談	Cao tình vị hạ phó thanh đàm
新詩讀罷饒風味	Tân thi độc bãi nhiêu phong vị
頓覺中懷*****似蜜甘	Đốn giác trung hoài tự mật cam

『名詩合選』

서판서의 화시를 부록하다

어느 곳 청산이 남쪽 땅 월남이오?
어양漁陽의 가을비에 한가지로 수레를 머물렀도다.
일찍부터 중국에 사신 와서 우호를 닦아
성교聲教가 오늘처럼 멀리 뻗침을 입었도다.308)
아침 내내 법연에서 아악을 듣노라
높은 정을 청담에 부칠 겨를이 없었도다.
새로 주신 시 읽고 나니 풍미가 넉넉하여
문득 마음속이 꿀처럼 닮을 깨닫도다.

---

* 徐浩修,燕行紀:灣; A.1697: 灤. / 徐浩修,『燕行紀』에는 灣,『燕臺秋詠』(A.1697)에는 灤이다.

** 徐浩修,燕行紀:脩隣; A.1697: 在夙脩鄰. / 徐浩修,『燕行紀』에는 脩隣,『燕臺秋詠』(A.1697)에는 在夙脩鄰이다.

*** 徐浩修,燕行紀 và A.1697: 覃. / 徐浩修,『燕行紀』;『燕臺秋詠』(A.1697)에는 覃

**** A.1697: 泛;徐浩修, 燕行紀:法. /『燕臺秋詠』(A.1697)에는 泛; 徐浩修,『燕行紀』에는 法이다.

***** 徐浩修,燕行紀:邊. / 徐浩修: 燕行紀: 邊

Phụ chép thơ họa của Từ Phán thư

Non xanh đâu là chốn đất Nhật Nam,

Nơi bến Ngư Dương cùng dừng đón mưa thu.

Việc sứ từ xưa là để sửa sang tình lân hữu,

Thanh giáo truyền đến nay đã được lâu dài thay.

Yến thết sớm ngày vang tiếng nhã nhạc đón tiếp,

Tình cao chưa có dịp rỗi đáp lại lời thanh.

Thơ mới đọc rồi, phong vị tràn đầy,

Thấy trong đó cảm xúc ngọt ngào như mật.

11.4. 潘輝益 → 徐浩修

三東朝鮮徐判書 Tam giản Triều Tiên Từ Phán thư

御園花樹蔭城南	Ngự viên hoa thụ ấm thành nam
空舘秋風久住驂	Không quán thu phong cửu trú tham
萬里雲山鄉夢杳	Vạn lý vân sơn hương mộng diểu
九*堦冠冕教聲覃	Cửu giai quan miện giáo thanh đàm
得逢客使締**新好	Đắc phùng khách sứ đế tân hảo
歸與邦人作艷談	Quy dữ bang nhân tác diễm đàm
重覯幸酬吟思渴	Trùng cấu hạnh thù ngâm tứ khát
譬從亢旱灑霖甘	Thí tòng kháng hạn sái lâm cam

『名詩合選』

조선 서판서에게 세 번째 쓰다

어원의 꽃나무 성의 남쪽으로 그늘 드리우는데
빈 객관에 가을바람 일도록 오래 체류하도다.
만리 구름 산, 고향 꿈만 아득한데
아홉 품계 면류관에 하교下教의 음성 번어가도다.
나그네 사절로 만나 새 친구를 사귀니
돌아가 방인과 더불어 좋은 애깃거리 되리로다.
거듭 수창하는 행운으로 읊을 생각 간절함에 보답을 받으니
비유컨대 극한 가뭄에 소나비 퍼붓는 기쁨이로다.

---

* A.1697: 九; VHv.1596: 允 / 『燕臺秋詠』(A.1697)에는 九, 『名詩合選』(VHv.1596)에는 允이다.
** A.1697:諦. / 『燕臺秋詠』(A.1697)에는 諦이다.

Lần thứ ba gửi thư cho Từ Phán thư nước Triều Tiên

Ngự viên hoa cỏ ấm thành nam,

Quán không gió lộng, trời thu ngày dài.

Núi mây muôn dặm xa xa còn in trong mộng,

Y quan nơi chín bệ, vâng theo để thanh giáo lan rộng.

Được cùng khách sứ kết tình thân hữu,

Về nước kể lại chuyện hay cho người trong nước.

Gặp gỡ đây may là được ý thơ, lòng khao khát lắm,

Như là hạn hán lâu ngày được cơn mưa rào ngọt.

詩　11. 서호수徐浩修, 이백형李百亨, 박제가朴齊家(韓)
－반휘익潘輝益, 무휘진武輝晉, 단완준段阮俊(越) 1790년 여름　225

11.5. 潘輝益 → 李百亨

朝鮮李校理和詩再贈前韻
Triều Tiên Lý Hiệu Lý họa thi tái tặng tiền vận

扶搖健翮直圖南	Phù dao kiện cách trực đồ nam
周道逶遲未解驂	Chu đạo uỷ trì vị giải tham
咫尺雲光天闕曉	Chỉ xích vân quang thiên khuyết hiểu
古今文教海邦覃	Cổ kim văn giáo hải bang đàm
使華前輩曾歡晤	Sứ hoa tiền bối tằng hoan ngộ
御苑初筵更暢談	Ngự uyển sơ diên cánh xướng đàm
次第詩筒*留雅好	Thứ đệ thi đồng lưu nhã hảo
香**言投贈想同甘	Hương ngôn đầu tặng tưởng đồng cam

『名詩合選』

조선 이교리 화답시에 전운으로 다시 써주다

튼튼한 날개 쳐서 곧바로 남으로 가고프나
주나라 길에 지체하느라 수레 끌르지 못했도다
지척의 구름 광채에 대궐이 밝아 오고
고금의 문교가 해방海邦에까지 미치는도다.
중국에 사신 왔던 선배들도 일찍이 만나 즐겼듯이
어원의 첫 잔치자리부터 다시 담화를 펼쳤도다.
이번에도 시통에 남겨주신 시문이 훌륭하고
향기로운 말씀 주심도 한가지로 달콤하도다.

---

* A.1696: 篇. / 『錦囊文集』(A.1696)에는 篇이다.
** A.1697: 蘭. / 『燕臺秋詠』(A.1697)에는 蘭이다.

Lý Hiệu Lý nước Triều Tiên họa thơ tặng lại theo vần bài trước

Đường hoạn lộ như cánh chim mạnh thẳng cánh bay xa,[309]

Lối men đường khúc khuỷu, nhưng chưa được dịp cởi cương ngựa.[310]

Gang tấc mây lành, được về nơi cửa khuyết thiên triều,

Từ xưa đến nay văn giáo trong bốn biển đã lan rộng.

Các vị phụng sứ tiền bối cũng đã từng gặp nhau vui vẻ,

Vườn ngự, bày yến tiệc lại thêm đậm tình xướng họa.

Lần lượt gửi ống thơ dâng lưu lời nhã, vần hay,

Tiếng thơm dâng tặng nghĩ cũng thấy vị ngon ngọt.

詩 11. 서호수徐浩修, 이백형李百亨, 박제가朴齊家(韓)
− 반휘익潘輝益, 무휘진武輝晉, 단완준段阮俊(越) 1790년 여름   227

11.6. 李百亨 → 潘輝益

附錄李校理和詩 Phụ lục Lý Hiệu Lý họa thi

天涯落落限東南	Thiên nhai lạc lạc hạn đông nam
邂逅漁*陽駐兩驂	Giải cấu Ngư Dương trú lưỡng tham
卿月**扈奎***侯度謹	Khanh nguyệt hỗ khuê hầu độ cẩn
需雲****開席*****寵光覃*	Nhu vân khai tịch sủng quang đàm
彬彬已喜**同文物	Bân bân dĩ hỷ đồng văn vật
默默難堪展筆***談	Mặc mặc nan kham triển bút đàm
所貴真情言外在****	Sở quý chân tình ngôn ngoại tại
論交端合不求甘	Luận giao đoan hợp bất cầu cam
- 李百亨	- Lý Bách Hanh

『名詩合選』

---

* A.1697:灤; 南越版圖, A.1603; 海派詩集A.310: 端. / 『燕臺秋詠』(A.1697):灤, 『南越版圖』(A.1603)와 『海派詩集 (海派詩稿)』(A.310)에는 端이다.

** A.1603: 國; A.310: 月. / 『南越版圖』(A.1603)에는 國, 『海派詩集 (海派詩稿)』(A.310)에는 月이다.

*** A.1697: 鑾. / 『燕臺秋詠』(A.1697)에는 鑾이다.

**** A.1603; A.310: 筵. / 『南越版圖』(A.1603)와 『海派詩集 (海派詩稿)』(A.310)에는 筵이다.

***** A.1603; A.310: 宴. / 『南越版圖』(A.1603)와 『海派詩集 (海派詩稿)』(A.310)에는 宴이다.

* A.1603; A.310: 潭. / 『南越版圖』(A.1603)와 『海派詩集 (海派詩稿)』(A.310)에는 潭이다.

** A.1603; A.310:是. / 『南越版圖』(A.1603)와 『海派詩集 (海派詩稿)』(A.310)에는 是이다.

*** A.1603; A.310: 笑. / 『南越版圖』(A.1603)와 『海派詩集 (海派詩稿)』(A.310)에는 笑이다.

**** A.310: 在外. / 『海派詩集 (海派詩稿)』(A.310)에는 在外이다.

이 교리의 화시를 부록하다

하늘가 아득히 동으로 남으로 경계가 지웠는데
어양 땅에서 만나 나란히 수레를 멈추었도다.
높은 사신 보내어 제후의 법도를 근실히 했고311)
황제는 풍성한 잔치를 열어 은총을 베푸시도다.312)
한 가지로 문물이 빈빈함이 기뻤으나
묵묵히 필담 펼치시매 감당키 어렵도다.
귀히 여길 바 진정은 언외에 있나니
사귐에 단아히 합치할 뿐 단 것을 구하지 아니하노라.
- 이백형

Phụ chép thơ họa của Lý Hiệu Lý

Góc biển chân trời, cách biệt phương đông với phương nam,
Duyên giải cấu chốn Ngư Dương, cùng nơi trú với nhau.
Trăm quan chấp ngọc chầu thiên tử nghiêm cẩn đúng pháp độ,313)
Vua tôi yến nhạc mở tiệc, rộng sáng ơn trên.314)
Vui vẻ hân hoan là nước cùng đồng văn vật,
Âm thầm khôn tính, dùng bút để đàm thoại.
Quý chỗ chân tình ngoài lời nói,
Luận bàn giao kết thực chỉ cầu hợp, chẳng cầu ngon ngọt.
- Lý Bách Hanh

11.7. 潘輝益 → 朴齊家

侍宴西苑朝鮮書記樸齊家攜扇詩就呈即席和贈
Thị yến Tây uyển Triều Tiên thư ký Phác Tề Gia
huề phiến thi tựu trình tức tịch họa tặng

星辰旋*帝座	Tinh thần tuyền đế tọa
翰羽上仙洲	Hàn vũ thướng tiên châu
仙露芬**蒼柳	Tiên lộ phân thương liễu
天香紫翠樓	Thiên hương tử thuý lâu
歡同歌鹿席	Hoan đồng ca lộc tịch
彩燦舞霓秋	Thái xán vũ nghê thâu
子我相逢處	Tử ngã tương phùng xứ
池塘一刺舟	Trì đường nhất thích châu

『名詩合選』

[圓明園赴宴入宮門數層。到御溝。用小舟。數賜載薰貴列位及諸國使
臣二里許。登清音閣。我使部與朝鮮每同舟行。]

연회를 모시는 서원에서 조선 서기 박제가가 휴선시를
지어줌에 즉석에서 화운하여 주다

별들 황제의 자리를 도는데
날렵한 배로 선주에 오르도다.
신선 이슬 우거진 버들에 향기롭고
하늘 향기 푸른 누대에 푸르도다.
즐거움을 함께 하니, 사슴가죽자리에서의 노래요

---

* A.1697: 環. /『燕臺秋詠』(A.1697)에는 環이다.
** A.1697: 芿. /『燕臺秋詠』(A.1697)에는 芿이다.

광채도 찬란하니, 빛나는 가을 하늘의 춤이로다.
그대와 나 만난 곳
연못 속의 조각배로다.

[원명원 잔치에 나아가 궁문 여러 층을 지나 어구에 도달했다. 작은 배
여럿으로 여러 풍비들 및 제국사신들과 2리 가량을 가서 청음각에 오르도록
은사(恩賜)를 입었다. 우리사신들은 조선사신들과 매번 같은 배를 탔다.]

Thị yến ở Tây uyển Quan thư ký nước Triều Tiên là Phác Tề Gia đưa quạt và thơ đến trình, lập tức họa tặng

Như sao sáng quây quần quanh tòa đế,
Như hóa có cánh bay đến vùng có tiên châu.
Nước sương móc ngọt phủ cả liễu biếc,
Hương trời phủ tím lẫn cả lầu xanh.
Hân hoan cùng ca bài tiệc Lộc tịch,315)
Mây sáng múa dưới trời thu vằng vặc.
Nơi ngài với tôi gặp nhau đây,
Là một con thuyền bên bờ nước ấy.

[Đến dự yến ở vườn Viên Minh phải qua mấy tầng cửa. Đến chỗ
ngồi ngự dùng thuyền nhỏ mấy chiếc, ban trở các vị huân quý
và sứ thần các nước, đi chừng hai dặm, lên Thanh Âm các. Sứ
bộ ta và sứ bộ Triều Tiên được ngồi cùng thuyền.]

詩 11. 서호수徐浩修, 이백형李百亨, 박제가朴齊家(韓)
－반휘익潘輝益, 무휘진武輝晉, 단완준段阮俊(越) 1790년 여름   231

11.8. 朴齊家 → 潘輝益

附錄樸齊家詩 Phụ lục Phác Tề Gia thi

同文稱*海徼	Đồng văn xưng hải kiểu
異話說炎洲	Dị thoại thuyết viêm châu
筒布輕蟒**翼	Đồng bố khinh măng dực
香煙起蜃樓	Hương yên khởi thần lâu
征衫梅子雨	Chinh sam mai tử vũ
歸夢荔枝秋	Quy mộng lệ chi thâu
我欲傳書信	Ngã dục truyền thư tín
難逢萬里舟	Nan phùng vạn lý châu

『名詩合選』

박제가 시를 부록하다

문자로는 '해요'라 칭하는데
다른 말로는 '염주'라 한다지요.
통포는 매미 날개보다도 가볍고
향연은 신기루로 오른다지요.
올 때엔 소매에 매실 맺이 비를 맞더니
돌아갈 때는 협지의 가을을 꿈꾸도다.
내 그대에게 서신을 보내려 해도
만리의 배를 만나기는 어려운 일……

---

* A.1167; A.1603: 稱; VHv.1596: 徵. /『海煙詩集』(A.1167);『南越版圖』(A.1603)에는 稱,『名詩合選』(VHv.1596)에는 徵이다.
** A.1167; A.1697; A.1603: 蟬. /『海煙詩集』(A.1167);『燕臺秋詠』(A.1697);『南越版圖』(A.1603)에는 蟬이다.

Phụ chép thơ của Phác Tề Gia

Là nước đồng văn nhưng ở khác vùng ngoài biển cả,

Nghe giọng nói khác, tiếng ấy là nước ở Viêm châu.

Dùng lụa mịn may mãng bào cho nhẹ,

Hương thơm vần quanh như khói lầu con thần[316] nhả ra.

Áo chinh nhân vương mưa hoa toàn là mai,

Trong giấc mộng còn nhớ mùa vải tươi.

Ta muốn gửi theo nơi ngài bức thư phong kín,

Nhưng khôn gặp được con thuyền nghìn dặm để đưa.

11.9. 武輝晉 → 徐浩修

東朝鮮國使　　Giản Triều Tiên sứ

海之南與海之東	Hải chi nam dữ hải chi đông
風域雖殊道脉通	Phong vực tuy thù đạo mạch thông
王會初來文獻並	Vương hội sơ lai văn hiến tịnh
皇莊此到觀瞻同	Hoàng trang thử đáo cận chiêm đồng
衣冠適有從今制	Y quan thích hữu tùng kim chế
縞紵寧無續古風	Cảo trữ ninh vô tục cổ phong
伊昔*使華誰似我	Y tích sứ hoa thuỳ tự ngã
連朝**談笑宴筵***中	Liên triêu đàm tiếu yến diên trung

『燕行紀』

[舊例我國使與朝鮮國使。只於演儀與賀正旦。兩番相見。今同到山莊。
侍宴。連日相接。談笑甚諧。他見我使。披著奉賜衣冠。舉以為戲。故五
句及之。**** 余和送二詩。各致扇十柄。清心元十丸。]

조선국 사신에게 주다

바다의 남쪽과 바다의 동쪽으로
풍토와 지역은 달라도 도맥은 통하도다.
왕의 조회에서 처음 글 바칠 때 나란히 섰더니
열하산장 여기서도 한가지로 황제를 알현하는구려.
의관이 마침 오늘의 제도를 따랐다 해서

---

* 徐浩修: 燕行紀: 昔; A.1697: 等. / 徐浩修, 『燕行紀』에는 昔, 『燕臺秋詠』(A.1697)에는 等이다.
** 徐浩修: 燕行紀: 朝; A.1697: 霄. / 徐浩修, 『燕行紀』에는 朝, 『燕臺秋詠』(A.1697)에는 霄이다.
*** 徐浩修: 燕行紀: 燕筵. / 徐浩修, 『燕行紀』에는 燕筵이다.
**** 徐浩修:燕行紀 không có lời nguyên chú này. / 徐浩修, 『燕行紀』에는 이 설명이 없다.

호저의 사귐에 어찌 고인의 풍모를 잇지 못하겠는가!
이전의 중국사신이 누가 나와 같았으리오
아침마다 잔치자리에서 담소를 나누는구려.

[구례로는 우리사신과 조선사신은 연의(演儀)와 하정단(賀正旦)에서만
두 번 서로 만난다. 지금은 함께 피서산장에 이르러 잔치를 모심에 연일
서로 접해 담소가 아주 무르익게 되었다. 그들이 우리사신들의 황제가
하사한 의관을 입은 걸 재미있게 여겨 제5구에서 언급한 것이다.
내가 시 두 편을 화답하여 보내어 각각 부채 열 개, 청심원 열 개를 선물한
것에 치하를 했다.]

Gửi thư cho sứ thần nước Triều Tiên

Biển phía nam với biển phía đông,
Phong vực dù khác mà đạo mạch vẫn tương thông.
Hội chầu thiên tử vừa đến, sánh hàng nước văn hiến với nhau,
Nơi trang viên hoàng gia cùng được triều kiến hoàng thượng.
Y quan áo mũ thích hợp theo chế độ nay,
Sự giao lưu tặng lụa Cảo, đai Trữ khá không nối được chuyện xưa sao.317)
Từ xưa đi sứ ai được như ta nhỉ,
Liên tiếp cùng nhau chuyện trò đàm thoại trên yến tiệc.

[Lệ cũ sứ nước ta và sứ Triều Tiên chỉ trong dịp diễn nghi và
mừng ngày chính đán, hai phiên ấy là được gặp gỡ nhau. Nay
cùng được đến sơn trang (hoàng gia) dự yến liền mấy ngày, tiếp
đãi trò chuyện rất hợp. Họ thấy sứ ta mặc áo mũ được vua ban,
nên nhắc để đùa. Câu thứ năm có đề cập đến.]

11.10. 徐浩修 → 武輝晉

和武詩曰* Họa Vũ thi viết

家在三韓**東復東	Gia tại Tam Hàn đông phục đông
日南消息杳難通	Nhật Nam tiêu tức diểu nan thông
行人遠到星初動	Hành nhân viễn đáo tinh sơ động
天子高居海既***同	Thiên tử cao cư hải kí đồng
挏酒真堪****消永夜	Đồng tửu chân kham tiêu vĩnh dạ
飛車那得溯長風	Phi xa na đắc tố trường phong
知君萬里還鄉夢	Tri quân vạn lý hoàn hương mộng
猶是鈞*****陳豹尾*中	Do thị câu trần báo vĩ trung
右徐浩修	Hữu Từ Hạo Tu

『燕行紀』

---

* A.700: 附朝鮮國使吏曹和詩云.

** A.1167: 邯. / 『海煙詩集』(A.1167)에는 邯이다.

*** A.1167:路; A.310:既. / 『海煙詩集』(A.1167)路, 『海派詩集 (海派詩稿)』(A.310)에는 既이다.

**** A.1167: 相酒無堪. / 『海煙詩集』(A.1167)에는 相酒無堪이다.

***** A.310:勾; A.1167: 均. / 『海派詩集 (海派詩稿)』(A.310)에는 勾; 『海煙詩集』(A.1167)에는 均이다.

* A.1167: 席. / 『海煙詩集』(A.1167)에는 席이다.

무(武)씨에게 답한 시에 이르기를

내 집은 삼한 동쪽의 동쪽에 있으니
월남의 소식은 아득히 통하기 어려워라
행인은 별자리 처음 움직이는 먼데서 오셨으나
천자 높이 거하시매 사해가 이미 하나 되었도다
동마주로 긴 밤 보내기 딱 맞으니
비거를 어찌 얻어 장풍을 거슬러 오르리오.
그대 만리 고향으로 돌아갈 꿈에 젖어 있으나
오히려 아직도 천자의 곁 수레 중에 있도다.

Thơ họa họ Vũ rằng

Nhà ta ở đất Tam Hàn, phía đông của phương đông.

Tin tức của vùng Nhật Nam xa xôi tuyệt khôn thông biết.

Người từ phương xa lại, vừng sao sớm lay động.

Chầu thiên tử ngôi cao, cho bốn biển cùng theo đường lối.

Tay cùng nâng chén rượu cho tiêu hết đêm dài.

Xe cưỡi như bay sao có thể truy ngược được cơn gió mạnh.

Biết ngài trong mộng cũng mong về nơi quê xa nghìn dặm.

Mà nay vẫn còn vướng mắc mang lá cờ lệnh của vua.[318]

Bên phải là thư của Từ Hạo Tu.

11.11. 武輝晉 → 조선사신

是日奉旨先回朝圓明殿,
鮮使後二日方起程因依前韻再東*

Thị nhật phụng chỉ tiên hồi, triều viên minh điện, Tiên sứ hậu
nhị nhật phương khởi trình nhân y tiền vận tái giản

不岐南北與西東	Bất kì nam bắc dữ tây đông
聖道柔懷道各通	Thánh đạo nhu hoài đạo các thông
雅契一朝萍水合	Nhã khế nhất triêu bình thủy hợp
斯文千古氣聲同	Tư văn thiên cổ khí thanh đồng
交情對照秋窗月	Giao tình đối chiếu thu song nguyệt
客思分携玉塞風	Khách tứ phân huề ngọc cơ phong
酬和佳章多少曲	Thù họa giai chương đa thiểu khúc
餘芳還盼御園中	Dư phương hoàn sính ngự viên trung

『燕行紀』

---

* 원제 〈是日奉旨先回朝圓明殿鮮使後二日方起程因依前韻再次〉는 글자 하나가 도치된 것이다. 〈是
日 奉旨先回圓明殿 朝鮮使 後二日 方起程 因依前韻 再次〉로 바로잡는다. 이에 관한 논증은 김
석회의 논문을 참조할 것(「한월 창화시의 양상과 그 서정적 특질」, 『한국과 베트남의 사
신, 북경에서 만나다』, 소명출판, 2013, 293~332쪽).

이날 명을 받들어 먼저 원명전에 돌아갔고, 조선사신은 이틀 후에 길을 나섰다. 전운에 의거하여 다시 차운하다

동서로 남북으로 길이 다 뻗어 있진 않다 해도
성천자聖天子 품어 주심에 도는 각각 통한다네.
아름다운 우정, 하루아침 부평초의 만남이지만,
천고에 유가의 도니 동기상구, 동성상응일세.
사귐의 정은 가을 창에 비쳐드는 달을 마주 대했고
나그네 시름은 옥새玉塞의 바람에 나누어 가졌도다.
수창하고 화답한 아름다운 시 몇 곡조,
남은 향취를 원명원에서도 바라도다.

Hôm đấy vâng chỉ được về. Chầu ở điện Viên Minh.[319]
Sứ Triều Tiên sau hai ngày mới khởi trình,
nhân y vần trước tặng lại

Chẳng phân biệt là người các phương nam bắc hay là tây đông,
Đạo Thánh mềm nhu ôm trùm khắp, mỗi nơi cùng thông cả.[320]
Được một hôm kết tình cao nhã, như bèo nước hội ngộ,[321]
Cái đạo Tư văn nghìn năm thanh khí cũng tương đồng.
Tình nghĩa kết giao có thể soi cùng vầng trăng thu trước song,
Lòng khách khi chia tay, những lời phong nhã như đắp nền ngọc quý.[322]
Văn thơ hay họa đáp nhau bao nhiêu khúc,
Hương thừa còn phảng phất trong vườn ngự viên.

11.12. 조선사신 → 武輝晉

附朝鮮國使到圓明殿再復

Phụ Triều Tiên quốc sứ đáo Viên Minh điện tái phục

君自嶠南我海東	Quân tự Tề nam ngã hải đông
相看脉脉點犀通	Tương khan mạch mạch điểm tê thông
雖今言語諸方異	Tuy kim ngôn ngữ chư phương dị
從古衣冠兩地同	Tòng cổ y quan lưỡng địa đồng
王會已成圓似月	Vương hội dĩ thành viên tự nguyệt
使車相反轉如風	Sứ xa tương hữu chuyển như phong
不須多少論逢別	Bất tu đa thiểu luận phùng biệt
也復神交在夢中	Dã phục thần giao tại mộng trung

『燕行紀』

조선국 사신이 원명전에 도착하여 다시 차운한 것을 부록하다

그대는 제령 남쪽, 나는 바다 동쪽에서 왔으나,
물끄러미 서로 바라보며 차츰 통하게 되었도다.
비록 오늘의 언어는 지방마다 다르지만
예로부터 의관은 두 나라가 한가지로다.
왕회가 이미 이루매 둥글기 보름달인데
사신 수레 방향을 달리하니, 전변이 바람 같도다.
많고 적고 간에, 만나고 헤어짐은 논할 게 없나니,
마음으로 통하는 신교가 꿈속에도 있음이로다.

Phụ bài đáp lại sứ Triều Tiên khi đến điện Viên Minh

Ngài từ vùng Tề nam lại, tôi tự góc Hải đông sang,

Đăm đắm trông nhau đã thấy tấm lòng tương thông như có ở sừng tê.[323]

Tuy nay ngôn ngữ các phương khác biệt,

Nhưng từ cổ xưa y quan mũ áo hai nước cũng là giống nhau.

Nơi kinh đô gặp gỡ kết thành mối giao hảo, tròn đẹp như trăng sáng,

Xe Sứ theo nhau làm bạn bè đã vội chuyển lăn nhanh như gió.

Đâu cần bàn luận sự chia li với hội ngộ,

Đã có giao cảm với nhau cả trong giấc mơ.

11.13. 武輝晉 → 조선사신

三柬朝鮮國使 Tam giản Triều Tiên quốc sứ

星槎泛泛水朝東	Tinh tra phiếm phiếm thủy triều đông
意氣先於鞮舌通	Ý khí tiên ư đề thiệt thông
未見神交初匪舊	Vị kiến thần giao sơ phi cựu
可知君子異而同	Khả tri quân tử dị nhi đồng
共忻海帖三年浪	Cộng hân hải thiếp tam niên lãng
相挹秋清八月風	Tương ấp thu thanh bát nguyệt phong
萬里歸來詢所得	Vạn lí quy lai tuân sở đắc
三章璀燦旅囊中	Tam chương thôi xán lữ nang trung

『燕行紀』

조선국 사신에게 세 번째 주다

사신 뗏목 둥둥 바다 동쪽에서 왔는데
의기는 역관의 혀보다 먼저 통했도다.
신교가 애초에 예로부터의 인연 아님을 보지 못 하였나니
군자는 서로 다르면서도 같음을 알리로다.
삼 년 풍랑 잔잔함을 함께 기뻐하고
팔월 바람 시원한데 서로 사귀었도다.
만리 길 돌아가 얻은 바가 무엇이냐 묻는다면
삼장의 보배로운 시가 행랑行囊 속에 있으리로다.

Thứ ba, đáp tặng sứ Triều Tiên

Buồm sao cột dựng theo dòng xuôi về hướng đông,

Ý vị khí chất trước nhờ ở miệng lưỡi phiên dịch mới thông.[324]

Chưa thấy mối thần giao cảm cách đầu tiên, cũng chẳng phải quen thân cũ,

Mới biết là người quân tử tuy khác mà vẫn có điều giống nhau đấy.

Cùng mừng biển lặng yên sóng ba năm thái bình,

Cùng nhau tiết thu tháng tám thưởng ngoạn với trăng thanh gió mát.

Muôn dặm khi về đều có được điều sở đắc,

Có ba chương thơ ngọc sáng lạng trong túi khách đây.

詩 11. 서호수徐浩修, 이백형李百亨, 박제가朴齊家(韓)
− 반휘익潘輝益, 무휘진武輝晉, 단완준段阮俊(越) 1790년 여름 243

11.14. 武輝晉→ 李百亨

四東朝鮮副使李校理
Tứ giản Triều Tiên Phó sứ Lý Hiệu lí

[辛卯使部。家尊逢貴國副使李公諱致中。以詩贈答。李詩有曰。肝胆豈輸輥舌裡。精神虛注路班中。爲本國傳誦。於此來又逢台駕。詢之爲前李公堂親。亦一奇邂逅也。]

我世南那君世東	Ngã thế nam na quân thế đông
生前契合似相通	Sinh tiền khế hợp tự tương thông
兩家親上遭逢舊	Lưỡng gia thân thượng tao phùng cựu
二十年前把握同	Nhị thập niên tiền bả ác đồng
異日班聯親雅臭	Dị nhật ban liên thân nhã xú
連篇酬和挹清風	Liên thiên thù họa ấp thanh phong
歸村若與家賢語	Quy thôn nhược dữ gia hiền ngữ
好把奇逢使譜中	Hiếu bả kì phùng sứ phả trung

조선국 부사 이교리에게 네 번째 주다

[신묘년 사행단에 부친께서 귀국 부사 이치중 공과 시로서 서로 주고받으신 중에, 이공의 시에 이르기를, '肝胆豈輸輥舌裡。精神虛注路班中。'이라 했는데, 우리나라에서는 전하여 외우는 바가 되었습니다. 이번 사행에 또한 귀한 당신을 만나 묻다 보니 전의 이공이 당친(堂親)이시라니, 또한 하나의 기이한 해후라 하겠습니다.]

우리는 대대로 남교에 살고 그대는 동쪽에 살았으나
태어나기도 전에 계합하여 서로 통한 듯하도다.
양가의 어르신들 만나신 게 옛날 일이요

이십 년 전에 손을 잡으심도 오늘과 같았으리.

다른 날에 반련하여 아름다운 향기를 가까이 하게 되었고,

편을 이어 수답 창화하여 맑은 기풍을 받들어 접하게 되었도다.

고향에 돌아가 부친께 말씀드리게 되면

기이한 우리 만남 사행보 중에 잘 기록해 두시리.

Thứ bốn, đáp tặng Phó sứ Triều Tiên ông Lý Hiệu lí

[Năm Tân mão (1771), thân phụ325) của sứ bộ đã được gặp Phó
sứ của quý quốc là Lý công, tên húy Trí Trung, đã lấy thơ để
tặng đáp nhau. Thơ của ông Lý có câu: Tấm lòng can đảm há
dốc được hết qua đầu lưỡi, Tinh thần hư hoài tràn khắp trên đường
về. Là câu đã được truyền tụng trong nước. Nay lại được gặp
đài giá326) ở đây. Hỏi thăm, thì ra là anh em thúc bá nội tộc327)
của Lý công ngày trước, kể cũng là sự gặp gỡ kì lạ vậy.]

Tôi nối đời ở nước Nam, ngài nối đời ở nước Đông,

Kiếp trước có hẹn kết giao, tự nhiên tương thông với nhau mà nên gặp gỡ.

Hai nhà đã có sự quen biết gặp gỡ từ hồi trước,328)

Hai mươi năm trước cùng nắm việc sứ như nhau.329)

Ngày sau hồi triều phân hàng bậc cao nhã với xấu kém,

Mấy thiên thù họa đáp tặng vẫn giữ gìn cái phong cốt thanh nhã.

Về đến quê như được mấy lời với người hiền ở nhà,330)

Sẽ đem sự gặp gỡ lạ này lưu trong phả ghi về chuyện đi sứ.

11.15. 武輝晉 → 朴齊家

又和朝鮮使行人, 內閣檢書摸序家詩韻 Hựu họa Triều Tiên sứ hành nhân, nội các kiểm thư Mạc Tự Gia thi vận

信然文献地　　　Tín nhiên văn hiến địa
片楮總堪傳　　　Phiến chử tổng kham truyền
好禮知非俗　　　Hiếu lễ tri phi tục
觀詩喜不眠　　　Quan thi hỉ bất miên
秋高松嶺月　　　Thu cao tùng lĩnh nguyệt
日晚鴨江烟　　　Nhật vãn áp giang yên
金轡歸來好　　　Kim bí quy lai hảo
遭逢記此年　　　Tao phùng kí thử niên

『燕行紀』

또 조선국 사신 행인 내각검서 막서가(박제가)의 시운에 화답하다

그대의 나라 실로 문헌의 땅이니
쪽지 글마저 다 전할 만하도다.
예를 좋아하니, 속되지 않음을 알 만하고
시를 보아하니, 기뻐 잠이 오지 않도다.
가을은 송령松嶺의 달로 드높고
해는 압록강의 안개 속에 저물리라.
금 고삐 당겨 돌아감이 좋을지라도
만났던 이 해를 잊지 마시라.

Lại họa vần thơ ông Mạc Tự Gia, Hành nhân chức Nội các kiểm thư của sứ Triều Tiên,

Tin thay cũng là vùng đất có văn hiến,
Chuyện trên tấc giấy vẫn còn lưu truyền.[331]
Biết là ham lễ nghĩa, không phải dạng phàm tục,
Xem thơ, mừng vui đến nỗi không ngủ được.
Cảnh thu cao trăng chiếu núi Tùng lĩnh,
Trời chiều khói tỏa sông Áp giang.[332]
Cương vàng khi về được bình an,
Xin nhớ sự hội ngộ năm nay.

11.16. 段阮俊 → 徐浩修, 李百亨

次韻東朝鮮判書徐, 翰林李
Thứ vận giản Triều Tiên Phán thư Từ Hàn lâm Lý

箕子賓周大道東	Cơ tử tân Chu đại đạo đông
淵源千古一條通	Uyên nguyên thiên cổ nhất điều thông
波澄海國遊槎泛	Ba trừng hải quốc du tra phiếm
雲集山莊旅路*同	Vân tập sơn trang lữ lộ đồng
復柬竊窺鸞鳳彩	Phục giản thiết khuy loan phượng thái
需筵還隔馬牛風	Nhu diên hoàn cách mã ngưu phong
假教聲氣成相感	Giả giao thanh khí thành tương cảm
試調新絃皎月中	Thí điệu tân huyền kiểu nguyệt trung

『海翁詩集』

차운하여 조선 서판서, 이한림에게 부치다

기자가 주나라 손님으로 대도를 동으로 전하매
연원은 천고로부터 한 줄기로 통했도다.
물결 맑은 해국에서 배 띄워
산장에 운집하니 나그네 길은 한 가지라.
다시 써 보내어 난새 봉새의 풍채를 엿보나니
잔치자리에선 도리어 마우풍馬牛風으로 격했음이로다.333)
소리와 기상이 서로 감응할 수 있다면
밝은 달빛 속에 거문고 새 줄을 골라 봅시다.

---

* A.310:弊 / 『海派詩集 (海派詩稿)』(A.310)에는 弊이다.

Lại họa thơ gửi cho Từ Phán thư, Lý Hàn lâm nước Triều Tiên

Cơ Tử làm nhiệm vụ đãi tân khách cho nhà Chu, để đạo lớn truyền về phương đông,[334]

Muôn thủa uyên nguyên đạo truyền một mạch thông.

Sóng lặng bể yên, thuyền dong đến các nước tận ngoài biển,

Mây tụ sơn trang cùng đường với người lữ khách.

Vâng trình thư thiếp, trộm ngắm vẻ đẹp của loài loan loài phượng,

Yến tiệc thết người quân tử ở phương xa, nơi trâu ngựa nghe gió còn không tới được với nhau.[335]

Mượn lời thanh khí tương giao, thực là tình cảm cũng tương giao,

Thử điệu ngâm nga dưới ánh trăng sáng mới lên.

詩　11. 서호수徐浩修, 이백형李百亨, 박제가朴齊家(韓)
－ 반휘익潘輝益, 무휘진武輝晉, 단완준段阮俊(越) 1790년 여름　249

11.17. 段阮俊 → 徐浩修, 李百亨

徒倚衡茅桂海南　　　Tỷ ỷ hành mao quế hải nam

偶隨旌*節上征驂　　　Ngẫu tuỳ tinh tiết thướng chinh tham

天垣秋淨**星辰共　　　Thiên viên thu tịnh tinh thần cộng

聖世春多雨露罩　　　Thánh thế xuân đa vũ lộ đàm

自是殊方逢好***會　　Tự thị thù phương phùng hảo hội

可無半席把高談　　　Khả vô bán tịch bả cao đàm

日來賓舘淹淹臥　　　Nhật lai tân quán yêm yêm ngọa

時余病臥他亦屢訪慇懃
　　　　　　　　　　　(Thời dư bệnh ngọa tha diệc lũ phỏng ân cần)

咀嚼佳詩食始甘　　　Trở tước giai thi thực thuỷ cam

『海翁詩集』

계해의 남쪽에서 띠집에 의지하다가

우연히 사신의 깃발 따라 수레에 올랐도다.

하늘 담장에 가을이 조촐하여 별자리 한 가지로 돌고

성세에 봄이 무르익어 우로의 은택도 듬북하도다.

서로 다른 지방으로부터 와서 이리 좋은 모임을 만나니

자리할 때마다 고담준론이 없을 수 없도다.

여러 날 빈관에서 엄엄히 누웠다가

　　　　　　[그때 내가 병으로 누웠었는데 그가 여러 번 방문함이 정성스러웠다.]

보내주신 아름다운 시 음미함에 맛이 달도다.

---

* A.1167: 征. /『海煙詩集』(A.1167)에는 征이다.

** A.1603: 靜; A.310: 淨. /『海翁詩集』(A.1603)에는 靜,『海派詩集 (海派詩稿)』(A.310)에는 淨이다.

*** A.310; A.1167:好; A.1603:再 /『海派詩集 (海派詩稿)』(A.310);『海煙詩集』(A.1167)에는 好,
　　『海翁詩集』(A.1603)에는 再이다.

Dời chuyển nhà tranh đến vùng phía nam Quế hải,[336]

Được theo sứ tiết lên đường, hành trình đi xa.

Như trời tiết thu cao sáng các sao cùng hướng về ngôi chính,

Đời chúa thánh, như ơn mùa xuân mưa móc tràn thấm khắp nơi.

Tự biết là người phương xa, may được gặp vận hội tốt,

Không dám dự nửa chỗ mà bàn chuyện cao xa.

Ngày ấy ở tân quán bệnh ốm nằm bệt.

[Lúc ấy tôi bị ốm, họ cũng đến thăm hỏi ân cần.]

Nhấm nhá vần thơ, thấy vị thơ thực đậm tình lắm.

11.18. 段阮俊 → 조선사신

朝鮮得詩云好詩好詩仍日奉和竟不見動靜復詩催之

Triều Tiên đắc thi vân: hảo thi hảo thi, nhưng nhật phụng họa, cánh bất kiến động tĩnh, phục thi thôi chi

翼軫之南箕尾東	Dực Chẩn chi nam Cơ Vĩ đông
銀江此度一槎通	Ngân giang thử độ nhất tra thông
篇章虛日*精神注	Thiên chương hư nhật tinh thần chú
咫尺無端**步武同	Chỉ xích vô đoan bộ vũ đồng
孚使連朝酬***玉液	Phu sứ liên triều thù ngọc dịch
外閒****孤館臥金風	Ngoại giản cô quán ngọa kim phong
陽春如不嫌巴里	Dương xuân như bất hiềm ba lý
一訪回音慰旅中	Nhất phỏng hồi âm uỷ lữ trung

『海翁詩集』

* A.310: 有 / 『海派詩集 (海派詩稿)』(A.310)에는 有이다.

** A.1603:緣 / 『海翁詩集』(A.1603)에는 緣이다.

*** A.1167:酬 / 『海煙詩集』(A.1167)에는 酬이다.

**** A.1603:開來; A.319:開員 / 『海翁詩集』(A.1603)에는 開來, A.319에는 開員이다.

조선이 시를 얻고 '좋은 시요 좋은 시! 다음 날 받들어 화운하리다.' 하고는 마침내 동정을 보이지 않아 다시 시를 보내 재촉하다

익진翼軫의 남쪽 기미箕尾의 동쪽,
은하수 강물 이번엔 뗏목 하나로 통했도다.
글짓기에 날을 비워 정신을 쏟았고
한 치 틈도 없이 보무를 같이 했도다.
사신이 미쁘니 날을 이어 좋은 술을 나누고
바깥일 없으니 외로운 객관 가을바람 속에 누워있도다.
양춘곡의 높음으로 하리곡의 낮음을 꺼리지 않으신다면
화답시 한번 돌려보내서 나그네 맘 위로해 주구려.

(Sứ) Triều Tiên được thơ thì khen thơ hay, nhưng hôm ấy vâng họa thì không thấy động tĩnh gì, nên lại làm thơ để giục

Vùng sao Dực Chẩn ở phía nam, vùng sao Cơ Vĩ ở phía đông,
Sông Ngân một độ cánh buồm thông.
Thiên thơ ngày rỗi, chú tâm hết cả tinh thần để thưởng xem,
Gần nhau trong gang tấc, được cùng nối bước.[337]
Tiếp sứ bộ mấy ngày liên tiếp yến ẩm thù đáp rượu ngọc,
Ngoài quán nhàn vắng nằm rỗi với gió thu vàng.
Như khí dương xuân chẳng hiềm nơi quê mùa này,
Cũng hỏi thăm một phen cho an ủi lòng lữ khách.

11.19. 段阮俊 → 조선사신

鄉心遙逐鴈投南　　　Hương tâm dao trục nhạn đầu nam
客館那堪天*繫驂　　　Khách quán na kham thiên hệ tham
零露落來蘆欲老　　　Linh lộ lạc lai lô dục lão
清風歸去葛應覃**　　Thanh phong quy khứ cát ưng đàm
支持***病骨憑欄重****　Chi trì bệnh cốt bằng lan trọng
邂逅文人素紙*****談　　Giải cấu văn nhân tố chỉ đàm
蘭臭早聞如*見晚　　　Lan xú tảo văn như kiến vãn
一杯何處活辛甘　　　Nhất bôi hà xứ hoạt tân cam

『海翁詩集』

고향 그리는 마음 멀리 남행하는 기러기를 좇아가나니
객관에 오래도록 수레 매임을 어찌 감내하리오.
이슬 내리니 갈대도 시들어 가고
청풍 돌아가니 칡덩굴도 길게 벋어있도다.
병골病骨 지지하노라 난간 기댐이 무겁고
문인을 만남에 흰 종이에 필담이로다.
난초향기 일찍이 알았어도 만남이 늦었는데
어디서 한 잔 술로 괴롬과 즐거움 풀리오.

---

* A.310:久. / 『海派詩集 (海派詩稿)』(A.310)에는 久이다.
** A.1603:覃; A.310: 潭. / 『海翁詩集』(A.1603)에는 覃, 『海派詩集 (海派詩稿)』(A.310)에는 潭이다.
*** A.1603:樽; A.310:持. / 『海翁詩集』(A.1603)에는 樽, 『海派詩集 (海派詩稿)』(A.310)에는 持이다.
**** A.310:望. / 『海派詩集 (海派詩稿)』(A.310)에는 望이다.
***** A.1167 thiếu chữ 素; A.310: 屈手. / 『海煙詩集』(A.1167)에는 素가 없고 『海派詩集 (海派詩稿)』(A.310)에는 屈手이다.
* A.310:相. / 『海派詩集 (海派詩稿)』(A.310)에는 相이다.

Lòng nhớ quê hương xa, gửi theo cánh nhạn hướng về nam,

Nơi khách quán đâu chịu nổi như ngựa bị buộc lâu ngày.

Như những giọt sương móc rơi, làm hoa lau nhuốm bạc già,

Gió mát về đi thôi, khi dây sắn còn đương rườm rà.[338]

Thân bệnh ốm đau, nâng đỡ chỉ dựa vào lan can là chính,

Được giải cấu gặp gỡ đấng văn nhân, đàm thoại trên tờ trắng.

Lan thơm hương sớm đưa đã như thấy muộn mất rồi,

Ở nơi nào có ai nâng chén sẻ chia đắng cay ngọt bùi.

詩 11. 서호수徐浩修, 이백형李百亨, 박제가朴齊家(韓)
－ 반휘익潘輝益, 무휘진武輝晉, 단완준段阮俊(越) 1790년 여름   255

11.20. 段阮俊 → 徐浩修

朝鮮書狀以書請教余代人和之亦迄不復見

Triều Tiên Thư trạng dĩ thư thỉnh giáo, dư đại nhân họa chi diệc ngật bất phục kiến

鴨水鋪晴鍊	Áp thuỷ phô tình luyện
龜*文裕正傳	Quy văn dụ chính truyền
土豊魚兆夢	Thổ phong ngư triệu mộng
國治鴈安眠	Quốc trị nhạn an miên
弊旅賓筵**篚	Tệ lữ tân diên phỉ
寵衣***御鼎煙	Sùng y ngự đỉnh yên
相看無一語	Tương khan vô nhất ngữ
此會更何年****	Thử hội cánh hà niên

『海翁詩集』

* A.1603; A.310:箕. /『海翁詩集』(A.1603);『海派詩集 (海派詩稿)』(A.310)에는 箕이다.

** A.1603; A.310: 庭. /『海翁詩集』(A.1603);『海派詩集 (海派詩稿)』(A.310)에는 庭이다.

*** A.1603: 衣籠. /『海翁詩集』(A.1603)에는 衣籠이다.

**** A.1167: bị thiếu câu này. /『海煙詩集』(A.1167)에는 없는 문장이다.

조선 서장관이 편지로 가르침을 청함에, 내가 대신하여 화답하다. 또한 마침내 다시 보지 못하다

압록강물은 단련한 쇠 같이 펼쳐져 있고
기자의 글은 바르게 전하여 넉넉하도다.
땅이 풍요로워 물고기도 좋은 꿈을 꾸고
나라가 다스려짐에 기러기도 편히 잠드는도다.
낡은 여관엔 잔치자리 폐백 광주리요
의롱에는 어정의 연기 서려 있도다.[339]
서로 바라볼 따름 한 마디 말이 없으니
이 만남이 다시 어느 해리오!

Thư trạng Triều Tiên đưa thư thỉnh giáo, ta thay người họa lại, song không thấy đáp lại

Sông Áp lục phô đẹp như dải lụa dưới trời trong quang đãng,
Dấu văn trên mai rùa còn để lại mối chính truyền.[340]
Phong thổ điềm lành cá hiện báo mộng,
Nước hưng trị, dấu cánh nhạn ngủ yên.
Nơi quán nghèo tiệc đón khách sơ sơ,
Ơn trên yêu quý áo ngự ban, đỉnh còn thoảng hương.
Nhìn nhau không một lời nào,
Biết khi nào lại có hội ngộ như thế này.

11.21. 段阮俊 → 徐浩修

山川連赤白* Sơn xuyên liên xích bạch
風物異滄洲 Phong vật dị thương châu
槎泛天**津路 Tra phiếm thiên tân lộ
筵陪御苑樓 Diên bồi ngự uyển lâu
後先梅驛信 Hậu tiên mai dịch tín
左右桂宮秋 Tả hữu quế cung thâu
最是朝東水*** Tối thị triều đông thủy
無情促去舟 Vô tình xúc khứ châu

『海翁詩集』

산천이 해 돋는 데로 이어졌으니
풍물은 푸른 물가 월남과는 다르도다.
천진의 길로 배를 띄움에
어원의 누대에서 잔치자리에 배석했도다.
앞서거니 뒤서거니 하는 것은 고향 소식이요
좌로 우로 펼쳐진 것은 계궁의 가을 풍경이로다.
그 중 서글픈 것은 아침의 동해 물결이
무정하게 가는 배를 재촉함이로다.

---

* A.1603: 日. /『海翁詩集』(A.1603)에는 日이다.
** A.1603: 大. /『海翁詩集』(A.1603)에는 大이다.
*** A.1603: 水; A.310: 國. /『海翁詩集』(A.1603)에는 水;『海派詩集 (海派詩稿)』(A.310)에는 國
이다.

Núi sông gấm vóc liền sắc hồng sắc trắng,

Cảnh vật khác hẳn vùng Thương châu.

Thuyền đưa đến bến lối thiên tân,[341]

Tiệc đãi hầu theo nơi lầu vườn ngự uyển.

Tin mai báo sứ trình đến trước đến sau,

Cung quế thu buồn lan khắp hai bên tả hữu.

Hay nhất là dòng nước vẫn xuôi chảy về phía đông,

Mà vô tình đẩy thuyền trôi đi.

詩 11. 서호수徐浩修, 이백형李百亨, 박제가朴齊家(韓)
－ 반휘익潘輝益, 무휘진武輝晉, 단완준段阮俊(越) 1790년 여름 259

12. 이형원李亨元, 서유방徐有防(韓)
- 완제阮偍(越)
1795년

12.1. 阮偍 → 李亨元, 徐有防

東朝鮮國使臣 Giản Triều Tiên quốc sứ thần

漲南修阻勃溟東	Trướng nam tu trở Bột Minh đông
邂逅惟相帝闕中	Giải cấu duy tương đế khuyết trung
經史前傳無所異	Kinh sử tiền truyền vô sở dị
衣冠古制有相同	Y quan cổ chế hữu tương đồng
比肩喜得趨蹌近	Tỷ kiên hỷ đắc xu thương cận
對面*對憑說話通	Đối diện đối bằng thuyết thoại thông
別後欲知懷望處	Biệt hậu dục tri hoài vọng xứ
一年一度把春風	Nhất niên nhất độ ấp xuân phong

『華程消遣集』
『華程詩集』

---

* A.1361: 面對. / 『華程消遣』(A.1361)에는 面對이다.

조선국 사신에게 주다

창수의 남쪽이라 발해 동쪽과는 수교가 막혔더니
만나보니 황제의 대궐 중에 오직 상대가 됩니다그려.
이전에 전해진 경전과 사서니 다를 바 없고
의관도 옛 제도 그대로니 서로가 한가지로다.
어깨 나란히 함에 얻는 바 있음이 기뻐서 가까이하게 되었고
얼굴 대하여 서로 의지할 만함에 이야기가 통했도다.
이별 후 그리움으로 바라기하고 있을 나의 선 자리 알고 싶다면
해마다 한 번씩은 봄바람에 읍해 보시구려.342)

Gửi sứ thần nước Triều Tiên

Biển nam cách trở với biển Bột Minh ở phía đông,343)
Duyên giải cấu gặp gỡ nhau nơi đế khuyết.
Sử sách dạy dỗ từ xưa không có gì khác,
Chế độ y quan cổ vẫn giống nhau.
Sánh vai mừng cùng được đến hành lễ gần nhau,
Đối diện nhờ phiên dịch mà thông hiểu lẫn nhau.
Từ biệt nhau rồi, muốn tỏ tấm lòng hoài vọng,
Một năm một độ nhớ ngóng gió xuân ấm áp.

12.2. 李亨元 → 阮偍

附錄朝鮮國副使禮曹判書李亨元和体 Phụ lục Triều Tiên quốc
Phó sứ Lễ tào Phán thư Lý Hanh Nguyên họa thể

扶桑積水限南東　　　　Phù tang tích thuỷ hạn nam đông
喜在乾坤一氣中　　　　Hỷ tại càn khôn nhất khí trung
海月星槎賚玉遠　　　　Hải nguyệt tinh tra lai ngọc viễn
驛梅瀛沼飲冰同　　　　Dịch mai doanh chiểu ẩm băng đồng
赫蹄珍重三行問　　　　Hách đề trân trọng tam hàng vấn
象舌依稀兩地通　　　　Tượng thiệt y hy lưỡng địa thông
他日漢儀森去目　　　　Tha nhật Hán nghi sâm khứ mục
遙*將牙扇奉仁風　　　　Dao tương nha phiến phụng nhân phong
　　我有牙扇贈他故云**　　　　(Ngã hữu nha phiến tặng tha cố vân)

『華程消遣集』

『華程詩集』

---

* VHv.149: 途. / 『華程詩集』(VHv.149)에는 途이다.
** Lời chú ở bản VHv.149. / 『華程詩集』(VHv.149)에 있는 설명이다.

조선국 부사 예조판서 이형원의 화체시를 부록하다

부상과 적수, 남쪽과 동쪽으로 분한分限이 되었지만
천지의 한 기운 중에 있음이 반갑도다.
바다에 뜬 달 보며 뱃길 사행 조공길은 멀어,
역의 매화에도, 깊은 바다에도, 타는 속은 한가지였으리.
귀한 종이에 진중하게 세 번이나 문안하시고344)
통역345)으로 아련히346) 두 나라가 통했도다.
후일에 중국의 격식들347) 줄줄이 눈앞에서 사라질 때엔348)
멀리서 <u>상아 부채</u>로 어진 풍모를 받들어 우러르리.
　　　[내가 상아 부채를 그에게 준 연고라.]

Phụ ghi bài họa lại Phó sứ Lễ tào Phán thư
Lý Hanh Nguyên nước Triều Tiên

Phía đông biển nước chặn chắn giữa nam và đông,
Mừng được cùng đứng giữa đất trời chung.
Trăng biển soi thuyền mang đồ tặng từ xa đến,
Sứ dịch doanh mai, nơi hồ biển cùng vâng mệnh làm chính sự.349)
Nơi bức tờ hoa trân trọng ba hàng thăm hỏi,
Nói năng đàm thoại ít mà hai vùng cũng được thông hiểu lẫn nhau.350)
Ngày sau không còn ở sứ để thấy uy nghi nhà Hán nữa,
Trông ra xa, nâng <u>chiếc quạt ngà</u> mà vọng đến phong quang nhân nghĩa.
　　　[Tôi có tặng họ chiếc quạt ngà nên họ nhắc đến]

12.3. 阮偍 → 李亨元, 徐有防

再柬朝鮮國使臣 Tái giản Triều Tiên quốc sứ thần

綠鴨朱鳶千萬里	Lục Áp Chu Diên thiên vạn lý
悠悠滄海限東南	Du du thương hải hạn đông nam
碧津風浪愁遙隔	Bích tân phong lãng sầu dao cách
玉闕衣冠喜近參	Ngọc khuyết y quan hỷ cận tham
心裏情真須見照	Tâm lý tình chân tu kiến chiếu
口頭音異每懷慚	Khẩu đầu âm dị mỗi hoài tàm
軺旋豈有重逢日	Thiều tuyền khởi hữu trùng phùng nhật
相遇無辭抵掌談	Tương ngộ vô từ chỉ chưởng đàm

『華程消遣集』
『華程詩集』

다시 조선국 사신에게 주다

압록과 주연 사이 천만리를
아득한 바다가 동으로 남으로 갈라놓았도다.
벽진의 풍랑으로 멀리 떨어져 있음이 걱정이더니
옥궐에서 의관 갖추어 가까이서 참예함이 기쁘도다.
마음속의 정이 참되어 꼭 비춰 보일 마련인데
구두로는 말이 달라 매양 부끄러운 생각이 드는도다.
사신의 수레 돌리면 어찌 다시 만날 것인가!
서로 만난 이 때 정담 나누길 거절하지 마시라.

Lại gửi thư cho sứ thần nước Triều Tiên

Sông Lục Áp, đất Chu Diên cách xa nhau nghìn vạn dặm,[351]

Mênh mang biển biếc cắt đông nam.

Bến xanh sóng gió buồn xa cách,

Cửa khuyết y quan mừng cùng nhau gần dự.

Tấm chân tình nên cùng nhau soi tỏ,

Đầu miệng nói năng khác tiếng lúc nào cũng thẹn lắm.

Hành trình đi sứ như có lúc được gặp lại,

Gặp nhau không thốt được ra lời mà dùng tay viết ra mà đàm thoại.

12.4. 李亨元 → 阮偍

附錄朝鮮國副使禮曹判書李元亨和体 Phụ lục Triều Tiên quốc Phó sứ Lễ tào Phán thư Lý Hanh Nguyên họa thể

使者來辰重驛否	Sứ giả lai thời trùng dịch phủ
伏波銅柱海之南	Phục Ba đồng trụ hải chi nam
偏邦*眼目中州大	Thiên bang nhãn mục trung châu đại
萬里衣冠一席參	Vạn lý y quan nhất tịch tham
鐵芥交情歸**不隔	Thiết giới giao tình quy bất cách
珠璣新什和多慚	Châu cơ tân thập họa đa tàm
雪泥鴻爪留名地	Tuyết nê hồng trảo lưu danh địa
紙***上猶逾****夢裡談	Chỉ thượng do du mộng lý đàm

『華程消遣集』

『華程詩集』

---

* A.1361:邦; VHv.149: 南. /『華程消遣』(A.1361)에는 邦, 『華程詩集』(VHv.149)에는 南이다.

** A.1361:歸; VHv.149: 多. /『華程消遣』(A.1361)에는 歸, 『華程詩集』(VHv.149)에는 多이다.

*** A.1361: 抵. /『華程消遣』(A.1361)에는 抵이다.

**** A.1361: 愈. /『華程消遣』(A.1361)에는 愈이다.

조선국 부사 예조판서 이형원의 화체시를 부록하다

사신 오시던 날 겸 통역 아니었소.
복파 장군 세운 동주, 바다의 남쪽이로다.
치우친 변방사람 눈에는 중국이 넓기만 한데
만리 밖에서 의관 갖추어 한 자리에 참예하도다.
철개 같은 교정은 귀국해도 막히지 않을 터이나
주옥같은 새로운 시편詩篇에는 화답하기 부끄럽도다.
이름 남김이 눈 녹는 갯벌의 기러기 발자욱 같은 땅에352)
종이 위엔 오히려 꿈결 같은 이야기 넘치도다.

Phụ chép bài họa lại Phó sứ Lễ tào Phán thư
Lý Hanh Nguyên nước Triều Tiên

Nơi xưa khi sứ giả đến có phải qua sự trùng dịch đấy chăng,
Nơi cột đồng thời Phục Ba dựng vùng mé biển phương nam.
Muôn nước trong thiên hạ duy vùng trung châu là lớn mạnh nhất,
Nhưng ở nơi xa muôn dặm, lễ nhạc y quan vẫn có nước dự vào.
Tuy hai bên khác lạ mà tình giao kết không xa cách,
Lời châu ý ngọc họa lại thật thấy thẹn quá.
Dấu chim hồng in trên tuyết, đất còn lưu danh đấy,
Vần thơ trên giấy còn như mơ thấy đàm thoại trong giấc mộng.

12.5. 阮促 → 李亨元, 徐有防

再柬朝鮮國使臣李亨元伊謝以公忙不能屬和
Tái giản Triều Tiên quốc sứ thần Lý Hanh Nguyên y tạ dĩ công mang bất năng chúc họa

異地同風元自古	Dị địa đồng phong nguyên tự cổ
日東文物似天南	Nhật đông văn vật tự thiên nam
封疆迢遞勞相慕	Phong cương điều đệ lao tương mộ
殿闕趨陪幸並參	Điện khuyết xu bồi hạnh tịnh tham
往復情深尤覺感	Vãng phục tình thâm vưu giác cảm
唱酬辭拙每忘慚	Xướng thù từ chuyết mỗi vong tàm
歸來收拾瑤章訂	Quy lai thu thập dao chương đính
留作炎方一笑談	Lưu tác viêm phương nhất tiếu đàm

『華程消遣集』
『華程詩集』

조선국 사신이 바빠서 화답하기 어렵다 사양하기에 다시 편지로 보내다

땅은 달라도 풍속 같음이 예로부터인지라
해 뜨는 동방의 문물 우리 천남 같도다.
봉한 강역이 아득히 먼데도 수고로이 사모했더니
대궐에 나가 임금 모심에 다행히도 나란히 참예하도다.
오가는 정이 깊음을 더욱 깨달아 느끼노니
수창함에 말이 졸해도 늘 부끄럼을 잊는도다.
돌아와 보배로운 시구를 수습하여
염방 내 나라의 한 소담으로 남겨 두고저……

Lại trình sứ nước Triều Tiên là Lý Hanh Nguyên, tạ vì công vụ bận rộn không thể chúc họa

Khác nước nhưng vẫn cùng phong hóa đã từ xưa,

Văn vật nước phía đông mặt trời cũng như nước ở phía nam.

Phong cương xa cách vất vả đến, đều hâm mộ nhau cả,

Cửa điện theo hầu, may mắn được sánh hàng.

Qua lại tình nghĩa sâu đậm, rất cảm động tấm chân tình,

Thơ xướng thù từ ngữ còn vụng, lúc nào cũng thấy thẹn vì điều ấy.

Về mới thu thập lại những chương ngọc ấy đính thành tập,

Lưu để làm một chuyện vui văn chương với người ở nước nam.

12.6. 徐有防 → 阮偍

附錄朝鮮國副使吏曹判書內閣學士徐有防和体
Phụ lục Triều Tiên quốc Phó sứ Lại tào Phán thư
Nội các Học sĩ Từ Hữu Phòng họa thể

茫茫*俯仰大輿堪	Mang mang phủ ngưỡng đại dư kham
日出箕東水盡南	Nhật xuất cơ đông thuỷ tận nam
逖矣封疆迷極望	Địch hỹ phong cương mê cực vọng
忽同班**序喜相參	Hốt đồng ban tự hỷ tương tham
降衷自古人兼我	Giáng trung tự cổ nhân kiêm ngã
贈別如今悵更慚	Tặng biệt như kim trướng cánh tàm
莫惜方音難解意	Mạc tích phương âm nan giải ý
憑將文字替酬談	Bằng tương văn tự thế thù đàm

『華程消遣集』
『華程詩集』

---

* A.1361: 莊莊. / 『華程消遣』(A.1361)에는 莊莊이다.
** Nguyên văn A.1361 bị thiếu 1 chữ 班. / 『華程消遣』(A.1361)에는 班가 없다.

조선국 부사 이조판서 내각 학사 서유방의 화체시를 부록하다

큰 땅덩이를 아득히 우러르고 굽어봄에
해 뜨는 기자 동방이요, 바다 끝 남쪽이로다.
봉해진 강역은 멀어 까마득히 보이지만
홀연히 반차를 같이 하여 참여함이 기쁘도다.
타고 난 본디 마음은 예로부터 내 남의 구별이 없는데도
이별에 드리는 시가 이와 같음에 슬프고 또 부끄럽도다.
방음을 알아듣지 못함 애석해 마시라.
문자에 의거하여 대화를 대신하셨으니……

Phụ chép bài họa Phó sứ Lại tào Phán thư
Nội các Học sĩ Từ Hữu Phòng nước Triều Tiên

Mênh mang trông cúi ngắm đất trời,
Mặt trời lên từ vùng Cơ đông, nước chảy xuôi tận vùng nam phương.[353]
Nơi xa xăm đó phong cương trông về thật mờ mịt,
Bỗng nhiên lại được cùng ban, mừng khôn tả.
Trời giáng thiện nhân, lòng ta lòng người cũng như nhau vậy,[354]
Tặng từ biệt nhau giờ này, buồn lại thêm thẹn.
Đâu có hiềm vì sự âm điệu phương xa không hiểu ý,
Toàn nhờ văn tự thay thế mà đàm thoại đáp lại vậy.

12.7. 阮偍 → 徐有防

和答朝鮮國副使徐有防伊亦謝以公忙不能屬和
Họa đáp Triều Tiên quốc Phó sứ Từ Hữu Phòng
y diệc tạ dĩ công mang bất năng chúc họa

道合情親兩所堪	Đạo hợp tình thân lưỡng sở kham
箕東不以異交南	Cơ đông bất dĩ dị Giao nam
孔門禮樂原相與	Khổng môn lễ nhạc nguyên tương dữ
燕闕旌軺偶比參	Yên khuyết tinh thiều ngẫu tỷ tham
珍貺雅投知意厚	Trân huống nhã đầu tri ý hậu
瑤章莊接*覺形難**	Dao chương trang tiếp giác hình nan
三韓道學今何處***	Tam Hàn đạo học kim hà xứ
心照無妨筆舌****談	Tâm chiếu vô phương bút thiệt đàm

『華程消遣集』
『華程詩集』

* VHv.149: 按. / 『華程詩集』(VHv.149)에는 按이다.
** A.1361: 慚. / 『華程消遣』(A.1361)에는 慚이다.
*** A.1361: 在. / 『華程消遣』(A.1361)에는 在이다.
**** VHv.149: 古. / 『華程詩集』(VHv.149)에는 古이다.

조선국 부사 서유방이 공무로 분주하여
창화하기 어렵다고 사절하기에 화답하다

도가 합치하고 정도 친하여 서로 감당할 만하니
기자 동방이 우리 교남과 다름이 없도다.
공문孔門의 예악은 원래 서로 허여한 바요
북경 대궐의 의전 반차도 서로 나란하도다.
진기하고 전아한 선물로도 뜻이 도타움 알겠는데
보배로운 문장 접하는 장엄함은 형용키도 어렵도다
삼한의 도학은 이제 어느 곳에 있으뇨?
속을 터놓았으니 필설로 말해도 좋으리.

Họa đáp Phó sứ Từ Hữu Phòng nước Triều Tiên, ngài ấy lấy cớ việc công vụ bận rộn từ chối không thể chúc họa

Đạo lý cùng hợp, tình nghĩa cùng thân, hai điều ấy cùng chịu giống nhau,
Phong giáo đất Cơ đông cũng chẳng khác gì vùng Giao nam.
Lễ nhạc theo họ Khổng, nguyên cũng cùng từ xưa,
Cửa khuyết chốn Yên kinh, cờ sứ ngẫu nhiên cùng được sánh.
Trân trọng tặng quà, trang nhã là biết được tình ý thật nồng hậu,
Lời thơ ý đẹp thù tiếp, thấy vẻ ngoài còn hơi khó khăn.
Đạo học xứ Tam Hàn giờ này ở đâu cả,[355]
Mà lòng chiếu rọi, không có ngại sự đàm thoại trên đầu bút.

12.8. 阮偍 → 李亨元, 徐有防

贈別朝鮮國使臣特同赴禮部餞宴 Tặng biệt Triều Tiên quốc sứ thần đặc đồng phó Lễ bộ tiễn yến

詢諏完幹各歸鞭	Tuân tưu hoàn cán các quy tiên
東國南邦*人一天	Đông quốc nam bang nhân nhất thiên
今世豈能重會晤	Kim thế khởi năng trùng hội ngộ
兼旬當惜少周旋	Kiêm tuần đương tích thiểu chu tuyền
既因玉陛當賓席	Ký nhân ngọc bệ đương tân tịch
重借冰廳**作餞筵	Trùng tá băng sảnh tác tiễn diên
不審梅程分袂後	Bất thẩm mai trình phân duệ hậu
樹雲離思果同然	Thụ vân ly tứ quả đồng nhiên

『華程消遣集』
『華程詩集』

예부의 전별연에 조선국 사신과 특별히 같이 참석했기에 이별의 시로 주다

묻고 도모함 다 마치고 각각 돌아갈지라도
동국과 남방, 사람은 한 하늘이라
금세에 어찌 능히 다시 만나랴
20여 일 동안 주선이 적었음이 아쉽도다.
이미 대궐 섬돌 밟고 빈석에 참여했으니
거듭 예부를 빌어 전별연을 짓도다.
정매 피어남도 살피지 못한 채 이별한 후에는
나무와 구름의 헤어진 그리움 과연 한가지일 것이로다.356)

---

* VHv.149: 郊. / 『華程詩集』(VHv.149)에는 郊이다.
** VHv.149:永壺; A.1361: 冰廳. / 『華程詩集』(VHv.149)에는 永壺, 『華程消遣』(A.1361)에는 冰廳이다.

Tặng biệt sứ nước Triều Tiên được đặc cách đến dự yến tiễn tại Bộ Lễ

Thăm hỏi công vụ đã xong xuôi, đều được quay roi về nước,
Người Đông quốc, kẻ Nam bang, mỗi người một phương.
Đời nay há có thể cùng tái hội ngộ,
Còn tiếc thời gian mấy tuần chưa được chu toàn tiếp đãi.
Đã nhân nơi ngọc bệ được cùng dự chiếu tân khách,
Lại mượn sảnh Bộ Lễ làm tiệc tiễn đưa.357)
Không biết đường sứ hoa mai chia tay xong,
Trụ mây xa đó ý sầu chia phôi có cùng nhau.

12.9. 徐有防 → 阮偍

附錄朝鮮國徐有防和体
Phụ lục Triều Tiên quốc Từ Hữu Phòng họa thể

鯷鳶風不及長鞭	Đề diên phong bất cập trường tiên
忽謾相逢折木天	Hốt mạn tương phùng chiết mộc thiên
溝柳黃前隨照*去	Câu liễu hoàng tiền tuỳ chiếu khứ
石榴紅後解帆旋	Thạch lựu hồng hậu giải phàm tuyền
三旬信息行人館	Tam tuần tín tức hành nhân quán
萬里分張禮部筵	Vạn lý phân trương Lễ bộ diên
臨水登山從古惜	Lâm thuỷ đăng sơn tòng cổ tích
況堪涯角各忙然	Huống kham nhai giác các mang nhiên

『華程消遣集』
『華程詩集』

조선국 서유방의 화체시를 부록하다

제연풍도 줄기차게 달려온 긴 여정에 못 미치나니
홀연히 아득하게 절목折木의 하늘 아래 서로 만났도다.
갯버들 눈뜨기 전 조칙을 따라 길을 떠나서358)
석류 열매 붉은 후에야 돛을 풀어 돌아가도다.
사신의 객관에서 한 달 간 문안하며 살았는데
예부의 전별연에서 만리로 나뉘어 헤어지도다.
임수臨水 등산登山은 예로부터 아쉽다 했거늘
천애 한 모서리에서 각자 망연했음에랴……

---

* A.1361: 詔. / 『華程消遣』(A.1361)에는 詔이다.

Phụ chép bài họa của ông Từ Hữu Phòng nước Triều Tiên

Cá Đề, chim Diều, hai thứ sản ở hai vùng, phong thổ xa cách,
Bỗng nay tương ngộ nơi bắc quốc.
Liễu bên ngòi xa chuyển sắc vàng theo nắng rọi,
Thạch lựu chín hồng rồi, cởi buồm thôi.
Ba tuần tin tức theo người về khách quán,
Muôn dặm chia tay, trên tiệc yến tại Bộ Lễ.
Lên non ngắm suối theo dấu cổ tích là thú của người xưa
Huống còn ngóng góc biển chân mây lòng thấy mênh mang.

13. 정상보 丁翔甫(越)
1819~1820년

13.1. 丁翔甫 → 조선사신

柬朝鮮國使　Giản Triều Tiên quốc sứ

幾得人生此會逢	Kỷ đắc nhân sinh thử hội phùng
與君相隔海天東	Dữ quân tương cách hải thiên đông
明堂久在觀賓列	Minh đường cửu tại quan tân liệt
洪範曾道化[@]*宗	Hồng phạm tằng đạo hóa tông
文字不教天壤別	Văn tự bất giao thiên nhưỡng biệt
柔懷正喜一家同	Nhu hoài chính hỷ nhất gia đồng
天涯蕪道**無知己	Thiên nhai vu đạo vô tri kỷ
聲氣由來各類從	Thanh khí do lai các loại tòng

『古鸛溪亭丁翔甫使程詩集』

---

* 글자 누락. '正'이나 '聖'으로 보충해 봄.
** '蕪道'는 '無道'가 맞을 것으로 보임.

조선국 사신에게 주다

인생에서 몇 번이나 이러한 만남 얻으리오

그대와의 거리는 바다 하늘의 먼 동쪽이로다.

명당에 오래도록 빈공과 치르는 반열에 있었고[359]

홍범구주로 일찍이 거룩한 교화의 으뜸이라 일컬어졌도다.

문자로 하여 하늘과 땅 사이의 격차로 벌어지지 않았고

성천자 품어주심으로 일가 됨이 정히 기쁘도다.

하늘가 아득한 곳 지기知己가 없다 이르지 말지니

동성同聲 동기同氣로 말미암아 각각 유유상종하나니.

Gửi sứ thần nước Triều Tiên

Đời người mấy khi được gặp gỡ như thế này

Tôi với ông cách xa nhau hẳn một biển trời phía đông.

Từ lâu đã là hàng tân khách triều hội chốn minh đường[360]

Đều cùng một gốc từng học theo giáo hóa ghi trong "Hồng phạm".[361]

Văn tự không hiềm vì trời đất khác biệt

Đạo nhu hoài[362] mừng là cùng một nhà.

Nơi góc bể chân trời trên con đường hoang vắng không người tri kỷ

Nhưng đều vì thanh khí[363] cùng loại mà tìm đến với nhau.

13.2. 丁翔甫 → 조선사신

再柬 Tái giản

世間開口若難逢	Thế gian khai khẩu nhược nan phùng
客路迢迢東復東	Khách lộ điều điều đông phục đông
萍水有緣成會晤	Bình thủy hữu duyên thành hội ngộ
川流無處不朝宗	Xuyên lưu vô xứ bất triều tông
生來言語雖相別	Sinh lai ngôn ngữ tuy thương biệt
道在詩書是則同	Đạo tại thi thư thị tắc đồng
願把新篇留雅好	Nguyện bả tân thiên lưu nhã hảo
他年相見更何從	Tha niên tương kiến cánh hà tung

『古鸛溪亭丁翔甫使程詩集』

다시 써 주다

세상에서 입벌려 말할 기회는 다시 만나기 어려울 듯하니
나그네 길이 멀리 멀리 동으로 동으로 뻗어 있음이로다.
부평 신세라도 인연 있어 만남을 이루었으니
강물들 어디서나 바다를 향해 감 같도다.
나서부터 언어는 비록 서로 달랐지만
도가 시서에 있나니 이 바로 하나로다.
원컨대 새로운 시로써 이 좋은 사귐을 남겨 두시라
다른 날에 서로 만나 어찌 다시 좇을 수 있으리오!

Lại gửi

Thế gian mở miệng đã nói gặp gỡ nhau thật là khó

Khách đường xa xôi trời đông lại gặp trời đông.

Bèo nước có duyên thành ra hội ngộ

Dòng chảy nơi đâu cũng đều từ nguồn.

Sinh ra ngôn ngữ tuy khác biệt

Nhưng đạo thi thư lại tương đồng.

Nguyện đem bài thơ mới này để lưu lại tình hiếu hảo tốt đẹp

Ngày sau gặp gỡ càng biết đến nhau hơn.

14. 이유원李裕元(韓) - 범지향范芝香(越)
1845~1846년

14.1. 范芝香 → 李裕元

贈朝鮮書狀李學士裕元題扇
Tặng Triều Tiên Thư trạng Lý Học sĩ Dụ Nguyên đề phiến

使星高照海雲東	Sứ tinh cao chiếu hải vân đông
王會衣冠萬里通	Vương hội y quan vạn lý thông
望國英華瞻彩鳳	Vọng quốc anh hoa chiêm thái phượng
上都春色伴新鴻	Thượng đô xuân sắc bạn tân hồng
儒書不為重溟隔	Nho thư bất vị trùng minh cách
聲氣遙知率土同	Thanh khí dao tri suất thổ đồng
相別可能相憶否	Tương biệt khả năng tương ức phủ
客懷聊記月明中	Khách hoài liêu ký nguyệt minh trung

『鄘川使程詩集』

조선 서장관 이학사 유원에게 주다. 부채에 제함

사신의 별 높이 해운의 동에 비치더니
조공 모임에 의관은 만리에 공통이로다.
나라를 바라봄에 빛난 꽃이 문채 봉황을 보고
서울에 올라옴에 봄빛이 새 기러기를 짝하도다.
유가의 글은 겹 바다로 인해 막힘이 없나니
성기聲氣는 아득히 온 땅이 한가지로다.
서로 헤어질 수 있거늘 서로 그리워하지 못하랴
나그네 회포를 애오라지 달 밝은 중에 적어 보노라.

Tặng Thư trạng quan nước Triều Tiên, Lý Học sĩ tên Dụ Nguyên đề quạt

Lối sứ trình sao cao rọi chiếu cả vùng mây biển phía đông,
Đất Vương hội, cùng hàng y quan áo mũ thông đường muôn vạn dặm.
Trông vẻ anh hoa nước lớn như ngắm vẻ đẹp loài phượng quý,
Chốn kinh đô xuân sắc trang điểm, quấn lấy bóng chim hồng.
Sách vở đạo Nho không vì biển khơi xa mà cách trở,
Thanh khí xa xa đã biết cũng theo phong hóa đất nhà vua.
Chia tay từ biệt có hay lòng mong nhớ không,
Lòng khách hoài mong xin gửi theo ánh trăng trong.

15. 김유연金有淵, 남정순南廷順, 조병호趙秉鎬(韓)
- 완사한阮思僩(越)
1869년

15.1. 阮思僩 → 金有淵, 南廷順, 趙秉鎬

柬朝鮮國使臣金有淵南廷順趙秉鎬狀元

Giản Triều Tiên quốc sứ thần Kim Hữu Uyên, Nam Đình Thuận, Triệu Bỉnh Cảo Trạng nguyên

邈爾東南海	Mạo nhĩ đông nam hải
相逢燕薊中	Tương phùng Yên Kế trung
侯門未半面	Hầu môn vị bán diện
問俗本三同	Vấn tục bản tam đồng
箕尾分星象	Cơ Vĩ phận tinh tượng
衣冠見古風	Y quan kiến cổ phong
春風馬訾水	Xuân phong mã tư thuỷ
莫早促歸鴻	Mạc tảo xúc quy hồng

『燕軺詩草』

[附柬。

鈞臺朝覲。東南之賓萃焉。僕昨日進館於紅塵陌上。邂逅相遇雖車持馬驟。不及通楫。而衣裳古制。金玉盛儀。寔獲我心矣。受館以來。貢務未完出門有碍。致未能投剌請見。不謂先施之雅。紅帖忽來兼承盛意。教以書聯。深惟天涯比鄰之義。弗敢以淺劣辭。爰綴鄙句。付之墨卿。珉石不堪。絺襲為貴耳。閣下列位。如尚留此旬日。公事之暇相對筆話。必可指日以待也。巴里短章。聊附尺鯉。不特供哂。且以此為先容也。春和並希近祉。不一。一月初六日。神武門瞻仰天顏。回館恭紀。]

조선국 사신 김유연 남정순 조병호 장원에게 주다

멀리 동쪽·남쪽의 바다로 아득하더니
연주, 계주의 땅에서 서로 만나도다.
반면식도 트기 이전에 문 기다려 서게 되고
풍속을 묻고 보니 본디 셋이 한가지로다.
기성과 미성으로 별자리 나뉘었어도
의관엔 한 가지로 옛 풍습이 보이도다.
압록강에 봄바람 불더라도
돌아가는 기러기를 일찍 재촉하진 마시라.

[편지를 부록함.

조대에서의 조근에 동남의 사신들 모두 모였었지요. 저는 어제 먼지 자욱한
길에서 객관으로 가다가 서로 만나 마주쳤을 때 인사는 못 차렸지만 의상의
옛 제도며 금옥 같은 성대한 거동이 실로 마음에 들었습니다. 조공의 일들이
미완이라 문을 나서기 어려워 미처 뵙기를 청하질 못했습니다. 먼저 베푸시
는 아량이라 티도 내지 않으시고 붉은 편지가 문득 옴에 겸하여 성의까지
받들게 되었습니다. 서련으로 가르쳐 주심에 하늘 끝에서 이웃으로 만난
의리를 깊이 생각하여 감히 천열한 말로써 무릅쓸 일이 아니로되 저급한
문구를 엮어 붓으로 썼으니 옥과 돌이 상대가 되지 못하나 제습(綈襲)을
귀히 여길 뿐입니다. 각하 여러분께서 지금처럼 열흘 간 머무르신다면
공사의 겨를에 서로 대하여 필담을 하시지요. 꼭 손꼽아 기다리겠습니다.
파리(巴里) 단장(短章) 같은 것을 편지로 부치나니 빙그레 웃으면서 너그러
이 용납해 주십시오. 화창한 봄 날씨에 평안하시기 바랍니다. 이만 줄입니다.
1월 6일 신무문에서 천안 우러르고 객관에 돌아와 삼가 적습니다.]

Gửi thư cho sứ thần nước Triều Tiên là Kim Hữu Uyên, Nam Đình Thuận và Trạng nguyên Triệu Bỉnh Cảo

Xa xôi cách biệt, biển đông với biển nam,

Gặp nhau hội ngộ giữa vùng đất Yên Kế này.364)

Tiếp cửa bậc hiền quý còn chưa dám ló nửa mặt,365)

Hỏi thăm phong tục thì có ba điều cùng tương đồng.366)

Vùng tinh phận sao Cơ Vĩ chia khu vực tinh tượng,

Y quan áo mũ, càng thấy được cốt cách đạo cổ phong.

Gió xuân như thúc dục vó ngựa tìm bến nước,

(Đâu bằng lòng ta) như cánh chim hồng thôi thúc chưa được sớm về.

[Phụ thêm lời trình

Quân đài ngài đến triều cận, là bậc tân khách tinh túy từ vùng đông nam. Tôi là kẻ hồng trần trên đường rong ruổi. Hôm trước mới đến quán. Giải cấu gặp nhau, tuy những nơi mà xe đánh ngựa phi, thuyền chèo cũng không đến được. Nhưng y quan chế độ cũ, kim ngọc vẻ thịnh nghi. Lòng tôi thực là hân hoan. Được nhận về sứ quán đến giờ, việc triều cống chưa xong, ra ngoài cũng trở ngại. Nên chưa có dịp đưa thiếp đến xin gặp mặt. Chẳng ngờ lại được nhã ý chiếu cố đến trước, thiệp đỏ đưa sang. Vâng lãnh ý tốt, dạy cho viết đối. Thực nghĩa lân bang gặp nhau nơi chân trời góc biển, không dám vì yếu kém mà chối. Vậy nên nối câu thô lậu, gửi theo dòng mực. Gọi là đá mân367) không đáng, buộc hiệp lại làm quý thôi. Chư vị các hạ như còn lưu lại vài hôm, cho việc công thư thả, có thể cùng bút thoại nhất định cũng chỉ đợi mấy hôm mà thôi. Lời quê ngắn ngủi, xin gửi cùng tấc lòng theo cá chép.368) Không chỉ dâng tiếng để người chê và cũng xin sửa sang cho trước. Vì dịp xuân hòa ít thấy, phúc gần khó mãi được.

Ngày mùng sáu tháng giêng, kính ngưỡng thiên nhan nơi cửa Thần Vũ. Về quán kính chép.]

15.2. 阮思僩 → 金有淵, 南廷順, 趙秉鎬

送朝鮮使臣金有淵等歸國並柬 Tống Triều Tiên sứ thần Kim Hữu Uyên đẳng quy quốc tịnh giản

[萍蹤偶合。籍翰墨通殷勤。喜可知也。顧此旬間。纔得霎辰晤對。今又永言別矣。客中送客。情何可喻。爰綴鄙句遠攀仙塵。他日天涯憶別。各展贈章。用當良覿。東南海又孰謂風馬牛耶。長途載驅即珍護。詩如左。]

傾蓋燕臺樂未終	Khuynh cái Yên đài lạc vị chung
泥鴻去影以悤悤	Nê hồng khứ ảnh dĩ thông thông
歸心鴨綠花開外	Quy tâm Áp Lục hoa khai ngoại
清夢龍池柳色中	Thanh mộng long trì liễu sắc trung
萬里關山難送客	Vạn lí quan sơn nan tống khách
四州人物幾同風	Tứ châu nhân vật kỷ đồng phong
別君更憶虯髯傳	Biệt quân canh ức Cầu Nhiêm truyện
西海如今漸向東	Tây hải như kim tiệm hướng đông

『燕軺詩草』

조선사신 김유연 등이 귀국함을 보내 드리면서
아울러 편지를 드리다

[부평의 종적으로 우연히 만났으되, 붓으로 글을 써서 은근한 데까지 통했으니, 기쁨을 가히 알만 했었지요. 이 열흘간을 돌아봄에 기쁘게 마주 대한 건 잠깐 뿐인데 이제 또 영별이 됩니다 그려. 나그네로 있으면서 나그네를 전송하니 이 심정 어디 비하겠습니까. 이에 저급한 문구를 엮어 신선의 인연을 멀게라도 부여잡고자 합니다. 다른 날에 하늘 끝에서 이 이별 추억할 때, 각기 주고받은 글을 펼치면 적이 볼만하겠지요. 동쪽 남쪽의 바닷가라 해서 또 누가 풍마우(風馬牛)라 하겠습니까. 먼 길에 수레 몰 때 진호(珍護)하시기를… 시는 다음과 같습니다.]

수레 기울여 만나 연대의 즐거움 다하지 못했는데
진흙뻘의 기러기 떠난 그림자만 총총하도다
돌아가는 마음은 압록강 너머 꽃 피는 곳에 있고
맑은 꿈은 용지 가운데 버들 푸른 곳이로다
만리 관산의 보내기 어려운 손님이니
사주의 인물 중에 몇이나 기풍을 같이 하리오!
그대들과 헤어짐에 다시금 규염객전虯髥客傳을 생각하노니369)
서해 물결 지금처럼 점점 동쪽을 향하리

Tiễn Kim Hữu Uyên sứ thần nước Triều Tiên về nước cùng trình dâng

[Dấu bèo hội ngộ, mượn bút mực để tỏ ý ân cần. Mừng vui thấy rõ. Trong mấy tuần mới được chút thời gian gặp gỡ. Nay đã lại nói lời từ biệt. Cảnh tình khách tiễn khách, lấy lời gì mà diễn dụ hết tình. Liền làm mấy câu thô bỉ mà vin dấu bụi với cảnh tiên.370) Ngày sau góc biển chân trời có hoài vọng, mỗi bên lại giở bức tử chương làm lời thăm hỏi lẫn nhau. Biển đông biển nam còn ai gọi là cách biệt tiếng ngựa tiếng dê nữa.371) Đường xa rong ruổi, giữ gìn như của báu. Lời thơ như bên trái đây.]

Cùng nghiêng tán ở Yên đài, vui mừng còn chưa hết,
Dấu chim hồng ảnh đã vội vàng đi mất.
Lòng mong về nước, nhớ sông Áp Lục372) cảnh hoa tươi nở,
Với giấc mộng thanh nhàn giữa màu liễu bên ao Long Trì.373)
Quan sơn muôn dặm khôn xiết tiễn nổi lòng khách,
Người và cảnh vật bốn châu374) cơ hồ phong tục giống nhau cả.
Từ biệt ngài lại càng thêm nhớ câu chuyện Cầu Nhiêm,375)
Biển Tây hải ngày nay cũng dần xuôi hướng đông.

16. 이용숙李容肅(韓) - 범희량范熙亮(越)
1871년

16.1. 范熙亮 → 李容肅

東朝鮮李菊人 Giản Triều Tiên Lý Cúc nhân

[名容肅。亦能為詩。奉國命來。領年憲書。其國例。每歲孟冬差官受正。]

神京望片雲	Thần kinh vọng phiến vân
英曆厭三分	Anh lịch yếm tam phân
館餐仍為客	Quán xán nhưng vi khách
臺緇卻遇君	Đài truy khước ngộ quân
天涯締雅好	Thiên nhai đế nhã hảo
宇內慰同文	Vũ nội ủy đồng văn
此後東南海	Thử hậu đông nam hải
鴻書可與聞	Hồng thư khả dữ văn

『北冥雛羽偶錄』

조선의 이국인에게 주다

[이름은 용숙이요, 능히 시를 잘해서 국명을 받들어 와서 책력을 받았다.
그 나라의 전례가 매년 맹동에 관리를 보내 달력을 받는다.]

신경神京에서 조각구름 바라보나니
영력英曆은 넉 달을 지나는도다.[376]
역관 밥 먹으며 나그네 되었다가

대臺에 치緇하며 문득 그대를 만났도다.
하늘가에서 좋은 우정을 맺어
우주 안에 동문으로서 위로하도다.
이후론 동쪽과 남쪽의 바다에서
기러기 편지로 소식을 들으리로다.

Tặng ông Lý Cúc người Triều Tiên

[(Ông tên là Dung Tiêu, lại hay thơ. Vâng mệnh nước sang (Yên Kinh), dâng thư.377) Lệ nước này hàng năm, đầu đông sai quan nhận chính sóc vua ban378)).]

Nơi Thần kinh trông ngóng đám mây bay,379)
Lịch cho biết ba mùa đã hết
Nơi quán xá vẫn còn làm lữ khách,
Mà chốn đài báu bắc phương được gặp ngài.380)
Người nơi chân trời gặp gỡ kết tình bạn cao nhã,
Trong nước được an ủi là đôi bên cùng chữ viết.381)
Về sau cách biệt biển đông, biển nam,
Chờ tin nhau qua thư cánh chim Hồng.382)

16.2. 范熙亮 → 李容肅

詠雪次菊人韻 Vịnh tuyết thứ Cúc nhân vận

彤雲昨日正昏昏	Đồng vân tạc nhật chính hôn hôn
繞到飛花景色翻	Tài đáo phi hoa cảnh sắc phiên
雙闕城臨寒王島	Song khuyết thành lâm hàn vương đảo
萬家樹入早梅村	Vạn gia thụ nhập tảo mai thôn
祈年魚夢秋同兆	Kì niên ngư mộng thu đồng triệu
作客貂裘敝亦溫	Tác khách điêu cừu tệ diệc ôn
煎向茶甌清俗念	Tiễn hướng trà âu thanh tục niệm
詩懷何必假金樽	Thi hoài hà tất giả kim tôn

『北冥雛羽偶錄』

이국인의 운에 차운하여 눈을 읊다

검붉은 구름이 어제 종일 어둑하더니[383]
나는 꽃들 이르자마자 경색이 바뀌도다.
두 대궐의 성은 한왕寒王의 섬이 되었고
집집마다 나무들은 매화마을에 들었도다.
새해 기원에 뜬 눈으로 추동조秋同兆를 꿈꾸고
나그네 되니 담비 옷 낡았어도 따뜻하도다.
다구에 차 끓여 속념을 맑히니
시회詩懷를 하필 금 술동이를 빌릴 게 없도다.

Vịnh tuyết nối vần ông Cúc nhân

Mây đỏ hôm qua chìm trong lúc tối mờ mờ,

Lại thấy hoa bay cho cảnh sắc đổi thay.

Nơi đô thành cung báu như chốn vương đảo lạnh lẽo,

Cây muôn nhà như vẽ cảnh thôn mai sớm nở.

Năm nay mộng thấy cá, mong điềm mùa thu cũng được thế,[384]

Làm khách nơi xa, có chiếc áo điêu cừu che thân cũng ấm.[385]

Pha ấm chè để thanh lọc đi niềm phàm tục,

Có lòng thơ, hà tất phải chén vàng quý báu.

將出京東別長白王孝廉(東杲)
湖北伍委員(敬之)朝鮮李菊人諸友

Tương xuất Kinh, giản biệt Trường Bạch Vương Hiếu liêm (Đông
Cảo), Hồ Bắc Ngũ Ủy viên (Kính Chi), Triều Tiên Lý Cúc
Nhân chư hữu

天安門外即人間	Thiên An môn ngoại tức nhân gian
烏柩丹楓入望殷	Ô cữu đan phong nhập vọng ân
難得鳴雞慰風雨	Nan đắc minh kê ủy phong vũ
又催駰指駕鄉關	Hựu thôi nhân chỉ giá hương quan
星霜話別人千里	Tinh sương thoại biệt nhân thiên lý
文字論交管一班	Văn tự luận giao quản nhất ban
若記帝城分袂後	Nhược ký đế thành phân duệ hậu
相思兩地到頹顏	Tương tư lượng địa đáo đồi nhan

『北冥雛羽偶錄』

서울을 나서며 장백 왕효렴(동고), 호북 오위원(경지), 조선 이국인 여러 벗에게 이별하며 주다

천안문 밖은 인간 세계이니

오구의 단풍이 망은에 들도다.

명계 얻어 풍우를 위로하기 어려우니

또 인지를 재촉하여 향관으로 떠나도다.

성상 화별에 사람은 천리요

문자 논교에 관은 일반이로다.

이별 후에도 황제의 도성이 기억에 떠오른다면

서로 나뉜 두 땅에서 상사相思로 늙어가겠지.

Sắp dời Kinh, gửi thư tạm biệt các bạn là Vương Hiếu liêm (Đông Cảo) người Trường Bạch, Ngũ Ủy viên (Kính Chi) người Hồ Bắc, Lý Cúc Nhân người Triều Tiên

Ngoài cửa Thiên An môn[386] đã là cõi nhân gian,

Hàng ô cữu, hàng phong lá thắm đỏ trông mong đã nhiều.

Khó nghe được tiếng gà gáy an ủi tấc lòng trong mưa gió,

Lại thôi thúc vó ngựa hướng về nơi quê xa.[387]

Khi tinh sương phải nói lời từ biệt nghìn dặm với bè bạn,

Cùng là đám thi nhân văn tự luận giao với nhau.

Nhớ đến chuyện rời kinh đô khi dứt áo chia tay,

Hai vùng xa cách thương nhớ đến gầy mòn dung nhan.

16.4. 范熙亮 → 李容肅

口占贈菊人 Khẩu chiếm tặng Cúc Nhân

[菊人亦以後數日歸東邀就參店賦別。]

旅館茶瓶柳影斜	Lữ quán trà bình liễu ảnh tà
行人次第各驅車	Hành nhân thứ đệ các khu xa
此情同對天邊月	Thử tình đồng đối thiên biên nguyệt
海隔東南自一家	Hải cách đông nam tự nhất gia

『北冥雛羽偶錄』

이국인에게 구점하여 주다

[이국인도 또한 수일 후면 동으로 돌아가는데 멀리 참점에 나아가 이별에 부쳐 써 주다.]

여관의 다병에 버들 그림자 비끼는데
사신들 차례로 수레 몰아 떠나도다
이 그리움 한가지로 하늘가의 달을 대하리니
동으로 남으로 바다 건너 절로 한 집안이리.

Ứng khẩu ngâm tặng ông Cúc Nhân

[Cúc Nhân sau mấy hôm cũng được về Đông quốc, mời đến tham điểm ngâm lời chia tay.]

Nơi quán khách, hình ấm chè nghiêng nghiêng trong bóng liễu,
Người đi xa, lần lượt lên các xe để lên đường.
Tấm chân tình này cùng có trăng soi tỏ bên trời,
Mỗi người một nơi xa cách biển đông với biển nam.

文

1. 安南使臣萬壽聖節慶賀詩集序

李睟光

　　夫天地有精英清淑之氣。或鍾于物。或鍾于人。故氣之所鍾。扶輿磅
礴。必生瑰奇秀異之材。不專乎近而在乎遠。不稟于物則在于人焉。吾
聞交州。南極也。多珠璣金玉琳琅象犀之奇寶。是固精英清淑之氣。特
鍾于彼。而宜有異人者出於其間。豈獨奇寶乎哉。今使臣馮公。皤然其
髮。朧然其形。年七十而顏尚韶。譯重三而足不繭。觀禮明庭。利賓王國。
其所著萬壽慶賀詩三十一篇。揄揚敍述。詞意渾厚。足以唾珠璣而聲金
玉。亦豈所謂異人者哉。噫。大明中天。聖人御極。惠懷四溟。威怛九裔。
巍巍蕩蕩。軼周家之盛。宜乎白雉呈祥。黃耉繭德。今子之來。抑未知天
果無烈風。海果不揚波。如曩日成周時否耶。若然則吾子即古之黃耉。
而斯詩之作。祥於獻雉遠矣。古有太史氏採風謠以絃歌之。又安知吾子
之詞。不編於樂官而彰中國萬世之盛也歟。不佞生在東方。得接子之話
觀子之詞。怳然飆車雲馭。神遊火海之鄉。足涉銅柱之境。幸亦大矣。
其敢以不文辭。是為序。

『芝峰集』
『安南國使臣唱和問答錄』

안남 사신 만수성절 경하시집 서

이수광

　　무릇 천지天地에는 빼어나고 맑은 기운이 있는데, 혹은 사물에 주어
지기도 하고 혹은 사람에게 부여되기도 한다. 그러므로 그 기운을 품
부 받아 모인 곳에는 서기가 가득 차고 넘쳐 반드시 아름답고 기이하
며 특출한 재목을 내는 것이다. 그것은 오직 가까운 곳에만 있는 것이

아니고 먼 지방에도 있으며, 사물에만 주어지는 것이 아니라 사람에게도 존재한다.

내 들으니 교지국은 남쪽 끝에 위치한 나라로 주기珠璣·금옥金玉·임랑琳琅 같은 보배와 상아나 무소뿔과 같은 기이한 물건이 많이 난다고 한다. 그렇다면 이는 참으로 빼어나고 맑은 기운이 특히 그곳에 많이 모인 것이다. 그렇다면 그곳에서는 뛰어난 인재도 나올 것이니, 어찌 기이한 보물로만 그치겠는가.

지금 사신으로 온 풍공馮公은 머리는 하얗고 몸은 말랐으나 70의 나이에도 얼굴은 여전히 맑고 곱다. 삼역三譯을 거듭하여 왔음에도 노고로 여기지 않으며,[388] 중국 조정에서의 의식에 참여해서는 빈사賓使로 왕국을 이롭게 하였다. 그가 지은 만수경하시萬壽慶賀詩 31편은 기려 드러낸 서술이 그 의미가 소박하면서도 무게가 있어, 내뱉은 말마다 주옥이요 운율의 소리마다 금옥金玉이라 할 만하니 또한 어찌 뛰어난 인재가 아니겠는가.

아. 밝은 태양이 높은 하늘에 떠 온 세상을 밝히듯 성인이 천자의 자리에 오르시니 은혜는 사해를 품에 품고 위엄은 구주의 후예를 놀라게 한다. 그 높고도 넓으심은 주나라의 성대함과 같으니 의당 흰 꿩을 예물로 받으시고 황구黃耇[389]를 높여 덕을 누리게 될 것이다.[390]

지금 그대가 이곳에 왔으니, 참으로 하늘에 열풍이 없고 바다에 파도가 일지 않는 것이[391] 과거 성주成周의 시절과 같다는 것을 이미 벌써 알았을 것이다. 그러한 즉 우리가 바로 옛날의 황구黃耇이고 이 지은 시들은 꿩을 바치는 것보다 훨씬 더 상서로운 일이 될 것이다. 옛날에는 태사씨太史氏가 풍요風謠를 채집하여 현絃을 타며 그것을 노래했다. 그러니 그대의 시도 악관樂官에게 묶여져 중국 만세의 성대함을 드러내게 될지 어찌 알겠는가.

나는 동방東方에서 난 사람으로, 그대의 말을 접하고 그대의 시를 보며 바람 수레와 구름 수레를 탄 듯 황홀하여 정신은 화해火海의 고향에서 노닐고 발은 동주銅柱의 지경을 밟고 다니는 듯하니, 참으로 큰 행운이라 하겠다. 그리하여 감히 졸문이나 사양하지 않고 서문을 쓴다.

Tựa tập thơ Khánh hạ thi tập của sứ thần An Nam nhân tiết thánh thọ

Lý Túy Quang

Ôi ! Cái khí tinh anh tốt lành của trời đất, có khi kết tụ thành núi non, có khi hòa tan thành sông đầm. Hoặc là chung đúc vào vật, hoặc là chung đúc vào người. Vậy nên cái khí chung đúc vào đất nước bàng bạc khắp nơi, tất sinh ra tài năng xuất chúng kỳ lạ. Không chỉ riêng là ở gần mà cả ở xa; không chỉ riêng vào vật mà cả vào con người nữa. Tôi nghe nói đất Giao Châu, ở tận cực nam, ở đây có lắm vàng ngọc đá quý ngà voi sừng tê giác quý lạ. Đấy là vùng ấy có cái khí tinh anh tốt lành được đặc biệt chung đúc nên như thế, do vậy mà sản sinh lắm bậc dị nhân ở đấy, thế thì khá không phải là báu vật độc nhất đó sao! Ngày nay có ngài sứ thần họ Phùng, đầu tóc bạc phơ, thân hình rắn rỏi. Tuổi 70 mà dung nhan vẫn còn tươi tốt, đường đi xa qua ba lần phiên dịch[392] mà chân bước không mệt. Xem lễ nhạc triều đình nhà Minh, làm ngoại giao lợi cho đất nước. Ngài có soạn tập thơ Vạn thọ khánh hạ gồm 31 thiên. Lời thơ du dương, ý tứ hồn hậu, đủ để gọi là phun châu nhả ngọc mà tiếng vàng tiếng đá ngân nga, há chẳng phải là bậc dị nhân hay sao. Ôi ! Nước Đại Minh giữa trời thịnh trị, bậc thánh nhân ngự đúng ngôi cao. Ân huệ ban bốn bể,[393] uy đức thương đến tận chín đời,[394] lồng lộng ân uy, vượt hơn đời thịnh nhà Chu. Thực nên điềm bạch trĩ[395] báo cát tường, người già[396] được hưởng đức. Nay thấy ngài đến, đây há chẳng phải khi trời không gió giật, biển không sóng gầm, như thời Thành Chu thịnh trị[397] trước đây ư! Quả đúng như thế thì thầy ta[398] cũng chính là ông già thời cổ mà vần thơ thì báo điềm tốt lành hơn cả việc dâng chim trĩ vậy. Đời xưa có quan Thái sử[399] thu nhặt những bài phong dao để tấu lên thành khúc nhạc hát, liệu có hay lời của thầy ta, tuy không được biên vào chỗ Nhạc quan[400] nhưng mà đã làm rạng rỡ thịnh trị của trung quốc muôn đời ư. Kẻ kém tài[401] tôi sinh tại đông phương.[402] Được đón tiếp lời của thầy, được xem thơ của thầy, đã bâng khuâng như cưỡi xe gió lướt mây cao, thần thái ưu du quê biển lửa[403] mà chân như đặt nơi cảnh cột đồng trụ[404] vậy. Hân hạnh lớn lắm, ta đâu dám mượn cớ dốt văn mà từ chối. Vậy làm lời tựa.

2. 安南國使臣唱和問答錄後

李睟光

安南國。距北京一萬三千里。自其國由兩廣達于南京。自南京達于北京。其國王本莫姓。中朝以其數叛逆。革王號為都統使。至是為黎氏所滅。其使臣即黎氏請封而來者。上年七月離本國。今年八月方到北京。留玉河館又五箇月矣。使臣姓馮名克寬。自號毅齋。年踰七十。形貌甚怪。涅齒被髮。長衣闊袖。用緇布全幅蓋頭如僧巾樣。以其半垂後過肩焉。其人雖甚老。精力尚健。常讀書寫冊不休。若值朝會詣闕。則束髮著巾帽。一依天朝服飾。而觀其色。頗有蹙頞不堪之狀。既還即脫去。一行凡二十三人皆被髮。貴人則涅齒。下人則短衣跣足。雖冬月赤腳無袴襪。蓋其俗然也。其寢處必於床上。不為炕突。其飲食略如華人而不精潔。其服多綾絹。無紋錦綿絮之衣。其狀率皆深目短形。或似獼猴之樣。其性頗溫順。略知文字。喜習劍技。其法異於紀效新書。欲令軍官輩學習則祕而不教。其言語類倭而用合口聲。其中解漢音者只一人。以漢譯或文字相通。其國俗書則字畫甚異。殆不能解見矣。初欲觀其文體如何。試製長句以送。則使臣輒和之。因此往復累度。使臣每見睟光等所為詩。擊節稱賞曰。文章高了。自後必稱大手筆。蓋以他國之文。過獎如是也。使臣且請曰。不佞有萬壽慶賀詩集。敢請使公序其端。以沾大手筆澤云云。求之甚懇。屢辭不獲。遂作書贈之。使臣致序曰。喜見使公詩序。詞藻燁然。過情之譽。竊自恥之。多謝多謝。仍以橐中所齎土物白線香百枚脂香一器分送。又曰。聞貴國筆墨為天下絕品。願得之。乃以筆墨若干與焉。白線香者。極細而長。如一條線。香氣甚烈。脂香者。爛煮如膏。塗著身面。經日不滅云。

『芝峰集』
『安南國使臣唱和問答錄』

후안남국 사신 창화문답록 후

이수광

    안남국安南國은 북경北京과 1만 3천리 떨어져 있다. 그 나라로부터 광동성과 광서성을 경유하여 남경南京에 이르고 다시 남경에서 북경으로 오는 것이다. 그 나라 왕은 본래 막씨莫氏 성姓이었는데, 중국 조정이 그가 여러 차례 반역叛逆을 일으킨 것으로 인해 왕이라는 호칭을 도통사都統使로 바꾸었다. 그러다 려씨黎氏에 의해 멸망하게 되었고, 그 사신은 려씨의 책봉을 청하러 온 것이었다. 작년 7월에 본국本國을 떠나 금년 8월에야 북경에 도착하였다. 그리고 옥하관玉河館에서 다시 5개월을 머문 것이다.

    사신은 성이 풍馮이고 이름은 극관克寬이며 자호自號는 의재毅齋이다. 나이는 70이 넘었는데, 외모가 참으로 기괴하였다. 치아는 검은 물을 들였고 머리는 산발한 듯 풀어헤친 데다 소매가 넓은 긴 옷을 입고 있었다. 전폭全幅의 치포緇布를 사용하여 만든 개두蓋頭는 승건僧巾 같았는데, 그 반은 뒤로 넘겨 어깨 길이로 드리웠다.

    그 사람은 비록 나이는 매우 많으나 정력精力은 아직 건장하였고, 항상 독서하고 사책寫冊하는 것을 멈추지 않았다. 조회朝會를 위해 예궐詣闕을 할 때면 머리를 묶고 건모巾帽를 써서 천조天朝의 복식服飾과 같이 했다. 그러나 그 기색에는 자못 괴롭고 힘들어하는 듯한 표정이 있다가, 숙소로 돌아가서는 바로 벗어버렸다.

    일행은 23명으로 모두 머리를 풀어헤치고 있었는데, 귀인들은 이를 검게 물들였고 하인들은 짧은 옷에 맨발 차림이었다. 겨울날이었는데도 맨발에 고의를 입거나 버선을 신지 않았다. 아마도 그 나라 풍속이 그러한 듯하였다. 그들은 반드시 상床 위에서 잠을 잤으며 캉炕이나 온돌을 사용하지 않았다. 그 음식은 대략 중국인과 비슷했으나 정결하지 않았고, 의복은 대부분 능견綾絹으로 만들었으며 문금紋錦이나 면서綿絮로 된 옷은 없었다.

그들의 모습을 보면 대체로 눈이 움푹 들어갔고 키가 작은 것이 원숭이를 닮았다. 성격은 자못 온순溫順하고 대략 문자文字를 알며 검기劍技 배우기를 좋아하였으나 그 방법은 『기효신서紀效新書』405)와 달랐다. 군관들을 학습시키는 것은 비밀로 하고 가르쳐주지 않았다. 그들의 언어는 왜倭와 유사하나 구성口聲을 함께 사용하였다. 그 중에 중국어를 아는 자는 겨우 한 사람뿐이어서 중국어를 하는 역관이나 문자로만 서로 통할 수 있었다. 그 나라의 속자俗字는 자획이 매우 이상하여 거의 알아볼 수 없었다.

처음에는 그 문체가 어떠한가 보려고 시험 삼아 장구長句를 지어 보냈더니 사신使臣이 바로 화답해 왔다. 이로 인해 여러 차례 왕복하게 되었다. 사신은 수광晬光 등이 지은 시를 볼 때마다 무릎을 치며 "문장이 높구나."라고 감탄하였다. 그 후로는 일컬을 때마다 반드시 '대문장가[大手筆]'이라 하였다. 대개 다른 나라의 글이라서 이 정도로 과도히 칭찬한 것이다.

사신은 "제가 만수경하시집萬壽慶賀詩集이 있는데, 감히 조선국 사신께 서문을 청하여 대문장가의 수택을 남기고 싶습니다."라고 청하기도 하였다. 매우 간절히 부탁하면서, 여러 번 사양해도 받아들이지 않기에 마침내 서문을 지어 그에게 주었다. 사신은 서문을 받고는, "기쁘게도 사공使公 서문을 받고 보니 그 문장이 빛나도소이다. 실정에 넘치게 칭찬해 주시니 적잖이 부끄럽습니다. 참으로 감사하고 감사합니다."라고 하였다. 그러고는 전대에 싸 왔던 그 나라 토산품인 백선향白線香 100매와 지향脂香 1기분을 싸서 보내왔다.

그러면서 또, "귀국貴國의 필묵筆墨이 천하절품天下絕品이라 하는데, 그 것을 얻고 싶습니다."라고 하기에 약간의 필묵筆墨을 보내주었다. 백선향白線香은 매우 가늘과 긴 것이 마치 한 줄의 선線과 같고 향기가 매우 짙었다. 지향脂香은 기름처럼 미끈하고 말랑하였는데 몸과 얼굴에 바르면 하루가 지나도록 사라지지 않는다고 한다.

Bài sau

Lý Túy Quang

Nước An Nam cách xa Bắc Kinh một vạn ba nghìn dặm. Tự nước ấy, theo đường Lưỡng Quảng đến Nam Kinh. Rồi tự Nam Kinh đến Bắc Kinh. Quốc vương nước ấy vốn họ Mạc. Vì Trung triều thấy nhiều lần phản nghịch, nên cách bỏ vương hiệu, đổi làm Đô thống sứ. Đến lúc này bị họ Lê diệt đi. Đoàn sứ thần này vì thỉnh phong cho họ Lê mà sang. Từ tháng bảy năm ngoái rời bản quốc. Đến tháng tám năm này mới đến Bắc Kinh. Lưu trú ở quán Ngọc Hà được năm tháng rồi. Sứ thần họ Phùng tên là Khắc Khoan, tự hiệu là Nghị Trai, tuổi đã hơn bảy mươi. Hình dung rất quái lạ, răng đen, tóc búi, áo dài, tay áo rộng. Dùng khăn đen vấn đầu như khăn nhà sư vậy. Để mái tóc rủ ra sau xuống đến quá vai. Người tuy tuổi cao mà tinh lực còn mạnh mẽ lắm. Thường hay đọc sách ghi chép không ngừng. Gặp khi triều hội đến nơi cửa khuyết, thì lại búi tóc đội khăn giống y như phục sức của thiên triều, nhưng xem sắc mặt có vẻ bứt dứt nhăn nhó khó coi. Về nhà thì cởi bỏ ngay. Một đoàn có hai mươi ba người, đều búi tóc cả. Người sang thì nhuộm răng đen, người dưới thì mặc áo ngắn, đi chân không, dù tiết tháng đông cũng để chân trần không bao bít tất. Đại khái do tục người ta như thế. Chỗ họ nằm thì phải có giường, nhưng không có bếp ủ ấm để sưởi. Cách ăn uống thì cũng giống như người Hoa mà không tinh khiết bằng. Quần áo thì nhiều lụa, không có đồ gấm thêu hay đồ bông sợi. Hình dáng họ thì đều vóc dáng nhỏ, mắt sâu, có người hình giống như người vượn[406] vậy. Tính nết thì rất ôn thuận. Cũng biết chữ nghĩa, thích tập múa kiếm. Mà phép tắc thì khác với sách Kỷ hiệu tân thư. Muốn sai quân quan đến học thì họ giấu mà không dạy. Ngôn ngữ của họ như tiếng người Oa[407] mà dùng thanh hợp môi. Trong đám họ, thông hiểu tiếng Hán chỉ có một người để phiên dịch, hoặc là hiểu biết nhau bằng văn tự vậy. Tục người nước ấy viết chữ thì nét chữ rất lạ, gần như không thể hiểu được. Lúc đầu, muốn xem văn thể của họ thế nào, mới thử chế một bài trường cú để tặng, thì sứ thần lập tức họa lại ngay. Nhân thế mà qua lại với nhau mấy lần. Sứ thần nước ấy mỗi khi thấy thơ bọn Tuý Quang làm thì vỗ tay mà khen rằng: Văn chương cao quá. Tự đó về sau họ đều xưng gọi bọn ta là "đại thủ bút". Chắc là vì văn chương của nước khác, nên khen quá lời như vậy thôi. Sứ thần nước ấy lại còn thỉnh rằng: Kẻ bất tài tôi, có tập thơ mừng thọ là Vạn thọ khánh hạ thi tập, cảm thỉnh sứ công viết cho lời tựa ở đầu để được nhờ dấu lưu của đại thủ bút vậy. Lời thỉnh cầu rất là thành khẩn. Ta từ chối nhiều lần không được. Thế là viết bài để tặng. Sứ thần nước ấy thấy tựa thì nói: Mừng được sứ công làm tựa cho thơ tôi. Văn từ tao nhã tươi trẻ quá, thực vinh dự tình cảm quá nhiều. Ta tự lấy làm xấu hổ mà cảm tạ. (Họ) lại lấy đồ thổ vật trong hành trang ra tặng, một trăm cây Bạch Tuyến hương, một ít Chi Hương chia tặng. Họ lại nói rằng: Nghe tiếng quý quốc có bút và mực là hàng tuyệt phẩm thiên hạ. Ý nguyện được thấy đồ ấy. Tôi liền lấy một ít bút mực đem biếu. Món Bạch Tuyến hương là thứ cực mịn nhỏ mà dài, như là một sợi dây, hương rất thơm. Còn Chi Hương thì đốt nấu như cao. Dùng xoa mình xoa mặt, cả ngày mà hương thơm không hết.

3. 安南國使臣唱和問答錄問答

李睟光

問。古之越裳交趾。是貴國疆域否。

答曰。是也。

問。大人何官。

答曰。愚老在賤國忝侍郎職。

問。貴國官制風俗何如。

答曰。習孔孟詩書禮樂之敎。唐宋進士科學之文。

問。取人以詩賦乎。以策論乎。亦有武學否。

答曰。科舉取人法。有鄉試科。有會試科。鄉試科第一場。試五經四書各
　　一道。第二場。詔制表文各一道。第三場。詩賦各一道。第四場。
　　策文古今治道一題。會試科第一第二第三第四場。同鄉試。第五
　　場廷試策對。武科以陣前為上。有騎馬騎象騎射之才。五年一選。

問。舊聞貴國王是莫姓。今黎氏乃創業之主耶。有何變亂而革命耶。

答曰。前者賤國是黎王管封。後為莫氏簒僭。今黎氏復舊業。再請封。

問。黎王失國幾年。始復舊物。

答曰。經五十餘年。

問。貴國有都統使。是何官職。

答曰。賤國自古有國以來。未嘗有都統使司之職。特以莫氏僭逆。天朝
　　宥以不死。權置都統使司。秩從二品。以待叛臣耳。如今要復王封。
　　廷臣方議定恩賞。

問。莫氏是莫茂洽耶。

　使臣乃驚視良久。答曰。然。莫茂洽。乃其故王姓名。蓋訝其知之也。

問。黎王得國。是討亂逆耶。抑出推戴耶。

答曰。黎王是代陳氏不祀。國人共推戴。

問。大人在莫氏朝仕為何官。

答曰。愚老是黎氏遺臣。未嘗仕莫。

問。貴國冬暖如春。無氷無雪云。信否。

答曰。南天春多冬少。

問。貴國有再熟之稻。八蠶之絲。信否。

答曰。歲有再熟之稻麥。有八蠶之絲麻。

問。貴國地方幾許。

答曰。地方五千餘里。

問。貴國距雲南幾里。

答曰。隔山千重。接壤一界。

問。距琉球日本幾里。

答曰。隔海道。遠不通。

問。馬伏波銅柱。豎在何地。

答曰。古傳在於梅嶺。今無矣。

　其使臣問我國制度如何。答以官制倣天朝。置三公六部臺省。自餘法度。悉遵用華制。

　使臣曰。貴大國舊稱文獻之國。賤國非敢望也。朝會時。我國使臣為首立於前行。安南使臣次於後行。相接之際。每致恭遜之意。

『芝峰集』

『安南國使臣唱和問答錄』

안남국 사신 창화문답록 문답

이수광

問: 옛날 월상씨越裳氏의 교지交趾가 귀국貴國의 강역疆域입니까?

答: 그렇습니다.

問: 대인大人은 무슨 벼슬을 하고 계십니까?

答: 저는 천국賤國에서 시랑侍郎의 직職에 있습니다.

問: 귀국의 관제官制와 풍속風俗은 어떠합니까?

答: 공자와 맹자, 시경과 서경 및 예악禮樂의 가르침을 배우고, 당송시대 진사進士들의 과거문科擧文을 익힙니다.

問: 사람을 등용할 때 시부詩賦를 가지고 합니까, 책론策論을 가지고 합니까? 또 무학武學도 있습니까?

答: 과거에서 사람을 등용하는 방법에는 향시과鄕試科와 회시會試科가 있습니다. 향시과鄕試科에서는 처음에 오경五經과 사서四書를 각각 한 번씩 시험하고 두 번째로 조제詔制와 표문表文을 각각 한 번씩 시험보며, 세 번째 시험에서는 시부詩賦를 각각 한 번씩 봅니다. 그리고 네 번째 시험에서는 책문策文과 고금古今의 치도治道에 대한 문제를 하나씩 제출합니다. 회시과會試科도 1,2,3,4번째 과장은 향시와 같고 다섯 번째 과장에서 정시廷試의 대책策對을 시험합니다. 무과武科는 진전陣前을 위로 삼고, 기마騎馬와 기상騎象 그리고 기사騎射의 재주를 시험하는데 5년에 1번 선발합니다.

問: 예전에 귀국 왕의 성이 막씨莫氏라 들었는데, 이제 려씨黎氏가 창업주創業主가 되었습니까? 무슨 변란變亂이나 혁명革命이 있었습니까?

答: 예전에 천국賤國은 려왕黎王의 관봉管封이었는데 후에 막씨莫氏가 찬참簒僭하였다가 이제 려씨黎氏가 옛 왕업을 회복하여 다시 책봉을 청하는 것입니다.

問: 려왕黎王께서 나라를 잃은 지 몇 년 만에 옛 왕업을 회복한 것입니까?

答: 50여 년쯤 됩니다.

問: 귀국에 도통사都統使가 있다하는데 이는 무슨 관직입니까?

答: 천국賤國은 건국 이래로 도통사사都統使司라는 벼슬이 없었습니다. 단지 막씨가 참역僭逆을 한 것에 대해 천조天朝에서 용서하여 죽이지 않으시고 임시로 도통사사都統使司를 두어 종2품직으로 반신叛臣을 대우하신 것뿐입니다. 지금 다시 왕으로 회복하여 책봉해 주시기를 청하고 있으니 조정에서 의논하여 정할 것입니다.

問: 막씨가 막무흡莫茂洽입니까?

사신은 이 말에 놀라 한참을 쳐다보다가 답하였다.

答: 그렇습니다.

(막무흡奠茂洽은 바로 자기들의 옛왕의 성명인데, 아마 그것을 아는 것을 의아해한 듯하다.)

問: 려왕黎王이 나라를 얻은 것은 난역亂逆을 토벌한 것입니까 아니면 추대推戴를 받아 나온 것입니까?

答: 려왕黎王은 진씨陳氏가 제사를 지내지 못하자 그를 대신한 것으로 국인國人이 모두 추대하였습니다.408)

問: 대인은 막씨의 조정에서 무슨 벼슬을 하였습니까?

答: 저는 려씨黎氏의 유신遺臣으로 막씨의 조정에서는 벼슬하지 않았습니다.

問: 귀국은 겨울도 봄처럼 따뜻하여 얼음이 얼지 않고 눈도 내리지 않는다고 하던데 맞습니까?

答: 남쪽의 날씨는 봄이 길고 겨울이 짧습니다.

問: 귀국에는 일 년에 두 번 익는 벼와 여덟 번 치는 누에 실이 있다는데 맞습니까?

答: 일 년에 두 번 익는 벼와 보리가 있고 여덟 번 치는 누에 실이 있습니다.

問: 귀국의 땅은 얼마쯤 됩니까?

答: 땅이 5천여 리쯤 됩니다.

問: 귀국은 운남과의 거리가 몇 리나 됩니까?

答: 천 겹의 산으로 가로막혀있으나 땅은 접하여 한 경계입니다.

問: 유구琉球와 일본日本과는 얼마나 떨어져 있습니까?

答: 바닷길로 막혀 있고 멀어서 통하지 않습니다.

問: 마복파馬伏波의 동주銅柱는409) 어디에 세워져 있습니까?

答: 예로부터 전해오는 말에 매령梅嶺에 있다고 하였으나 지금은 없습니다.

그 사신은 우리나라의 제도는 어떠하냐고 물었다. 관제官制는 천조天朝와 같이 삼공三公과 육부六部와 대성臺省을 두었으며 그밖의 법도法度도 모두 중화의 제도를 따라 사용한다고 대답하였다.

사신은 "귀 대국은 예전에 문헌지국文獻之國이라 일컬어졌으니 천국賤

國이 감히 바라볼 바가 아닙니다.”라고 하였다. 조회朝會 때에는 우리나라 사신이 선두가 되어 앞서 가고, 안남사신은 그 뒤를 따랐다. 서로 만날 때마다 공손한 뜻을 지극히 하였다.

Vấn đáp

Lý Túy Quang

Hỏi: Đất Việt Thường Giao Chỉ xưa có phải là cương vực của quý quốc chăng?

Đáp rằng: Đúng vậy.

Hỏi: Đại nhân làm chức quan gì?

Đáp rằng: Ngu lão ở nước nhỏ này thẹn giữ chức Thị lang thôi.

Hỏi: Quan chế phong tục của quý quốc như thế nào?.

Đáp rằng: (Chúng tôi) học tập thì theo giáo hóa Thi Thư Lễ Nhạc của các thánh Khổng Mạnh. Văn chương thì tập lối khoa cử tuyển sĩ của các thời Đường Tống.

Hỏi: Phép tuyển người có dùng thi phú không, có dùng sách luận không! Có tuyển võ cử không?

Đáp rằng: Phép khoa cử để tuyển người thì có khoa Hương thí, khoa Hội thí. Khoa Hương thí đệ nhất trường thi Ngũ kinh Tứ thư mỗi thứ một đạo. Trường Đệ nhị thi Chiếu chế Biểu văn, mỗi thứ một đạo. Trường Đệ tam, làm Thi phú mỗi thứ một đạo. Trường Đệ tứ thi Sách văn, một đề về trị đạo cổ kim. Khoa Hội thí thì cũng có các trường đệ nhất đệ nhị đệ tam đệ tứ trường giống như thi Hương thí. Có Đệ ngũ trường là Đình thí làm bài Sách đối. Thi Võ khoa thì lấy xem việc lâm trận tiền làm trọng. Có các môn cưỡi ngựa, cưỡi voi. Môn thi cưỡi ngựa bắn tên, cứ năm năm một lần.

Hỏi: Xưa nghe nói quý quốc vua là họ Mạc. Nay họ Lê có phải là chúa mới sáng nghiệp không?. Hay có sự biến loạn chi mà đổi thay cả mệnh lớn vậy?

Đáp rằng: Trước nay nước nhỏ này là do vua Lê cai quản. Sau bị họ Mạc soán ngôi tiếm nước. Nay họ Lê khôi phục nghiệp cũ. Lại sang thịnh phong.

Hỏi: Vua Lê mất nước bao lâu mới lấy lại được nước?

Đáp rằng: Trải hơn năm mươi năm.

Hỏi: Quý quốc có chức Đô Thống sứ, là chức quan gì?

Đáp rằng: Nước nhỏ này tự xưa đến nay, chưa từng có chức Đô Thống sứ, chỉ vì họ Mạc tiếm nghịch, nên Thiên triều xét tội không giữ đạo thần tử, tạm đặt chức Đô Thống sứ, trật tòng nhị phẩm, để đãi bọn bề tôi phản nghịch. Như nay muốn khôi phục phong vương. Đình thần còn đương nghị định ân thưởng.

Hỏi: Họ Mạc có phải là Mạc Mậu Hợp chăng?

Sứ thần kinh lạ hồi lâu mới đáp rằng: Vâng. Mạc Mậu Hợp vốn là tên họ của cố Lê. Đại khái là ngạc nhiên đối với sự hiểu biết của ta vậy.

Hỏi: Vua Lê được nước vì dẹp giặc cỏ loạn nghịch ư! Hay do người người suy tôn vậy.

Đáp rằng: Vua Lê ta là thay thế họ Trần không có người kế nối. Do người trong nước cùng suy tôn đội đức vậy.

Hỏi: Vậy Đại nhân dưới thời triều họ Mạc làm chức quan gì?

Đáp rằng: Ngu lão vốn là di thần nhà Lê. Chưa từng làm quan với họ Mạc.

Hỏi: Ở quý quốc mùa đông ấm như mùa xuân, không có băng không có tuyết phải chăng?

Đáp rằng: Nước Nam chúng tôi tiết xuân nhiều tiết đông ngắn.

Hỏi: Ở quý quốc có lúa chín hai vụ, có tơ tằm nuôi tám lứa. Có thật không?

Đáp rằng: Năm có lúa chín hai vụ, có tơ tằm tám lứa vậy.

Hỏi: Thế quý quốc đất vuông chừng bao nhiêu dặm?

Đáp rằng: Nước tôi đất vuông hơn năm nghìn dặm.

Hỏi: Vậy quý quốc cách đất vùng Vân Nam mấy dặm ?

Đáp rằng: Cách núi non nghìn trùng, mà tiếp giáp chỉ một phía thôi.

Hỏi: Vậy thì cách các nước Lưu Cầu, Nhật Bản bao nhiêu dặm?

Đáp rằng: Cách đường biển, xa lắm không rõ bao nhiêu.

Hỏi: Xưa Mã Phục Ba dựng cột đồng ở chỗ nào?

Đáp rằng: Xưa truyền là ở đỉnh Mai Lĩnh. Nay không còn nữa.

Sứ thần nước ấy hỏi nước ta chế độ như thế nào. (Ta) đáp là quan chế cũng phỏng theo thiên triều. Cũng đặt các ngôi Tam công Lục bộ Đài sảnh.410) Còn các pháp độ khác đều tuân theo chế độ Hoa hạ.

Sứ thần nước ấy nói: Quý quốc nước lớn từ xưa đã xưng là nước văn hiến, nước nhỏ tôi không dám sánh.

Khi triều hội, sứ nước ta đứng đầu ở hàng trên. Sứ thần An Nam đứng ở hàng sau. Những lúc giao tiếp, thường có ý rất cung kính khiêm nhường.

4. 安南國使臣唱和問答錄識

李睟光

睟光於萬曆庚寅。蒙差書狀官。賀聖節于京師。遇安南國使臣。各處
異館。禁不得通。只於朝會。一再見面而已。及幹事回朝。於聞見事件中
概錄以進。則上召臣睟光于政院。下問安南使臣衣服制度與其國風俗
如何。且或有唱和之作。並書啟。於是益恨不得與其使臣相問答酬唱。
以仰復聖問也。逮丁酉冬。以進慰使再赴京師。又與安南使臣相值。而
適冬至賀節。外國來者甚夥。館宇塡滿。幸與其使臣同處一照。留過五
十箇日。故得與相接甚熟。問答甚詳。至於酬唱則爾時國被兵禍。念不
及他。非敢操筆為詞。唯欲見其文體而止耳。竊念我國去中朝甚遠。中
朝去安南又甚遠。計其道途。則兩國相去。不啻萬里餘矣。且其朝貢不
時。累歲一至。故我國使臣罕能相遇。況得與之同處唱酬者哉。然則睟
光之得再相遇也。豈非有數於其間。而是集也亦前古所未有者也。文雖
甚陋。事或可傳。故且存之。以俟博雅君子庶有取焉爾。李睟光識。

『芝峰集』
『安南國使臣唱和問答錄』

안남국 사신 창화문답록 지

이수광

수광睟光은 만력萬曆 경인庚寅에 서장관書狀官이 되어 성절사聖節使로 북경
에 갔다가411) 안남국安南國 사신使臣을 만났으나 서로 다른 객관에 머물
게 되어 서로 만나지 못하였고 그저 조회에서만 한두 번 얼굴을 볼
뿐이었다. 일을 마치고 조정에 돌아와서 보고 들은 일들을 대략 기록
하여 올렸더니 상上께서 신臣 수광睟光을 정원政院에 부르시고는 안남安南

사신使臣의 의복제도衣服制度와 그 나라의 풍속風俗이 어떠하냐고 하문下問
하셨다. 그리고 또 혹시 창화唱和한 작품이나 편지가 있냐고 물으셨다.
이에 그 사신과 서로 문답하고 수창酬唱하지 못하여 우러러 성문聖問에
답하지 못한 것이 더욱 한스럽게 여겨졌다.

그러다 정유년丁酉年 겨울에 진위사進慰使로 다시 북경에 가게 되었
고412) 그곳에서 또다시 안남사신을 만나게 된 것이다. 마침 동지하절冬
至賀節이라 외국에서 온 사람들이 매우 많아 관사가 꽉 차서 다행히 그
사신과 한 곳에 머물게 되었다. 15일 이상을 머물렀기에 서로 만나
친해질 수 있었다. 상세한 일까지 문답을 주고받았는데 수창酬唱은 그
때 국가가 병화兵禍를 입은 터라 생각이 그에 미치지 못하여 감히 제대
로 붓을 들어 글을 짓지 못하고 단지 그 문체를 보이고자하는 데 그쳤
을 따름이다.

적이 생각하니 우리나라에서 중국까지가 매우 멀고, 중국에서 안남
까지는 또 더욱 머니 그 길을 따져보면 두 나라 사이의 거리가 만여
리에 그칠 뿐이 아닐 것이다. 그리고 그들이 조공朝貢을 드리는 것이
일정하지 않아 몇 년에 한 번 오기에 우리나라 사신들이 그들을 만날
기회가 드문 것이다. 그러니 하물며 그들과 더불어 한 곳에 거처하며
수창을 하는 것은 더 말할 필요가 있겠는가. 그렇다면 수광이 그들을
두 번이나 만난 것은 어쩌면 그 사이의 특별한 운수가 아니겠는가.
게다가 이러한 모음은 예전에 없던 바이니 문장이 매우 비루하지만
일이 혹 전할 만할 듯하니 기록으로 남겨두고 박아군자博雅君子를 기다
려 그 취함을 바라고자 한다. 이수광이 쓰다.

Bài chí

Lý Túy Quang

Tuý Quang tôi vào đợt năm Canh Dần niên hiệu Vạn Lịch (1590),413)
vâng sai chức Thư trạng quan sang mừng thánh tiết ở kinh sư, được gặp

sứ thần nước An Nam. Các sứ thần đều ở dịch quán khác nhau, lại có lệ cấm không được qua lại. Chỉ khi triều hội mới được gặp mặt một hai lần mà thôi. Đến khi việc sứ xong xuôi được hồi triều có ghi chép sơ lược những chuyện tai nghe mắt thấy để dâng lên. Hoàng thượng liền triệu thần Tuý Quang đến chính viện để hạ vấn về sứ thần nước An Nam, y phục, chế độ và phong tục nước ấy ra sao. Vả hoặc có thơ văn xướng họa gì đều bảo viết trình lên. Ta càng tiếc không được giao tiếp với sứ thần nước ấy, để cùng vấn đáp thù xướng, mà cúi dâng để thỏa lòng thánh thượng hỏi đến. Mãi đến mùa đông năm Đinh Dậu (1597),[414] được tiến làm Uỷ sứ[415] đến kinh sư. Lại được gặp gỡ sứ thần nước An Nam. Vừa phải tiết mừng ngày Đông chí, người ngoại quốc đến rất đông. Quán xá chật hết. May mắn được với sứ thần nước ấy cùng được chiếu cố ở một chỗ. Lưu trú lại hơn năm mươi ngày, nên được giao tiếp qua lại rất quen thuộc, thăm hỏi rất tường tận. Còn như thù đáp xướng họa thì bấy giờ trong nước đương bị binh họa,[416] không có lòng tưởng đến việc khác, không giám múa bút làm văn. Duy chỉ muốn xem văn thể nước ấy mà thôi. Trộm nghĩ, nước ta cách Trung triều xa lắm, mà Trung triều còn cách An Nam lại càng xa nhiều lắm. Kể đường xá thì hai nước cách xa nhau không chỉ hơn nghìn dặm thôi đâu. Mà sự triều cống không định thời, mấy năm mới đi một lần. Thế nên sứ thần nước ta cũng ít khi được gặp gỡ, huống chi là được cùng ở một nơi mà xướng họa thù đáp với nhau. Như thế thì sự tái ngộ của Tuý Quang với (sứ thần nước ấy), há chẳng phải là có số định trong khoảng ấy mà tập sách này cũng là thứ từ xưa chưa từng có vậy. Văn chương tuy thô lậu, sự việc cũng đáng truyền. Lại cũng mong giữ gìn để đợi người quân tử bác nhã lựa chọn cho là may mắn vậy.

Lý Tuý Quang viết chí.

5. 安南國使臣唱和問答錄題

李恒福

　幼從申公所得見權參判叔強朝京詩帖。與安南使臣武佐酬唱者居多。
而且附本國閨秀送武佐之作數十篇如淳于鸚鸚, 褚玉蘭, 徐媼之詩。皆
清健豪爽。能弁髦宮掖艶冶之習。蓋亦駸駸乎古烈士擊筑之遺音歟。申
次詔以為二徵則之餘烈。信哉。今芝峯之詩。固冠冕佩玉。馮老所和。
亦非魯魚之混。而往往起人者多矣。雪屋晴窗。燒香朗詠。足為一快。
　甲辰冬。鼇城李相國題。

『芝峰集』
『安南國使臣唱和問答錄』

안남국 사신 창화문답록 제

이항복

　어려서 신공申公의 처소에서 참판參判 권숙강權叔强의 『조경시첩朝京詩帖』
을 보았는데 안남사신 무좌武佐와 수창酬唱한 것이 많았다. 또 부록에는
본국의 규수들이 무좌武佐를 전송하는 작품 수십 편이 있었는데, 순우
앵앵淳于鸚鸚, 저옥란褚玉蘭, 서온徐媼의 시와 같은 것들은 모두 청건淸健하고
호상豪爽하여 능히 궁액宮掖의 염야艶冶한 습속을 경시할 만하였다. 이는
또한 옛날의 열사烈士가 격축擊筑417)하던 유음遺音에 치달린 것이다. 신차
소申次詔418)가 두 징씨徵氏의 여열餘烈이라 하였으니 그 말이 믿을 만하다.
　지금 지봉芝峯 이수광의 시는 참으로 관면패옥冠冕佩玉과 같고 풍극관
이 화답한 것도 노어魯魚를 혼돈할 정도는 아니고 왕왕往往 사람을 하는
것도 많아 눈 쌓인 집 맑게 갠 창 아래서 향을 피우고 소리 내어 읊조
리니 족히 한 가지 상쾌한 일이 될 만하다.
　갑진년甲辰年 겨울에 오성鼇城 이상국李相國이 쓰다.

Bài đề

Lý Hằng Phúc

(Tôi) lúc nhỏ được theo Thân công, được thấy thi thiếp của Quyền Tham phán Thúc Cường triều kinh[419] và nhiều phần thù xướng với Vũ Tá sứ thần nước An Nam. Lại phụ thêm các bài Khuê Tú của bản quốc tặng Vũ Tá mấy chục bài. Như thơ của Thuần Vu, Anh Anh, Chử Ngọc Lan, Từ Ôn; đều là những bài tươi khỏe hào sảng. Có thể đào luyện khéo đẹp mà làm tập trang sức trong cung điện. Khí thế như có dư âm xăm xăm, vùn vụt cái phong thái của kẻ sĩ đánh đàn trúc thời cổ vậy. Như Thân Thứ Thiều[420] có dư cái tráng chí tiết liệt cao vời của kẻ sĩ. Thực là đáng tin thay. Nay xem thơ của Chi Phong, rực rỡ như trang sức đội mũ đeo ngọc. Lời họa của Phùng lão cũng chẳng phải hỗn độn chữ lỗ chữ ngư.[421] Mà ngâm nga thường thấy khuấy động lòng người nhiều lắm. Những lúc nhà tuyết song quang,[422] đốt hương ngâm ngợi sang sảng, đủ để thỏa cái sướng vui trong mình vậy.

Mùa đông năm Giáp Thìn (1604).[423] Ngao Thành Lý tướng quốc đề.

6. 安南國使臣唱和問答錄跋

崔岦

　余於甲午冬。奉使京師。與琉球國人相遇。其使臣年七十有餘。則以
為稀年之人。道海陸累萬里而至。將事於天子之庭。其國之遣之也。豈
特取其堅悍不衰而已哉。必其有以過於人者也。譯而與之語。問其山川
風俗之異。亹亹不能捨。獨惜其曚於文詞。志不得相通耳。今從芝峯先
生得丁酉冬北行中一錄。乃與安南使臣唱酬詩也。使臣亦年七十有餘。
是又銅柱之外跕鳶之鄉之人也。而奉其王之處以來。繳復天子之業命。
且其所為詞律。庶幾乎華人之為。以先生之大雅而不鄙夷。與之迭發而
相宣。其山川風俗之異。不憑於譯而了了如東西州然。想其目擊心喻之
間。落地兄弟之歡。視余所得。可謂尤多矣。噫。琉球雖小也。其國之人
才。足以濟其國之用。況安南非琉球比也。寧又不足於人才。而皓白望
八之人。必勤以事耶。夫七十致仕。古之制也。無乃二國裔而未遵耶。
或其人能為有無。而不可聽其去耶。第非政事之謂。而使之當跋涉之勞。
則非復優老之道也。然今以我國觀之。仕而不待年至。衰不可事事者比
比而有。在夫其人則違盡瘁之節。而足愧於二國之使臣。在夫用捨之地。
則積薪之譏歸之。而二國之使 使臣之不如也。先生負當世之重。余欲以
是講之。姑書此而歸之。

　萬曆二十九年歲辛丑之臘月三日。

　通川人崔岦。書于西京之僑寓。

안남국 사신 창화문답록 발

최립

나는 갑오년甲午年 겨울에 사신으로 북경에 가서 유구국琉球國 사람을
만났다. 그 사신은 나이가 70여 세였다. 희년稀年의 사람이 바다와 육지
길 수만리를 지나 북경에 이른 것이다. 천자의 조정을 섬기기 위해
그 나라에서 그를 보냈으니 어찌 그가 건강하여 쇠하지 않은 것만 취
해서였겠는가. 필시 남보다 뛰어난 바가 있는 것이다. 통역을 통해 그
와 더불어 이야기를 하며, 그 나라의 산천과 풍속의 차이를 묻는데
열심히 대답해주어 그만두게 할 수 없었다. 단지 그가 문사文詞에 어두
워 뜻이 서로 통하지 못함을 애석하게 여길 뿐이었다.

지금 지봉芝峯 선생에게서 정유년 겨울 북행 중의 기록을 얻어 보았
는데 바로 안남사신과 수창한 시였다. 사신 또한 나이가 70이 넘었고
동주銅柱 밖의 솔개 떨어지게 하는 땅의424) 사람으로 그 왕의 처분을
받들어 와 천자의 업명業命을 다시 회복시켰다. 또 그가 지은 사율詞律은
중화인이 지은 것에 가까워, 선생의 크게 전아하고 격조 높은 시문과
더불어 번갈아 격발하며 서로 잘 어울렸다. 그 나라의 산천과 풍속의
다른 점은 통역을 의지하지 않고도 매우 명료히 알 수 있는 것이 마치
동쪽 고을 서쪽 고을인 것만 같았다. 눈빛만 스쳐도 마음이 통할 정도
로 다른 곳에 태어나고도 형제 같은 사이가 된 기쁨을425) 생각게 하나
니, 내가 얻었던 바에 비하여 더욱 더 많다고 하겠다.

아, 유구琉球가 비록 작다 하나 그 인재가 족히 그 나라를 제도하는
데 쓰일 만한데 하물며 유구에 비할 바 아닌 안남이야 말할 것이 있겠
는가. 그러니 어찌 또 인재가 부족하여 호호백발의 팔순을 바라보는
노인을 굳이 힘들게 부렸겠는가. 무릇 70에 치사致仕하는 것은 옛날의
제도인데, 두 나라의 후예는 왜 이를 따르지 않았는가? 혹 그의 뛰어난
능력 때문에 벼슬을 그만두게 할 수 없었던 것이 아니겠는가? 그러나
다만 정사政事만이 아니라 사신으로 보내어 산 넘고 물 건너는 노고를

감당케 한 것은 우로優老의 도가 아니라 하겠다.

그러나 지금 우리나라를 살펴보면 벼슬하고 치사할 나이가 이르기도 전에 쇠하여 일에 종사할 수 없는 자들이 즐비하다. 그 사람의 입장에서는 기력이 다할 때까지 성심으로 노력하겠다는 절의를426) 어긴 것이니 두 나라의 사신에게 족히 부끄러울 만하고, 사람을 쓰는 조정에는 적신積薪427) 기롱이 돌아가게 하는 짓이니 두 나라에서 그들을 사신으로 보냄만도 못한 것이다. 선생은 당세에 중책을 맡을 분이기에 내가 이런 도리를 밝히고자 하여 짐짓 글로 적어 돌려보내는 바다.

만력萬曆 29년年 신축세辛丑歲 납월臘月 3일日에

통천通川 사람 최립崔岦이 서경西京의 교우僑寓에서 쓰다.

Bài bạt

Thôi Lập

Mùa đông năm Giáp Ngọ (1594),428) ta phụng sứ đến kinh sư, cùng gặp gỡ với sứ nước Lưu Cầu. Sứ thần nước ấy tuổi hơn bảy mươi, cũng là người xưa nay hiếm. Vượt đường biển hơn muôn dặm mà đến phụng chầu nơi triều đình thiên tử. Do việc nước sai khiến mà đến há chỉ phải chọn lựa vì người kiên gan dũng mạnh mà thế đâu. Tất là phải có cái tài vượt hơn người vậy. Qua phiên dịch mà nói chuyện, hỏi thăm những sự khác lạ về núi sông phong tục, cứ thấy quyến luyến không dời, chỉ tiếc là văn từ người ta mông lung mờ mịt, nên cũng không tương thông lắm. Nay theo Chi Phong tiên sinh được thấy tập chép trong đợt đi sứ Bắc năm Đinh Dậu (1597),429) là những thơ với sứ nước An Nam thù xướng. Sứ thần nước ấy cũng tuổi hơn bảy mươi. Lại là người vùng ngoài nơi đồng trụ, quê chốn diều rơi,430) cũng phụng mệnh vua mà đến, nộp thuế cống theo chính lệnh thiên tử. Còn thơ văn từ luật cơ hồ không khác gì người Hoa Hạ. Với cái phong thái đại nhã của tiên sinh431) còn không dám chê người là quê kệch. Lại còn nhiều lần gợi mở chỉ bảo cho nhau. Sự xa cách khác biệt núi sông phong tục còn không phải nhờ phiên dịch mà hiểu nhau như châu bên Đông với châu bên Tây mà thôi. Tưởng như trong khoảng chính mắt trông mà tâm dụ hiểu vậy. Vui vẻ như tình nghĩa anh em gặp nhau nơi đất khách. Xem đấy thấy cái ta sở đắc được khá lắm vậy. Ôi! Nước Lưu Cầu tuy nhỏ bé thế, mà nước còn có người tài năng đủ để cho nước họ dùng. Huống chi nước An Nam không thể lấy Lưu Cầu mà so sánh sao. Lại thà đến nỗi không đủ người tài mà để người đầu bạc gần tám chục phải lao nhọc công việc sao! Ôi, người ta bảy mươi thì được trí sĩ. Chế độ có từ xưa rồi. Không nhẽ hậu duệ hai nước ấy không tuân chế độ xưa sao! Hay là người như thế không còn nữa nên không nghe mà bỏ sửa sao! Hay là không biết việc chính sự mà sai khiến đi những việc gian lao! Thế không phải là cái đạo trọng người vậy. Nhưng nay, lấy nước ta mà xem, kẻ làm quan chẳng đến tuổi mà đã trí sĩ, suy nhược không đương nổi việc nhan nhản có đầy. Đấy, ôi cũng là trái với khí tiết tận tụy của con người, mà đáng xấu hổ với sứ thần hai nước ấy. Còn ôi, tính theo phép dùng phép bỏ[432] thì cũng như chê thói chứa củi[433] mà quy cho. Việc sử dụng sứ thần của hai nước ấy thì không như thế. Tiên sinh là bậc trọng vọng ở đương thời, tôi cũng muốn nói như thế nên tạm viết như thế để tổng quy cho.

Ngày mùng 3 tháng chạp niên hiệu Vạn Lịch thứ 29 (1601).

Người Thông Xuyên là Thôi Lập soạn tại nơi kiều ngụ ở Tây kinh.

7. 安南國使臣唱和問答錄跋

車天輅

春秋之世。列國大夫交相聘也。賦詩以觀志。而或聘于天子之庭。得相際也。其定言足志。亦皆有可觀。左氏既載之。今考其傳。皆歷歷矣。芝峯先生之再聘天朝也。有與安南國使臣酬唱者若干篇。問答者若干言。彙為一卷。際不侫屬以跋。不侫遂取而卒業。不惟先生詩文足以刮異國之人之目。安南人之作。亦足以起予。更唱迭和。金舂而玉應。於此足見兩國使臣之交際。辭令文章。略相上下。而有以合夫賦詩而觀志也。又其言語雖以譯傳。而其所以傳忞忞者。為有捄而通之也。且其山川風土習尚。據此足反其隅。則先生此集。可以補王會之闕。而備子雲執槧而書之也。先生夙以文雅鳴於世。其塵垢粃糠。將以陶鑄沈謝。今其膺簡掄之命。執玉帛于金臺。乃與異國人摛藻者。又出於使事之餘。則其不負誦詩專對之學。又可見矣。我朝二百年。文墨之士朝聘上國者冠蓋相望。未嘗聞有與異國人酬唱者。獨先生得與安南國人有所白戰。有所激昂。乃使異國之人。得知我國文獻之盛。而奉使之臣。不下於古之人也。則先生此行。不但不辱君命。又使我國重於九鼎大呂也。且夫安南之臣年已踰七十矣。其筋力耳目。未覺少衰。其所為詩律。頗有得於作者。是亦外國之華也。豈其使之也以才而不以年乎。燭之武之使晉也。由余之使秦也。皆以七十之年。安南之國。其亦學鄭人戎人者非耶。繫我先生年甚富文甚高。才德又甚優。雖使上國之人當之。不多讓。況於日南老也何有。夫子所謂士者。吾固知世無出先生右者也。噫。我國去皇都五千里。安南去皇都又萬三千里。不翅風馬牛之不相及也。而兩國使臣相遇於帝京。又相處於一館。又相與之款款。又相與文字從事。此若有數存於其間。而亦非偶然者。天將以先生盛名。繫於朱雀影銅柱標耶。不侫目擊此篇。其亦幸矣。又以狗尾續貂後。茲非幸也歟。

萬曆癸卯十月之望。

延城車天輅。書于終南山下。

『芝峰集』

『安南國使臣唱和問答錄』

안남국 사신 창화문답록 발

차천로

  춘추春秋 시대에는 열국列國의 대부大夫들이 번갈아 가며 서로 빙문聘問
하며 시를 지어 뜻을 나타내었다. 혹 천자의 조정을 빙문하며 서로
교제할 때는 그 말로 충분히 뜻을 나타낼 수 있었는데 또한 모두 볼
만한 바가 있었다. 좌씨左氏가 이미 그것을 이미 기록하였으니, 지금
『춘추좌씨전』을 살펴보면 그 모두를 역력히 알 수 있다.

  지봉선생芝峯先生은 천조天朝에 두 차례 빙문을 갔는데, 그곳에서 안남
국安南國 사신使臣과 수창酬唱하고 문답問答한 기록이 약간 있어 그것을 모
아 한 권의 책으로 묶었다. 그리고 그것을 나에게 보이며 발문을 부탁
하였다. 나는 마침내 그것을 받고 발문을 썼다. 선생의 시문詩文이 이국
異國 사람이 눈을 비벼가며 볼 만큼 훌륭했을 뿐만 아니라 안남 사람의
작품도 족히 나를 감발하게 할 만하였다. 서로 주고받으며 창화唱和하
는 것이 마치 금을 쪼으면 옥으로 응하는 듯 훌륭하였다. 이에서 두
나라 사신이 교제함에 그 말과 문장이 약간의 상하 차이는 있으나 저
시를 지어 뜻을 드러내는 것에 부합함을 알 수 있다.

  또한 그 문답의 말들이 비록 통역을 통해 이루어진 것이지만, 전해
오던 바 희미한 것들을 펴서 통하게 하는 바가 있다. 그리고 그 나라의
산천 풍토와 생활풍속도 이에 의거하여 족히 그 한 모퉁이를 돌이켜
볼 수 있으니, 선생의 이 책은 왕회王會의 빠진 부분을 보충할 수 있을
것이며 양자운揚子雲이 서판書板을 가지고 다니며 기록에 대비하듯 함이
있을 것이다.[434)]

  선생은 일찍이 문장으로 세상에 이름이 알려졌지만 그 찌꺼기며 때

나 겨 같은 것들까지 심약과 사영운을435) 연마함으로써 새로 빚어내
신 바, 지금은 간론簡掄의 명命을 가슴에 품고 금대金臺에서 옥백玉帛을
잡고 계시다. 이국인異國人과 시문을 구사한 것은 또한 사행의 일을 하
던 차에 나온 것이니, '시를 읊으며 전대專對하는 사신의 역할[誦詩專對之
學]'436)을 저버리지 않았다는 것을 알 수 있다.

  우리나라 2백 년 동안 문묵文墨을 닦은 선비로 상국上國에 조회하러
간 이들이 끊이지 않았으나, 그들 중에 이국인과 수창한 사람이 있다
는 말을 들어본 적이 없다. 그런데 유독 선생만 안남국 사람과 문장을
겨루고 격앙激昻하여, 마침내 이국의 사람으로 하여금 우리나라가 문헌
文獻이 성대한 나라임과 사명使命을 받드는 신하가 고인古人보다 못하지
않음을 알게 하였으니 선생의 이번 사행은 군명君命을 욕되게 하지 않
았을 뿐 아니라 우리나라로 하여금 구정대려九鼎大呂437)에 비기는 중망
重望을 얻게 한 것이다.

  그리고 저 안남의 사신은 나이가 이미 70이 넘었는데도 근력과 이목
耳目이 조금도 쇠하지 않았으며 그가 지은 시율詩律은 그 작품에서 깨닫
는 바가 자못 있으니 이 또한 외국의 빛나는 문화라 할 것이다. 그가
사신이 된 것이 재주 때문이지 나이 때문은 아닌 것이다. 촉지무燭之武
가 진晉에 사신을 가고, 유여由余가 진秦에 사신으로 간 것이 모두 70세
때였다. 안남국이 또한 정인鄭人과 융인戎人을438) 배운 것이 아니겠는가.

  아, 우리 선생은 연륜도 풍부하고 문장도 고매하며 재덕 또한 매우
훌륭하다. 비록 상국上國 사람과 대적하여도 많이 양보하지 않을 것이
다. 그러니 하물며 남쪽의 노인네야 더욱 말할 바가 있겠는가. 부자夫子
가 말한 사士로서 내가 알기에 이 세상에 선생보다 나은 이는 없다.

  아, 우리나라는 황도皇都로부터 5천 리 거리에 있고, 안남은 황도에서
또 다시 1만 3천 리 떨어져 있다. 이는 도저히 미칠 수 없는 아득한
거리인데439) 두 나라 사신이 북경에서 만나 한 객관에 거처하며 서로
애틋하게 사귀고 글을 주고받았으니 이는 운명 같은 것이 있어서이지
우연은 아닌 것이다. 하늘이 장차 선생의 성한 이름을 주작朱雀의 그림
자와440) 동주표銅柱의 꼭대기에 매어두려는 것인가. 내가 이 책을 직접

본 것 또한 행운이라 하겠다. 그리고 개 꼬리를 담비 털에 이어 붙이듯
발문을 쓰게 됨도 행운이 아니겠는가.

만력萬曆 계묘癸卯 10월 보름
연성延城 차천로車天輅가 종남산終南山 아래서 쓰다.

Bài bạt

Xa Thiên Lộ

Thời Xuân Thu, đại phu các nước giao hiếu dâng lễ sính tặng đáp nhau
làm thơ để xem ý chí. Có khi dâng lên sân đình thiên tử, để được giao
tiếp tương tế với nhau. Sự đặt lời đủ để tỏ chí, cũng đều là cái đáng xem
cả. Tả thị đã ghi chép rồi, nay khảo trong truyện ấy đều thấy rất rõ.[441]
Chi Phong tiên sinh đi sứ thiên triều lần hai. Có một số thơ văn cùng với
sứ thần nước An Nam thù xướng một số bài, hỏi đáp một số câu. Biên
thành một quyển. Có đưa cho kẻ bất tài kém cỏi tôi xem, dặn làm bài
Bạt. Kẻ bất tài tôi nhận lấy mà làm cho xong. Không chỉ là văn chương
của tiên sinh đủ để sáng mắt người nước khác mà trước tác của người An
Nam cũng thừa để dấy khởi lòng ta. Thứ tự xướng họa, như đập tiếng vàng
lại đáp thanh ngọc. Thế là đủ thấy sự giao tiếp của sứ thần hai nước, văn
chương từ lệnh, sơ lược trên dưới mà cũng hợp với câu "làm thơ mà xem
ý chí" vậy. Lại ngôn ngữ ấy tuy có phiên dịch truyền đạt, mà sự truyền
đạt cũng chưa được rõ, phải có viết có phát lộ tấm lòng thì mới thông
đạt được nhau. Lại thêm núi sông phong thổ tập quán, cứ theo cách ấy
cũng đủ tỏ được cái phần nào của họ. Vậy thì tập sách này của tiên sinh
có thể điểm tô sự thiếu khuyết của cảnh vương đô thịnh hội mà đầy đủ
lời chép trên bàn của Tử Vân.[442] Tiên sinh sớm đã văn nhã nổi danh ở
đời. Nên dù chỉ là bụi đất cám bã thôi mà cũng rèn đúc nên tài danh Thẩm
Tạ đấy.[443] Nay người vâng thừa mệnh sai, cầm ngọc lụa đến triều kiến

nơi kim đài.[444]) Lại cùng người nước khác vẽ vời văn hoa. Đấy là việc ngoài sự đi sứ mà cũng không phụ cái học ứng đối chuyên làm thơ từ, có thể thấy được. Bản triều ta hai trăm năm, kẻ sĩ văn chương hàn mặc sang chầu thượng quốc, mũ lọng ngóng trông chưa từng nghe thấy có thơ văn thù đáp với người nước khác. Duy có tiên sinh được với người nước An Nam đấu tay bo,[445]) lại có phần phấn chấn ngang ngửa. Khiến cho người nước khác biết nước ta văn hiến hưng thịnh mà bề tôi vâng mệnh sứ cũng không thua kém gì cổ nhân vậy. Thế thì việc làm này của tiên sinh, không chỉ không nhục mệnh vua tròn việc nước mà còn khiến vị thế nước ta được đề trọng hơn chín đỉnh của Hạ Vũ, hơn chuông Đại Lã của nhà Chu.[446]) Và lại, sứ thần An Nam tuổi đã quá bảy mươi mà gân sức tai mắt không thấy suy giảm chút nào. Thơ làm lời luật lại khá hơn cả người, cũng xứng đáng tinh hoa của ngoại quốc. Đâu phải việc sứ chỉ vì tài năng mà không tính tuổi tác đâu! Như Chúc Chi Vũ đi sứ nước Tấn,[447]) như Do Dư đi sứ nước Tần[448]) vậy. Họ đều tuổi bảy mươi cả. Nước An Nam cũng học tập người nước Trịnh nước Nhung, không phải sao?[449]) Ấy ! tiên sinh ta tuổi cao mà văn càng cao, tài đức lại càng sâu sắc. Dù là khiến người thượng quốc ra mà đương thì cũng chẳng nhường là mấy, huống chi là ông lão ở Nhật Nam[450]) thì có gì! Như lời của Phu tử nói về kẻ sĩ ấy vậy,[451]) ta vốn biết đời chưa sinh ra người hơn tiên sinh.[452]) Than ôi! nước ta cách Hoàng đô thiên triều năm nghìn dặm. Mà nước An Nam còn cách Hoàng đô thiên triều những một vạn ba nghìn dặm. Không chỉ trâu ngựa nuôi thả còn không đến được với nhau[453]) mà sứ thần hai nước gặp gỡ ở đế kinh, lại được ở chung một sứ quán, lại tặng đáp nhau các khoản, lại cùng chuyện văn tự đối đãi nhau. Sự như thế nếu có một hai trên đời cũng không phải là sự ngẫu nhiên vậy. Có phải trời đã cho tiên sinh cái thịnh danh như thế, để treo dưới ngôi Chu tước, nơi cột đồng đấy ư![454]) Kẻ bất tài tôi mắt đọc được thiên này cũng là một may mắn rồi. Lại còn đem đuôi con chó để nối vào đuôi con điêu,[455]) thế không phải là sự may mắn nữa hay sao!

Ngày rằm tháng mười năm Quý Mão niên hiệu Vạn Lịch (1603).[456]
Diên Thành Xa Thiên Lộ soạn dưới núi Chung Nam.

8. 安南國使臣唱和問答錄跋

鄭士信

李芝峯安南使臣唱和集一卷。觀其宮商相宜。金石諧和。鏘鳴皎潔。
閑淡溫粹。章我東之文獻。振大雅於蠻貊。猗歟盛哉。有晉州士人趙完
璧者。丁酉之變。為倭所搶去。嘗自日本。隨商倭再至安南。見其國內
人。家家傳誦芝峯詩。若捧拱璧。如仰神人。以問於完璧曰。若既是朝
鮮人。若知爾國李芝峯乎。相與嘖嘖不已。其歆艷傾慕。在在皆是。完
璧近歲得返本國鄉土。據其所見聞。有此云云。頃者友人金君允安。由
晉山入漢陽。見余道其事甚悉。嗟呼。世之文士。其孰不操觚弄墨。點
綴韻語。作為詩章。而獨芝峯一集。擅名成家。為國之光。感人之深且
遠至此。何哉。是固得處深妙。必有真宰。而不得其朕者在。蓋不可但
以詩律語句看過而已。後之覽者。尚有以知此哉。

時萬曆辛亥仲春。

鄭士信叔孚。書于漢陽之旅舍。

『芝峰集』
『安南國使臣唱和問答錄』

안남국 사신 창화문답록 발

정사신

이지봉 안남사신 창화집(李芝峯安南使臣唱和集) 1권을 보니 그 운율은
서로 알맞아 금석金石이 조화롭게 어울려 맑고 밝은 소리를 내는 듯하
고 그 말은 한담閑淡하고 온수溫粹하여 우리 동방의 문헌文獻을 드러내고
대아大雅를 만맥蠻貊에 떨쳤으니 참으로 훌륭하고 성대하다.

진주晉州의 사인士人 중에 조완벽趙完璧이라는 자가 정유년丁酉年 변란 때

왜인에게 잡혀갔다가 일본에서 왜의 상인을 따라 다시 안남에 가게 되었다. 그 나라 사람들을 보니 집집마다 지봉芝峯의 시를 전하여 외우 는데 마치 귀한 보물을 떠받들 듯, 신인神人을 우러르듯 하는 것이었다. 그들이 완벽에게, "그대가 조선인朝鮮人이라 하니 그렇다면 그대 나라의 이지봉을 아는가?"라고 물으며 서로 칭찬해 마지않았다. 그들은 선망 하며 경모하였는데, 가는 곳마다 모두 그러하였다. 완벽은 최근 본국 고향으로 돌아왔는데, 그가 보고 들은 바에 따르면 이와 같다고 한다. 지난번 우인友人 김윤안金允安이 진산晉山을 거쳐 한양漢陽에 들어와서는 나를 보고 그 일을 낱낱이 일러주었다.

아, 세상의 문사文士 중에 목판을 잡고 먹을 놀려 운자를 이어가며 시문을 짓는 일을 하지 않는 자가 누가 있겠는가만, 오직 지봉의 문집 하나만이 이름을 떨치고 일가를 이루어 나라를 빛나게 하고 사람을 깊고 크게 감동시킴이 또한 이 정도에까지 이르렀도다! 어째서인가. 이는 참으로 깊은 오묘함의 계기를 얻은 것이니, 필시 조물주의 간여 가 있겠으나 그 구체적인 조짐은 알 수가 없다.457) 그러니 이를 단지 시율詩律과 어구語句로만 보아 넘겨서는 안 될 것이다. 후에 이를 보는 사람들은 오히려 이 점을 알아야 할 것이다.

만력萬曆 신해辛亥 중춘仲春

정사신鄭士信 숙부叔孚가 한양漢陽의 여사旅舍에서 쓰다.

Bài bạt

Trịnh Sĩ Tín

Tập thơ An Nam sứ thần xướng họa một quyển của Lý Chi Phong. Xem thấy cung thương458) phối xướng hài hòa, vàng đá đan chen, vang vọng trong trẻo, nhàn nhã thanh đạm, ôn lương thuần tuý, làm rạng tỏ văn hiến vùng phương đông ta, chấn rung lời đại nhã ở cõi ngoài man mạch. Hỡi hôi! Lớn lao thay! Trước có người kẻ sĩ đất Tấn Châu là Triệu Hoàn Bích, trong chiến loạn năm Đinh Dậu (1597)[459] bị giặc Oa[460] bắt đi, từng bị thuyền buôn người Oa đưa đến An Nam. Thấy người trong nước ấy, nhà nhà truyền tụng thơ của ngài Chi Phong. Trân trọng nâng niu như ngọc quý. Kính ngưỡng như thần nhân vậy. Có người hỏi thăm Hoàn Bích rằng: "Như ông đã là người Triều Tiên. Có biết ngài Lý Chi Phong nước ông không?". Lại thêm không ngớt tấm tắc. Họ hâm mộ ông, đâu đâu cũng vậy. Hoàn Bích năm gần đây được trở về bản quốc quê hương. Cứ đem những điều nghe biết như thế ra thuật lại y y. Gần đây có người bằng hữu là Kim quân Doãn An, từ Tấn Sơn đến Hán Dương. Thấy tôi, thì thuật truyện lại rất kỹ. Than ôi! Bậc văn sĩ ở trên đời. Ai là không chơi bút đùa mực[461], điểm xuyết câu niêm tiếng vần, làm thơ soạn văn. Vậy mà chỉ có mình ngài Chi Phong, một tập thơ mà tên nổi thành một tác gia. Làm sáng ngời cho nước, cảm động lòng người sâu lại xa đến thế. Là sao vậy! Là vì sở đắc có cái chỗ thâm diệu, tất phải do có đấng chân tể mà không phải vì cái dấu vết còn đấy đâu. Không thể chỉ lấy luật thơ, lời văn mà xem qua quýt thôi được. Người chiêm lãm đời sau cũng còn biết điều ấy chăng.

Thời giữa xuân năm Tân Hợi niên hiệu Vạn Lịch (1611).[462]

Trịnh Sĩ Tín Thúc Phu soạn tại lữ xá ở Hán Dương.

9. 安南國使臣唱和問答錄跋

李晬

秀才趙完璧。晉陽人也。丁酉之亂。沒倭中。嘗隨商倭往安南國。古越
裳氏界也。所經海水有五色之異。奇詭之物。朝暮見伏無常。不可殫紀。
一日遙望數十步之外。白沫洒空。蒼鱗閃閃。漸見蜿蜒而前。若欲跨行
舟而傴息者。蓋龍自海中欲奮迅騰空。而未易致力故也。一行愕眙。煨
活鷄數十投之。乃避去。大洋茫茫。莫可端倪。有華人之解事者在行中。
鈎出水底土。視色而辨方焉。越重溟冒層濤。如附桔槹而下上。水行五
十日。方到彼岸。國俗被髮涅齒。其性柔順。習詩書之敎。官制法度。
略倣中朝。聞生爲東國人。爭來見以詩卷。誦而告之曰。此乃你國李芝
峯作也。稱歎不已。生意芝峯是異代人。謾不致省。後數年回本國。具以
事語人。始知所謂芝峯乃今春官亞卿李公晬光所自號。而詩卽公聘上
國時遇安南使臣馮克寬於逆旅。相與唱酬者也。豈謂適然而遇咳唾餘
屑散落銅柱之表。人之寶之不啻若九苞一毛。自絳霄而墜也。噫。世之
人。嘔心肝詠月露。欲托此而名不朽者何限。而風聲過耳。湮沒不傳。
況望遠播於重譯之鄕。使人雋永之不已耶。彼之有意而所不可得者。公
無爲而得之有餘。是何以而致也。詩曰。鼓鍾于宮。聲聞于外。言有其實
則其應甚易也。以此而推。安知公前後朝天之作。不竝被天塀管絃。以
鳴吾東大雅之盛也。金君而靜聞此事於趙生。語余甚詳。異而識之。下
一轉語。以備史氏之採取。

萬曆辛亥暮春。興陽李晬識。

『芝峰集』
『安南國使臣唱和問答錄』

안남국 사신 창화문답록 발

이준

    수재秀才 조완벽趙完璧은 진양晉陽 사람이다. 정유년丁酉年 변란에 왜에게 잡혀 왜상倭商을 따라 안남국安南國에 간 적이 있다. 그곳은 예전 월상씨越裳氏가 다스리던 곳으로, 지나는 바다에는 오색五色의 신이함과 기괴한 경물奇詭이 있었다. 아침저녁으로 드러나고 숨는 것의 무상無常함은 이루 다 기록할 수 없을 정도였다.

    하루는 멀리 수십 보 밖을 바라보는데 흰 포말이 공중에 뿌려지고 용의 푸른 비늘이 번쩍하더니 차츰 앞으로 꿈틀꿈틀 나아가는 것이었다. 마치 배에 올라 타 누워 쉬려는 것 같았다. 이는 아마도 용이 바다에서 떨쳐 일어나 공중에 오르고자 하되 힘이 미치기가 쉽지 않아서였을 것이다. 일행이 놀란 채 바라보다가 구운 닭 생닭을 수십 마리 던지니 이내 피해 가버렸다.

    대양大洋이 망망茫茫하여 어디가 어딘지 알 수 없었는데 마침 배에 타고 있던 중국 사람 하나가 사리를 잘 알아 설명하기를 물 밑의 흙을 퍼서 색을 보면 방위를 알 수 있다고 하였다. 겹겹 바다를 건너고 여러 층 파도를 견뎌내는 것이 마치 두레박에 붙어 오르내리는 것 같았다.

    그렇게 50일 동안 바닷길을 지나 바야흐로 그 나라 땅에 당도하였다. 그 나라 풍속은 머리는 풀어헤치고 이는 검게 물들이는 것이다. 사람들의 성품은 유순柔順하며 시서詩書의 가르침을 익혔고, 관제官制와 법도法度는 대략 중국과 비슷하였다. 생生(조완벽)이 동국東國 사람이라는 말을 듣고는 다투어 와서 시권詩卷을 보이며 외우고는 일러주는 말이, "이것은 바로 당신네 나라의 이지봉李芝峯이 지은 것이다."라는 것이다. 그러면서 칭찬하는 말이 그치지 않았다. 생生은 지봉芝峯을 자기와는 다른 세대의 사람이라 생각하고 소홀이 여기며 자세히 살펴보지 않았다.

    몇 년 뒤에 고국에 돌아오게 된 그는 그 일을 사람들에게 빠짐없이 일러주었다. 그리고 비로소 지봉芝峯이 당금의 춘관春官 아경亞卿을 지내고 있는 이수광李晬光 공의 자호自號임과 그 시가 바로 이공이 상국上國에 사신으로 갔을 때 역려逆旅에서 안남 사신 풍극관을 만나 서로 수창한 것임을 알게 된 것이다. 이 어찌 시운이 때를 만나 그의 시가 동주銅柱의 밖까지 알려지게 된 것이 아니겠는가. 사람들이 그것을 보배로이 여기는 것이 높은 하늘에서 떨어진 아홉 색깔의 아름다운 봉황의 깃털을 대하는 것보다 더한 것이다.

아, 세상 사람들 중에 생각을 짜내며 달과 이슬을 노래하여 이것에 가탁하여 불후의 이름을 남기려는 자가 얼마나 많은가. 그러나 바람소리가 귀를 스치고 연기가 금세 사라지듯 전해지지 않는다. 하물며 거듭 통역을 하며 가야하는 먼 지방에까지 전파되어 그 이름이 영원히 기념되는 것을 바랄 수 있겠는가! 저들이 뜻을 두고도 할 수 없었던 그것을 공은 일부러 애쓰지 않고도 넉넉히 얻었으니 이는 어떻게 하여 이룰 수 있었던 것일까. 『시경』에 이르기를 "좋은 집안에서 쳤는데 소리는 밖에서 들린다鼓鍾于宮,聲聞于外"라고 하였으니, 이는 내실이 있으면 그 응함은 아주 쉽다는 것을 말함일 것이다.

이로 미루어 보건대 공의 전후 조천朝天 때의 작품이 중국 천자 대궐의 관현管絃에 입혀져서 우리나라 대아大雅의 성대함을 울릴는지 어찌 알겠는가. 김이정金而靜 군이 이 일을 조생趙生에게서 듣고 나에게 상세히 말해 주었는데, 기이하여 그것을 기록하여 하나의 전어轉語로 남겨 사씨史氏의 채취採取에 대비코자 한다.

만력萬曆 신해辛亥 모춘暮春에 흥양興陽 이준李埈이 쓰다.

Bài bạt

Lý Tuấn

Tú tài Triệu Hoàn Bích, người Tấn Dương. Năm Đinh Dậu chiến loạn (1597), phải lưu lạc trong quân Oa. Từng theo thương thuyền người Oa đi sang An Nam, xưa là cương giới nước Cổ Việt Thường. Đường biển kinh lịch qua những nơi nước biển có màu năm sắc lạ kỳ. Những giống lạ kỳ ấy trông thấy hôm sớm vô thường, không thể nào chép hết. Một hôm, trông xa xa ngoài mấy chục bộ. Thấy bọt trắng đầy trời vảy xanh lấp loáng. Dần dần nó uốn lượn vòng quanh hướng lên phía trước. Như muốn vượt thuyền mà nghỉ, chặn thuyền lại. Đấy là giống rồng từ biển muốn rướn mình bay lên không. Thuyền yên không chuyển động, gắng hết sức mà vẫn nguyên thế. Mọi người đều trông thấy rất kinh dị. Nướng liền mấy chục con gà sống ném xuống, nó liền đi mất. Đại dương lại mênh mang. Không thấy dấu vết gì nữa. Có người Hoa hiểu sự việc ở trong đám trên thuyền, dùng móc moi đất dưới nước lên xem màu sắc mới phân biệt được phương hướng. Vượt tầng sóng biển xông pha trùng khơi, dội lên dìm xuống như con quay. Thuyền đi năm mươi hôm mới đến bờ nước ấy. Tục nước ấy búi tóc nhuộm răng, tính dân thì hiền lành nhu thuận. Cũng tập học giáo hóa Thi Thư. Quan chế pháp độ cũng lược phỏng theo lối Trung triều. Người ta nghe nói Triệu Sinh là người Đông quốc thì tranh nhau đưa quyển thơ cho xem, lại ngâm đọc cho và nói: Đây là thơ ông Lý Chi Phong nước ông làm đấy. Họ khen ngợi không ngớt. Triệu Sinh ý ngờ Chi Phong là người đời khác. Lan man mà không cũng không xét. Sau vài năm được về quê hương bản quán. Lại đem chuyện kể đủ lại cho mọi người, thì mới hay người tên Chi Phong chính là tên hiệu tự đặt của Xuân quan Á khanh ngài Lý công Tuý Quang ngày nay vậy. Mà thơ ấy chính là thơ của ông khi đi sứ thượng quốc, được gặp gỡ Phùng Khắc Khoan, sứ thần nước An

Nam cùng xướng họa với nhau ở nơi đất khách đấy. Há đâu phải là tự nhiên gặp gỡ mà thừa châu nhả ngọc vụn vặt rồi lưu lạc sang vùng ngoài nơi đồng trụ.[463] Người ta coi như báu vật, cất giữ như lông con phượng rơi rụng xuống đất phương Nam vậy.[464] Ôi! người ta ở đời, phô bày tâm can, ngâm sương vịnh nguyệt. Muốn mượn đấy mà lưu danh bất hủ có hạn bao nhiêu! Nhưng mà như gió thoảng qua tai, người mất rồi cũng chẳng còn lưu truyền nữa. Huống còn mong truyền xa ra tận những nơi quê người,[465] khiến cho người ta bàn luận ý vị ngọt ngào sâu xa nữa ư! Con người ta ý mong mỏi là như thế mà không được. Còn như ngài thì được như thế có thừa. Sao mà vậy? Kinh Thi nói: "Tiếng chuông tiếng trống trong cung. Thanh âm vang cả ra ngoài".[466] Là nói có cái thực tài thì điềm ứng hiện ra rất dễ. Lấy đó mà suy. Đâu biết được các tập ông làm khi đi sứ trước sau hai lần, lại không để điểm tô tiếng sáo tiếng đàn nơi bệ ngọc, để vang tiếng Đông quốc ta[467] đại nhã lớn lao thịnh trị. Ngài Kim lặng nghe câu truyện của Triệu sinh. Kể lại cho tôi rất rõ, tôi lấy làm lạ mà viết lời chí cho tập thơ. Làm lời chuyển ngữ cho mai sau, để đầy đủ cho Sử quan lựa chọn.

Tiết cuối xuân năm Tân Hợi niên hiệu Vạn Lịch (1611).[468]

Hưng Dương Lý Tuấn viết chí.

10. 安南國使臣唱和問答錄跋

李尚毅

　今皇帝二十有六年。芝峯子回自京師。余方赴京。相遇於龍灣。敍暄
涼畢。訪中國奇談。則出示安南使臣馮老唱和詩若干篇。余得以卒業。
已卜芝峯子咳唾散落銅標之外。及抵玉河館。馮老既去。而筆跡猶在壁
上。恨不得接其辭。為異之聞也。後十餘年。得見叔平氏所記漂海人所
傳。則前所稱芝峯子咳唾散落銅標之外者。不既驗乎。昔梅直講作春雪
詩。西南夷人竊取而織布成章。流入中國。蓋愛其詩為絕寶也。蘇內翰
用為琴匣。置之几案。仍作騷壇好事。今交趾能言東國有芝峯者天下文
章。人誦其名。家有其詩。重之若驪龍之珠。威鳳之毛。至於刊刻傳播海
外諸國。賢於西南夷之一匹布遠矣。織與不織。為琴匣以否。固不論也。
歲辛亥日南至。余與芝峯子俱賀節於天朝。薄海內外。咸集闕下。而琉
球暹羅則同寓一館。其山川風俗之異。可以書相聞。而二國之价。不閑
文詞。意未得通。苟有如向所謂馮老者來。芝峯子必發前日未發之葩。
使波間人知吾東文獻之盛。余亦幸而傍觀。足暢襟以自快。惜乎。其不
來也。

　驪興李尚毅。書于北京會同南館。

　萬曆三十九年十二月大寒日也。

『芝峰集』
『安南國使臣唱和問答錄』

안남국 사신 창화문답록 발

이상의

지금 황제皇帝 26년에 지봉芝峯 선생은 북경에서 돌아오는 길이었고, 나는 막 북경으로 가던 차라 서로 용만龍灣에서 만나게 되었다. 안부를 묻고 난 후에 중국에서의 기이한 이야기를 물었더니, 안남 사신 풍극관의 창화시 약간 편을 꺼내 보여주었다. 내가 그것을 보니 지봉 선생의 시문이 동표銅標의 밖까지 전파될 것을 벌써 점칠 수 있었다. 옥하관玉河館에 도착했을 때는 풍극관이 떠난 후였다. 그러나 그 필적筆跡은 벽에 아직 남아 있었다. 하지만 안타깝게도 그 말을 직접 접하지는 못하였다. 10여 년 후에 숙평씨叔平氏가 쓴 표해인漂海人이 전한 바를 기록한 것을 얻어 보았는데, 바로 이전 지봉선생의 시가 동표銅標의 밖에 전해진 내용이니, 그때의 내 예측이 이미 징험된 것이 아니겠는가!

이전에 매직강梅直講이 지은 춘설시春雪詩를 서남西南의 이인夷人들이 몰래 가져다 그것을 비단으로 짜 훌륭하게 만들었는데 그것이 다시 중국으로 흘러 들어간 적이 있었다. 이는 그 시를 사랑하여 절세의 보배로 만든 것이다. 소내한蘇內翰은 그것을 가지고 금갑琴匣을 만들어 궤안几案에 두어서 소단騷壇의 호사好事가 되기도 하였다. 지금 교지交趾가 우리나라에 지봉芝峯이라는 사람이 있어 천하의 문장이라 말할 수 있으며 사람마다 그 이름을 외고 집마다 그 시를 가지고 있으면서 여룡驪龍의 구슬과 위봉威鳳의 털처럼 귀하게 여기고, 심지어 인쇄하여 해외의 여러 나라에 전파하기도 한다고 하니, 서남西南 오랑캐의 한 필 비단보다 더욱 훌륭하다 하겠다. 비단으로 짜는 것과 짜지 않는 것 그리고 금갑琴匣으로 만드는 여부는 진실로 따질 바가 아니다.

신해년辛亥년 동지에 내가 지봉선생과 함께 하절사賀節使로 천조天朝에 갔다. 온누리 안팎에서 온 사람들이 모두 궐 아래 모였는데, 유구琉球와 섬라暹羅가 한 객관에 머물게 되어 그 나라의 신이한 산천풍속山川風俗을 필담으로 전해들을 수 있었다. 그러나 두 나라의 사신은 문사文詞에 익숙하지 못하여 의기意氣가 완전히 통하지 못했다.

만일 지난번의 풍극관과 같은 이가 왔다면 지봉 선생은 필시 전일에 다하지 못한 바를 활짝 피우고 파도 넘실거리는 섬나라 사람들로 하여금 우리나라 문헌文獻의 성대함을 알게 했을 것이다. 나 역시 운 좋게 곁에서 바라보며 족히 흉금을 펴서 스스로 상쾌했을 텐데. 아쉽구나, 그런 이가 오지 않은 것이.

여흥驪興 이상의李尙毅가 북경北京 회동남관會同南館에서 쓰다.

만력萬曆 39년 12월 대한일大寒日이다.

Bài bạt

Lý Thượng Nghị

Năm đương kim hoàng đế thứ hai mươi sáu (1598),[469] ngài Chi Phong từ kinh sư trở về. Tôi cũng đương lên kinh, gặp nhau ở bến Long Loan, cùng hàn huyên thăm hỏi. Hỏi những chuyện lạ của Trung Quốc, thì ngài lấy cho xem tập thơ có một số bài xướng họa của Phùng lão sứ thần nước An Nam. Tôi được xem hết, đã đoán là lời châu tiếng ngọc của Chi Phong tử sẽ được lưu truyền tản lạc ở ngoài vùng Đồng trụ (đất An Nam). Tới khi đến quán Ngọc Hà thì Phùng lão đã dời khỏi mà bút tích vẫn còn trên vách. Tôi vẫn hận không được tiếp lời ngài. Cùng lấy làm một chuyện lạ. Sau hơn mười năm, lại được nghe câu chuyện của Thúc Bình thị chép về lời thuật của người lênh đênh đi biển. Thế mới hay sự tiên đoán về những lời châu tiếng ngọc của Chi Phong tử sẽ lưu truyền ra tận ngoài đất cột đồng, chẳng phải đã ứng nghiệm hay sao? Xưa Mai Trực Giảng[470] làm bài Xuân tuyết thi. Người di vùng Tây Nam trộm lấy mà dệt thành chương, lưu truyền vào Trung Quốc. Đấy là yêu cái thơ ấy mà coi làm tuyệt bảo vậy. Tô Nội hàn[471] dùng nó làm hộp cầm, bày trên kỷ án. Đã thành chuyện hay trên chốn tao đàn. Nay người Giao Chỉ khen Đông quốc ta có Chi

Phong văn chương vang thiên hạ. Người người tụng danh ngài, nhà nhà có thơ ngài. Trân trọng như là châu con ly con long. Oai như lông chim phượng. Đến như đưa san khắc để truyền bá các nước ở hải ngoại, thì còn hay hơn cái tấm vải của người Di vùng Tây Nam nhiều lắm. Bên thì dệt, bên thì không dệt. Có làm cái hộp cầm hay không, vốn không phải bàn. Năm Tân Hợi (1611) tiết Nhật nam[472] đến. Ta với Chi Phong tử cùng đi sứ mừng khánh tiết ở thiên triều. Khắp nơi hải nội cùng về chầu dưới cửa khuyết. Các sứ nước Lưu Cầu, Xiêm La thì cùng ngụ ở một sứ quán. Sự khác biệt núi sông phong tục, có thể lấy văn tự trao đổi để hiểu nhưng thông dịch của hai nước ấy không rảnh rỗi sự văn tự. Ý vị không được thông. Nếu như được người như Phùng lão trước đây mà đến. Chi Phong ta ắt sẽ phô hoa từ mà trước đây chưa từng phô, khiến cho người trong bốn biển biết được Đông quốc ta văn hiến rất thịnh vậy. Mà ta cũng được may mắn mà bàng quan chiêm ngưỡng. Đủ để khoái cái lòng mong mỏi ôm ấp trong người. Tiếc thay! Người ấy lại không đến.

Ly Hưng Lý Thượng Nghị viết tại Hội Đồng Nam quán ở Bắc Kinh.

Tiết Đại hàn tháng 12 năm Vạn Lịch thứ 39 (1604).

11. 聖謨賢範錄序

洪啟禧

　　舉天下孰不知善之當為。不善之不當為與。* 夫聖賢之必可學。而何
其不為。不善者少。不學者多也。嗟夫。不能從善。斯不善矣。善之積幾
何。而不為聖賢。不善之積幾何。而不歸於禽鳥耶。夫人物之生。** 皆禀
五行。推盪紛揉。不能無偏者。亦理也。金之偏太剛。木之偏太柔。水火
土之偏。無不各有其病。苟能隨病。刻治矯救偏處。使各得其為數之中。
則善即是也。而為聖為賢。亦在乎是。蓋氣質之病。既由禀賦之偏。不有
以辨之。則剛者一於剛。柔者一於柔。而病斯病*** 矣。剛之病柔為藥。
柔之病剛為藥。是所謂如是是病。不如是是藥。不如是是病。如是是藥。
　　藥惡可求。前言往行是已。既說之欲知之。既知之欲行之。聖賢千言萬
語。只使人將此藥。治此病而已。治得其方。使偏者不偏。則五常粲然。
五倫秩然。由斯而一心純。一身泰。一家和。一國寧。而至於天下歸仁矣。
經傳至粹醇。其所垂教者。不越乎此。諸子雖駁。未嘗無一二近道之言。
欲為善。欲學聖賢。而不求於此。何由而覺其偏之為病。何由而得其治
之藥。何由而能使其偏者不偏哉。
　　安南國桂堂黎公。遇余於中州。懷其纂聖謨賢範錄一書。觀其編目。
己知所**** 意之所在。凡經傳史子之有於身心者。採綴精華。州次部居盛
矣哉。編書故不當如是耶。余未知其氣質之偏。在五行何當。而剛則以
是書之柔治之。柔則以是書之剛治之。希聖希聖。***** 自當不外求焉。公
可謂以不如是是藥之藥。治如是是病之病。而於前言往行。真有所得力。

---

* A.846 thêm: 不善之不當為; VHv.275/1: không có。chúng tôi bổ sung theo A.846. / 『聖謨賢範錄
序』(A.846)에는 不善之不當為란 추가 부분이 있는데 (VHv.275/1)에는 없으므로 (A.846)에
의거하여 보충하였다.

** A.846: 人生物之生. / 『聖謨賢範錄序』(A.846)에는 人物之生이다.

*** A.846: 痼. / 『聖謨賢範錄序』(A.846)에는 痼이다.

**** A.846: 旨. / 『聖謨賢範錄序』(A.846)에는 旨이다.

***** A.846: 賢. / 『聖謨賢範錄序』(A.846)에는 賢이다.

不惟求自得力。凡世之觀此書者。皆可以得力。以是淑世。而公之善積矣。於是乎東海之東此心此理。南海之南此心此理。同者驗矣。

是為序。

乾隆。二十六年。二月。上浣。

朝鮮國正使。崇祿大夫。行吏曹判書。兼知經筵事。弘文館提學。世子左賓客。南陽洪啟禧謹序。

『聖謨賢范錄』

성모현범록 서

홍계희

　온 천하에 누가 모르겠는가, 선은 마땅히 해야 하는 것이고 불선은 응당 해서는 안 된다는 것을. 대저 성현들의 모범은 꼭 배워야 하거늘, 어찌 그리 배우지를 않는가. 불선한 사람이 적다고는 하나 배우지 않는 사람들이 많도다. 아아, 선을 따르지 않음, 이것이 바로 불선인 것이다. 선을 쌓은 것이 얼마나 되기에 성현이 되지 못하고 불선을 쌓은 것이 얼마이기에 금수로 돌아가지 않는가.

　무릇 인물이 태어남에 모두 오행을 품부 받았으나 서로 밀고 당기고 어지럽게 뒤섞여 치우침이 없을 수 없는 것 또한 이치이다. 금은 지나치게 강하며 목은 지나치게 유하다. 수와 화와 토도 한곳으로 치우쳐 각기 그 병통을 가지고 있다. 만약 그 병통을 따라 치우친 곳을 고쳐 바로잡아 각각 그 분수의 가운데를 얻게 할 수 있다면, 선이 바로 이것이며 성인이 되고 현인이 되는 것 또한 여기에 있는 것이다. 대개 기질의 병은 품부稟賦의 치우침으로 말미암은 것이니, 잘 분별함이 있지 않으면 강한 것은 강한 것으로 일관하고 유한 것은 유한 것으로 일관하여 그 병이 고질화되는 것이다. 강의 병에는 유가 약이 되고, 유의 병에는 강이 약이 된다. 이것이 이른바, '이와 같음이 병이 되었다면 이와 같이 하지 않음이 약이 되고, 이와 같이 하지 않음이 병이 되었다면 이와 같이 함이 약이 된다'라는 것이다.

그렇다면 약은 어떻게 구할 수 있는가. 옛사람이 남긴 말과 행동이면 된다. 그것을 좋아하고 나면 그것이 알고 싶어지고 그것을 알고 나면 그것을 행하고 싶어진다. 성현의 천언만어千言萬語는 단지 사람으로 하여금 이 약을 가지고 이 병을 다스리게 할 뿐이다. 다스림에 그 방도를 얻어 치우친 자로 하여금 치우치지 않게 하면 오상五常이 찬연하고 오륜五倫이 정연해진다. 이것으로 말미암아 일심이 순수해지고 일신은 태연해지며 일가는 조화로워지고 일국은 편안해져서 천하가 인으로 돌아옴에 이르게 될 것이다. 경전은 지극히 순수하여 그 드리운 가르침이 이것을 넘지 않고, 제자諸子가 비록 잡박하다 하나 그 중 한둘은 도에 가까운 말이 없지 않다. 선을 행하고자 하고 성현을 배우고자 해도 이것에서 구하지 않는다면 무엇을 말미암아 그 치우침이 병 됨을 깨달을 것이며, 무엇을 말미암아 그것을 다스리는 약을 얻을 것이며, 무엇을 말미암아 그 편벽된 것을 치우치지 않게 할 수 있겠는가.

안남국의 계당桂堂 려공黎公이 중주中州에서 나와 만났는데, 직접 편찬한『성모현범록聖謨賢範錄』이라는 책을 품고 있었다. 그 편목編目만 보아도 이미 그 뜻하는 바가 어디에 있는지 알 수 있었다. 모든 경전사자經傳史子 중에서 심신身心에 든 것의 정화精華를 뽑아 묶으니 그 절목과 분류가 참으로 성대하였다. 책을 편찬한다면 진실로 마땅히 이와 같아야 하지 않겠는가. 나는 그 기질의 편벽됨이 오행 중에 어디에 해당하는지는 모르지만, 강이라면 이 책의 유로서 그것을 다스리고, 유라면 이 책의 강으로서 그것을 다스리면 될 것이다. 성현이 되기를 바라면서 스스로 그 일을 자당自當하고 밖에서 구하지를 않았으니, 공은 가히 '이와 같지 않은 것이 약이 된다는 약'으로 '이와 같음으로 병이 된 병'을 치료하는 분이라 하겠다. 옛사람의 말과 행동에는 참으로 효력이 있나니, 다만 혼자서만 그 효력을 구한 것 아니고 온 세상에 이 책을 본 사람들은 모두 그 효력을 얻게 하여 이로써 세상을 맑게 하리니 공의 선이 쌓이게 될 것이다. 그리하여 동해의 동쪽에서도 이 마음 이 이치가, 남해의 남쪽에서도 이 마음 이 이치가 똑같이 징험될 것이다.

이로써 서문을 삼는다.

건륭乾隆 26년 2월 상원上浣.

조선국朝鮮國 정사正使 숭록대부崇祿大夫 이조판서吏曹判書 겸 지경연사知經
筵事 홍문관제학弘文館提學 세자좌빈객世子左賓客 남양南陽 홍계희洪啟禧가 삼가
쓴다.

Lời tựa sách Thánh mô hiền phạm lục

Hồng Khải Hy

Khắp trong thiên hạ ai mà chẳng biết thiện là đáng phải làm, bất thiện là không nên làm, với các bậc thánh bậc hiền tất có thể học, mà sao người ta không làm điều không thiện thì ít, không học theo thánh hiền thì nhiều vậy. Than ôi! Không theo cái thiện thế là bất thiện rồi. Cái Thiện phải chứa tích biết bao nhiêu mà không nên được bậc thánh hiền. Bất thiện phải chứa tích biết bao nhiêu mà không quay ra thành chim muông được. Con người sự vật sinh ra, đều bẩm thụ Ngũ hành[473] rung động, uốn nắn lẫn lộn, không thể không bị thiên lệch, đấy cũng là có lý của nó. Hành kim thì cái thiên lệch là quá cứng, hành Mộc thì cái thiên lệch là quá mềm, các hành thuỷ hỏa thổ cũng thiên lệch, không cái nào không có cái bệnh của nó cả. Nếu có thể tuỳ theo bệnh mà khắc trị uốn nắn chỗ thiên lệch, khiến cho các bệnh được vào đúng số của nó, thì cái thiện tức là nó vậy, mà học nên thánh nên hiền cũng tại ở đó vậy. Cái bệnh do khí chất tạo ra cũng từ bẩm phú làm ra thiên lệch. Không biện rõ điều ấy thì cái bẩm chất tính cương cứ nhất nhất thiên về cương, cái bẩm chất tính nhu cứ nhất nhất thiên về nhu, thì bệnh lại càng nặng bệnh. Cái bệnh tính của cương, lấy nhu làm thuốc, cái bệnh tính của nhu, lấy cương làm thuốc. Thế gọi là cái bệnh nó như thế, cái thuốc cho nó không như thế; Cái bệnh nó không như thế, cái thuốc cho nó lại như thế. Thuốc của nó làm sao mà cầu được. Chính là những câu của tiền nhân, là cái đức hạnh của người đi trước đấy thôi. Đã cầu nó phải biết nó, đã biết nó phải thi hành nó. Muôn câu nghìn lời của các bậc thánh hiền đời trước cũng chỉ là mong khiến con người ta đem cái thuốc ấy để chữa cái bệnh ấy mà thôi. Phép điều trị có phương hướng thì khiến cho cái thiên lệch không thiên lệch nữa. Thì Ngũ thường[474] được sáng rõ, Ngũ luân[475] được trật tự. Từ đó mà nhất tâm thanh thuần, nhất thân thư thái, nhất gia hòa mục, nhất quốc an ninh rồi đến cả thiên hạ đồng quy về với đức Nhân vậy. Cái tinh túy thuần khiết của câu Kinh lời Truyện,[476] để lưu giáo hóa cũng không vượt ngoài cái điều ấy. Các sách Chư tử tuy là hỗn độn cũng chưa từng không có lấy một hai câu gần với đạo lý. Muốn làm điều thiện, muốn học thánh hiền mà không cầu tìm ở trong ấy thì do đâu mà biết cái bệnh khiến cho nó thiên lệch đi, do đâu mà có phương thuốc để trị cái bệnh của nó đi, do đâu mà có thể khiến cái thiên lệch không bị thiên lệch nữa!

Quế Đường Lê công nước An Nam, hội ngộ tôi ở Trung Châu.[477] Ông có mang theo một quyển Thánh mô hiền phạm lục do ông biên soạn. Xem cái biên mục của nó có thể thấy cái ý của nó ở đấy đấy. Phàm những tinh hoa điểm xuyết của Kinh, Truyện, Sử Tử[478] có ích cho tu dưỡng thân tâm, thứ tự châu bộ thực rộng lớn lắm. Biên tập soạn thuật vốn chẳng phải như thế sao! Tôi không biết cái sự thiên lệch khí chất trong ngũ hành là nên thế nào, nhưng cái bệnh cương thì lấy cái nhu của sách này mà trị, cái bệnh nhu thì lấy cái cương của sách này mà trị. Theo bậc thánh đấy! theo bậc thánh đấy! chẳng phải cầu ở đâu bên ngoài. (Sách) của ông, có thể gọi là lấy cái thuốc không phải như thế để chữa trị cái bệnh như thế. Rất là tích được cái đắc lực ở lời dạy của tiền nhân, ở hành vi của quá khứ. Mà không chỉ tự đắc lực với mình thôi đâu. Phàm ai ở trên đời xem đọc sách này đều có thể có cái đắc lực cho. Lấy nó mà thanh lọc thế gian, mà công hành nó, là tích thiện đấy vậy. Được thế, thì người ở Đông Hải phía đông, cũng lòng ấy cũng lý ấy; người ở Nam Hải phía nam, cũng tâm vậy, cũng lẽ vậy, cùng nghiệm như thế thôi. Vậy nên làm lời tựa. Ngày thượng tuần tháng hai năm Càn Long thứ 26 (1761).

Chánh sứ nước Triều Tiên, Sùng Lộc đại phu, Hành Lại tào Phán thư, kiêm Tri Kinh diên sự, Hoằng Văn quán Đề học, Thế tử Tả Tân khách Nam Dương Hồng Khải Hi kính cẩn viết tựa.

12. 群書考辨序

　　萬彙森羅莫靈於人。百藝銜耀莫精於文。蓋人者天心至靈之所寓。而文者人心至精之所發也。靈未常不為之精。精未常不為之靈。非斯人則天之心無以呈露。非斯文則人之心無以道達。雖五行之粹駁不齊。四方之明闇多端。若其含至靈而發至精。則日月所照。霜露所隊。未常有不同也。

　　古人謂東西南北之海有聖人焉。此心此理亦同。不其然歟。然人未嘗不有其靈而發揮者字。文未嘗不有其精而透徹者少。其所謂靈。靈於氣血之私而已。其所謂精。精於字句之微而已。苟非神而明之持議變化。靈與精豈易言哉。

　　安南國學士桂堂黎公。奉使中國。僕遇之於鴻臚館。公眉宇疏朗。禮義嫻習。一見可知為一邦之彥。一日公送書致所著群書攷辨。蓋取歷代載籍。攷訂辨論。如坡翁之志林。蒙叟之巵言。上下數千年。此得彼失。孰賢孰否。如是而安。如是而危。靡不燭照。而數計掀翻已定之案者有之。劈破相承之謬者有之。精識妙解。湧見行墨。其於朱陸之辨。惓惓於篇末者。尤可見學術之純正。文亦怡然理順。有風行水上之意。無艱辛拘束之態。即一臠可以知全鼎矣。

　　南方之學得其精華者。公其庶矣乎。易大傳曰：萬物相見乎離。離南方也。在五行屬火。在四德屬禮。靈光燭物。無微不照者。火也。分析事物。條理燦然者。禮也。以公之靈心炯識。分數甚明。識之於已往之淵藪。無怪其見理之確。命辭無差。不期精而自精也。進乎此而禮無不備。理無不窮。斯可謂發揮其至靈而至精之文。在其中也。

　　是為序。

　　乾隆。二十六年。辛巳。正月。上澣。

　　朝鮮國正使。庭對狀元。崇祿大夫。行吏曹判書。兼經筵事。弘文館提學。世子右賓客。洪啟禧拜序。

군서고변 서

홍계희

　삼라만상 가운데 사람보다 신령한 것은 없고, 온갖 빛나는 기에 가운데 문장보다 정밀한 것은 없다. 이는 사람이란 지극히 신령한 천심이 깃든 것이고 문장이란 지극히 정밀한 인심이 발한 것이기 때문이다. 신령하면서 정밀하지 않은 것은 없고 정밀하면서 신령하지 않은 것은 없다. 사람이 아니면 천심이 드러날 수가 없고 문장이 아니면 인심이 도달할 수가 없다. 비록 오행의 수박梓駁이 일정하지 않고 사방의 명암이 다단多端하나, 만약 지극히 신령한 것을 머금고 지극히 정밀한 것을 발한다면, 해와 달이 비치고 서리와 이슬이 내리는 바에 같지 않음이 없을 것이다.

　고인이 동서남북의 바다에 성인이 있다고 하였으니, 이러한 마음과 이러한 이치는 또한 같도다. 그렇지 않은가. 그러나 사람 중에는 그 신령함을 지니고서도 이를 발휘한 자가 드물었고, 문장 중에는 정밀함을 지니고서도 이에 투철한 자가 적었다. 이른바 신령하다는 것이 혈기의 사사로움에서 신령한 것일 따름이고, 정밀하다는 것도 자구의 미세한 차원에서 정밀한 것들뿐이다. 진실로 신처럼 명철하게 변화를 논의함이 아니라면 신령함과 정밀함을 어찌 쉽게 말할 수 있겠는가.

　안남국 학사 계당桂堂 여공黎公이 사신의 직을 받들어 중국에 왔다가 홍려관鴻臚館에서 나와 만나게 되었다. 공은 눈썹과 이마가 넓고 맑았으며 예의도 익히 알았는데, 한눈에도 일국의 훌륭한 선비임을 알 수 있었다. 하루는 공이 편지와 그가 지은 『군서고변』을 보내었다. 이는 역대 전적을 취하여 교정하고 자신의 의견을 논술한 것인데, 소동파의 『지림志林』에 몽수蒙叟의 향언緖言479) 같은 것이었다. 상하 수천 년 동안,

이러저러한 성공과 실패의 문제, 누가 어질고 누가 그렇지 못한가의 문제, 어떻게 하여 편안해졌고 어떻게 하여 위태해졌는가의 문제 등등을 밝게 비추지 않은 것이 없었다. 그리고 이미 평가가 정해진 사안을 뒤집어 놓은 것도 있고 이어져 오던 오류를 바로 잡은 것도 있어, 정밀한 식견과 오묘한 해석이 샘솟듯이 그대로 글에 드러나 있었다. 책의 마지막 부분에 주희와 육상산의 논변을 곡진히 다룬 것에서는 한층 학술적인 순정함을 볼 수 있었다. 문장 역시 편안히 이치에 맞아, 바람이 물 위를 가는 듯 그 뜻이 자연스럽고 억지로 힘들게 꿰어 맞춘 태가 없으니 이 하나를 보면 그 나머지를 알 수 있을 것이다.

남방에서 학문의 정화精華를 터득한 것을 말한다면 공이 거의 이에 가까울 것이다. 『주역대전大傳』에서 이르기를, "만물은 리離에서 만나본다."라고 하였으니, 리離는 남방이다. 오행으로는 화火에 속하고 사덕四德 중에는 예禮에 속한다. 신령한 빛이 사물을 비추되 희미하여 비추지 않음이 없는 것이 화火이고, 사물을 분석하되 조리가 찬연한 것이 예禮이다. 공은 신령한 마음과 밝은 식견 그리고 매우 밝은 분수分數로 과거의 일들을 모아 기록하였는데, 드러난 이치가 적확하고 문장 또한 한 치의 오차도 없었다. 그 정함이 절로 정하게 된 것이다. 이러한 경지에 나아가니 예가 갖추어지지 않은 것이 없고 이치가 다하지 않은 것이 없다. 이 책에는 '지극한 신령함을 발휘하여 지극한 정밀한 글이 그 가운데 있다'라고 할 만 하다.

이에 서문을 쓴다.

건륭乾隆 26년 신사辛巳 정월正月 상한上澣.

조선국 정사正使 정대장원庭對狀元 숭록대부崇祿大夫 이조판서 겸 경연사經筵事 홍문관제학弘文館提學 세자우빈객世子右賓客 홍계희洪啓禧 절하고 쓰다.

Lời tựa sách Quần thư khảo biện

Hồng Khải Hy

Muôn vật bao la trên thế gian, không gì linh hơn con người. Trăm nghề vẻ vang trong nhân thế, không gì linh hơn văn chương. Đại thể là con người ta có cái thiên tâm cực kỳ linh diệu ngụ ở bên trong, mà văn chương ấy là cái nhân tâm cực kỳ linh diệu phát ra bên ngoài. Cái đã linh thì không bao giờ là không tinh, mà cái đã tinh thì không bao giờ là không linh. Không có con người như thế thì cái thiên tâm không thể lộ hiện ra được. Không có cái văn chương như thế thì cái nhân tâm không lấy gì mà bày tỏ ra được. Tuy là ngũ hành có tinh có tạp không đều, bốn phương có sáng có mờ lắm mối. Nhưng ngụ ở nơi cực kỳ linh diệu, phát ra được cái cực kỳ tinh tuý, thì (người ta) như cùng được nhật nguyệt chiếu soi, cùng được gội ơn sương móc, chưa từng có khác nhau bao giờ. Người xưa nói, ở bốn biển đông tây nam bắc, dẫu có bậc thánh nhân, thì tâm ấy lý ấy cũng giống nhau, chẳng phải như vậy sao! Nhưng con người ta, không ai không từng có cái linh diệu của mình, mà sự phát huy ra được thì ít lắm. Văn chương không đâu không có cái tinh diệu của nó, mà sự thấu triệt được cũng ít lắm. Cái gọi là linh diệu ấy, là linh trong riêng phần khí huyết cảm xúc mà thôi. Cái gọi là tinh diệu kia, là tinh trong tỷ mỷ câu chữ nhỏ hẹp mà thôi. Nếu không phải bậc thần minh sáng suốt, nghĩ đặt biến hóa cho nó thì linh diệu với tinh vi há dễ mà nói ra được chăng!

Học sĩ nước An Nam là Quế Đường Lê công, vâng mệnh phụng sứ Trung Quốc. Tôi được gặp ngài nơi Hồng Lô quán. Ngài là người mắt mũi sáng láng, lễ nghĩa thành thục. Vừa gặp mặt đã biết là người trí thức tuấn tú tài đức của một nước. Có một hôm, ngài đưa tặng sách ngài soạn là cuốn Quần thư khảo biện. Đại thể là ghi chép, khảo đính, biện luận trong sách vở các đời trước. Như là sách Chí lâm của Tô Đông Pha, như cuốn Hướng lâm cụ Mông Tẩu.[480] Sự việc trên dưới mấy nghìn năm, cái này được, cái kia mất, ai hiền ai dở, như thế thì yên, như thế thì nguy. Không gì không sáng như đuốc rọi. Nhiều phen lật giở tìm tòi, chỗ còn để lời nghi án cũng có. Bổ chẻ vạch vòi kết nối nhau lại, chỗ sai lầm để chỉ cũng có. Hiểu biết thì tinh tường mà giải thích thì kỳ diệu. Như phun trào trên nét mực. So với sự biện luận về họ Chu họ Lục,[481] tha thiết ở cuối của sách càng thấy cái học thuật của ngài thuần chính, văn chương cũng thuận lý nhẹ nhàng. Có ý tứ như gió lướt trên mặt sông, không hề có phong thái gò bó khó khăn. Như là ăn một miếng mà biết được vị của cả nồi vậy. Thực sự học của phương Nam đắc được cái tinh hoa, chắc là ở ngài vậy chăng. Lời Đại truyện trong Kinh Dịch nói: Muôn vật hiện đều hiện ở quẻ Ly. Quẻ Ly tức là ứng với phương nam vậy. Trong ngũ hành thì thuộc hoả, trong tứ đức thì thuộc lễ. Ánh linh quang chiếu vật, không vật nhỏ gì không rọi sáng, là lửa vậy. Phân tích sự vật tường tận, rạch ròi đến điều đến lý, là lễ vậy. Lấy cái linh tâm hiểu biết chói lọi, phân số rõ ràng của ngài, hiểu tận cái lẽ uyên áo của quá khứ. Chả trách mà lí luận đích xác, từ mệnh không sai. Không cầu tinh mà tự nó tinh. Phấn tiến vào đấy thì không lễ nào không đầy đủ, không lý nào không tận cùng. Thế chính gọi là phát huy cái cực kỳ linh diệu của mình mà cái cực kỳ tinh diệu của văn chương ở cả trong ấy. Thế nên viết lời tựa vậy.

Thượng tuần tháng giêng năm Tân Tỵ niên hiệu Càn Long thứ 26 (1761).

Chánh sứ nước Triều Tiên, Đình đối Trạng nguyên, Sùng Lộc Đại phu Hành Lại tào Phán thư, kiêm Kinh diên sự, Hoằng Văn quán Đề học, Thế tử Hữu Tân khách Hồng Khải Hi kính viết tựa.

13. 附朝鮮國使小簡

洪啟禧

俯示史辨。揚扢千古。慧識獨至。令人擊節。令人解頤。展讀累日。
如癢得搔。蔡中郎得論衡而秘之。以為不見異人當得異書。僕今行得遇
從者。一奇也。得見是書。又一奇也。古今評史者何限。而博者易冗。
約者易陋。若論其赤水玄珠。恐無踰於此者。寔係宇宙間絶其文字。恨
未即廣布海内。公諸同好也。弁卷之托。極知其不敢當。而來教既摯。
略掇數行。自歸於忝頂之慚污。

啟禧。又拜。

『群書考辨』

부 조선국사 소간

홍계희

보여주신 사론史論은 천고를 당겨 올려서 지혜와 식견이 독보의 경지
에 이르렀으니, 사람으로 하여금 무릎을 치고 입이 딱 벌어지게 합니
다. 며칠 동안 펼쳐 읽으니 마치 가려운 곳을 긁어 주는 듯 후련하였습
니다. 채중랑蔡中郎이 『논형論衡』을 얻고서는 귀히 여겨서, '이인異人, 그
사람을 보지 못한다면, 이서異書, 그가 쓴 책이라도 얻어 보아야 한다'
라고 하였습니다. 제가 이번 행차에 따라오게 된 것이 한 가지 기이함
이요, 이 책을 얻어 보게 된 것이 또 하나의 기이함입니다. 고금의 평사
자評史者가 무수하지만 박자博者는 번다해지고 약자約者는 고루해지기 일
쑤였습니다. 적수에서 현주를 찾던 일을 거론한다 해도 이 책보다 더
낫지는 않을 것입니다.[482] 참으로 우주 사이에 관계하며 그 문자를
다하였으니, 즉시 해내에 널리 펴서 동호同好의 여러분들과 공유公有하

지 못함이 한스러울 뿐입니다. 책의 머리에 서문을 써 달라는 부탁은 제가 감당할 바가 아님을 잘 알고 있지만, 보내오신 교시教示가 진지하여 간략히 몇 줄 적었으나 고개를 들지 못할 부끄러움입니다.

계희가 또 절하며 드립니다.

Phụ thêm lời giản ngắn của sứ nước Triều Tiên

Hồng Khải Hy

Xem xét lời ngài biện về Sử, cảm nhận sự khen chê của muôn đời. Trí tuệ hơn người, khiến người đọc phải gõ nhịp mà hân hoan vui cười. Giờ đọc suốt mấy hôm, sướng như được gãi đúng chỗ ngứa. Xưa Sái Trung lang tìm được cuốn Luận hành (của Vương Sung), thì giấu đi mà không truyền. Thực là dị nhân phát hiện ra kỳ thư vậy.[483] Kẻ quê kệch tôi chuyến đi này được gặp người cùng đi là một sự kỳ ngộ. Lại được đọc sách này, cũng là một điều kỳ ngộ. Xưa nay những người bình sử có ít đâu, nhưng rộng rãi quá sinh ra dài dòng, giản lược quá sinh ra sơ khuyết. Còn như bàn chuyện ngọc huyền bỏ quên bên sông Xích,[484] e là cũng không ra ngoài đây được. Thực là kỳ tuyệt văn chương trong vũ trụ, chỉ hận chưa được lập tức mà truyền rộng ra trong nước để công hành cho những người yêu thích vậy. Còn lòng gửi gắm điển vào trong sách, tôi rất biết mình không dám đương nhưng tình ý dạy bảo khôn xiết, đành lược điểm mấy hàng, về tự thấy thẹn như vừa làm giây vết bẩn lên đầu ông Phật vậy.

Khải Hi lại cúi trình.

14. 李徽中拜書

李徽中

　　惠是群書攷辨。僕敬玩。顚末自出心眼。辭達理順。鑑衡大体。不詭於
閩洛名宿之諸言。
　　安南無君子。斯焉取斯。令人欽歎。而正使弁卷之文。又足以發揮萬
一。茲不騈贅。伏惟俯諒。
　　朝鮮國。行臺知製教。李徽中拜

『群書考辨』

이휘중 배서

이휘중

　　보내주신『군서고변』을 공경히 완상하였습니다. 전말이 모두 심안心
眼에서 나온 것인데다, 말은 통달하고 이치는 순조로우며 감형鑑衡이 대
체로 민락閩洛의 여러 명현들 말씀에 어그러지지 않으니, 안남에 군자
가 없다면 이 어찌 이것을 얻어 사람으로 하여금 칭탄하게 하겠습니
까. 그러나 정사의 서문이 또 족히 만에 하나까지 다 발휘할 만하니,
이에 군더더기를 더하지 않으렵니다. 엎드려 바라노니 굽어 헤아려주
시기 바랍니다.
　　조선국 행대지제교 이휘중이 절하며 드립니다.

Lý Huy Trung bái thư

Lý Huy Trung

May mắn được ngài cho xem quyển Quần thư khảo biện, cũng kính cẩn duyệt từ đầu đến cuối. Tự ngộ thấy tri thức, từ thì đạt ý, lý thì thuận tâm. Có thể làm gương soi, làm cân lượng được đấy. Đại thể không trái với các lời dạy của các bậc túc Nho danh đức đất Mân, đất Lạc vậy.[485)

Nước An Nam không có người quân tử thì sao có được người tài giỏi như thế, khiến người khâm phục mà ca ngợi. Nhưng ngài Chánh sứ chúng tôi đã có lời văn biên vào sách rồi, cũng đủ để muôn phần phát huy lấy một hai. Nên tôi cũng không đính lời thừa vào nữa. Cúi mong giám xét, lượng thứ cho.

Người nước Triều Tiên, Hành đài Tri Chế giáo Lý Huy Trung bái viết.

15. 徐浩修日記

徐浩修

起熱河至圓明園〇[七月]
十六日甲午

。。。安南國王阮光平。問于正使曰。貴國亦有親朝天朝之例乎。正使
對曰。我東開國以來。元無此例爾。王曰。安南亦自古無此例。而寡人受
皇上天高地厚之恩造。誠切覲光。不憚萬餘里涉險。荷非常之數。安得
無非常之報。又問於余曰。貴國與倭為鄰。道里幾許。余曰。自我國京都。
從旱路南至我界。釜山一千餘里。自釜山從海路至倭對馬島。七百七十
里。自對馬島從海路至赤間關。一千七十里。自赤間關從海路至淀浦。
一千四百五十里。自淀浦從旱路至關伯所居之江戶。一千三百一十里。
王曰。萬曆間。平秀吉構兵以後。何為修鄰好。余曰。今之關白。即源家
康之後。非秀吉之種也。從臣吏部尚書潘輝益。又問於余曰。萬曆丁酉
間。馮, 李玉河館唱酬。真是千古奇遇。李有詩文集否。余曰。芝峯。
我國使李晬光號。有集而多載馮詩及問答矣。毅齋。安南使馮克寬號。
亦有詩文集否。潘曰。有集而其萬壽聖節慶賀詩。則又載芝峯序文矣。
余曰。山出異形饒象骨。地蒸靈氣產龍香。為芝峯之得意語。而極判洪
濛氣。區分上下埈。亦毅齋之佳句也。潘曰。芝峯詞致醇雅。毅齋意匠遒
健。要可為伯仲爾。乾隆庚辰間。貴國書狀李公徽重。與我國使多有唱
酬。尚傳佳句。不知今做何官。余曰。李公文詞。在東方亦為翹楚。已作
古人。而官止侍郎矣。史稱貴國交愛二州。多倡儻。驩演二州。多文學。
今如何。潘曰。不如古也。余曰。貴國疆域東距海。西接老撾。南通占城。
北連廣西雲南。國內省府為幾許。潘曰。東西一千七百餘里。南北二千
八百餘里。今分為十六道。余曰。貴國北極出地為幾度。潘曰。素不習曆
象矣。余曰。貴國天頂近赤道。氣候恒熱。穀歲二稔云。然否。潘曰。

然。余曰。藿香肉桂。貴國所産。為佳品云。然否。潘曰。藿香。廣西所産。
乃為佳品。肉桂。我國所産。果是佳品。然採桂。必于清化地方。而近來
屢經戎馬。境内桂林。皆成踐躝之場。絕難得佳品矣。曾聞安南使臣。
束髮垂後。戴烏紗帽。被闊袖紅袍。拖飾金玳瑁帶。穿黑皮靴。多類我國
冠服。今見其君臣。皆從滿洲冠服而不剃頭。余怪而問諸潘曰。貴國冠
服。本與滿洲同乎。潘曰。皇上。嘉我寡君親朝。特賜車服。且及於陪臣
等。然又奉上諭。在京參朝祭用本服。歸國返本服。此服不過一時權著
而已。語頗分疏。面有愧色。

『燕行紀』

서호수 일기
열하에서 출발하여 원명원에 이르기까지: 7월 16일 갑오일

서호수

안남왕 완광평阮光平이 정사에게 물었다. "귀국에도 천조天朝를 친조親
朝한 예가 있습니까?"

정사가 대답했다. "우리나라는 개국이래로 이런 예가 전혀 없습니
다."

왕이 말했다. "안남도 자고로 이런 예는 없었습니다. 단지 과인이
황상皇上의 높고 두터운 은혜를 받아 뵙고 싶은 마음이 간절하여 만여
리의 험난한 길도 꺼리지 않고 온 것입니다. 특별한 은혜를 입었으니
어찌 특별한 보답을 하지 않을 수 있겠습니까?"

또 나에게 물었다. "귀국과 왜倭는 이웃하는데, 얼마나 떨어져 있습
니까?"

내가 말했다. "우리나라 수도에서 육로를 따라가면 남쪽의 경계인
부산까지가 1천여 리이고, 부산에서 해로로 대마도까지가 770리이며,
대마도에서 해로로 적간관赤間關까지가 1천 70리입니다. 적간관赤間關에
서 해로로 정포淀浦까지가 1천 450리이고 정포에서 육로로 관백關伯이

사는 강호江戶까지가 1천 310리입니다."

왕이 말했다. "만력萬曆 연간에 평수길平秀吉이 병사를 일으켰는데 어찌하여 이웃으로 우호조약을 맺은 것입니까?"

내가 말했다. "지금의 관백은 원가강源家康의 후예로, 수길의 자손이 아닙니다."

종신從臣 이부상서吏部尚書 반휘익潘輝益이 또 나에게 물었다. "만력萬曆 정유丁酉 연간에, 풍극관과 이수광이 옥하관玉河館에서 수창한 일은 참으로 천고에 보기 드문 기우奇遇입니다. 이수광에게 시문집이 있습니까?"

내가 말했다. "지봉(이수광의 호)은 문집이 있고, 풍극관의 시와 문답도 다수 실려 있습니다. 의재毅齋(안남 사신 풍극관의 호)도 시문집이 있습니까?"

반이 말했다. "있습니다. 그의 만수성절경하시萬壽聖節慶賀詩에는 지봉의 서문이 실려 있습니다."

내가 말했다. "'산이 기이한 형상이라 상골이 풍요하고山出異形饒象骨, 땅이 신령한 기운을 뿜으니 용향을 산출하네地蒸靈氣産龍香.'는 지봉이 득의한 시어입니다. '태극이 홍몽한 기운을 가르고極判洪濛氣, 상하의 터전을 구분하였네區分上下壞.' 또한 의재毅齋의 아름다운 시구입니다."

반휘익이 말했다. "지봉의 글은 사어가 매우 순아醇雅하고 의재毅齋는 뜻이 강건하니 백중伯仲 간이라 하겠습니다. 건륭乾隆 경진庚辰 연간에 귀국 서장관 이휘중이 우리나라 사신과 다수 수창하여 아직도 아름다운 시구가 전해지고 있습니다. 지금은 무슨 벼슬을 하고 있습니까?"

내가 말했다. "이공의 글은 우리나라에서도 탁월한 것입니다. 이미 고인이 되셨으며 벼슬은 시랑侍郞까지 하셨습니다. 사서를 보면 귀국의 교주交州와 애주愛州에는 호방하고 소탈한 사람이 많고 환주驩州 연주演州에는 문학하는 이가 많았다고 하는데 지금은 어떻습니까?"

반휘익이 말했다. "옛날만 못합니다."

내가 말했다. "귀국의 강역疆域은 동으로 바다에 이르고 서로는 노과老撾를 접하며 남으로는 점성占城과 통하고 북으로는 광서廣西 운남雲南과 연결된다고 하는데, 국내의 성부省府는 얼마나 됩니까?"

반휘익이 말했다. "동서로 1천 700여 리이고, 남북으로는 2천 800여 리입니다. 현재 16도로 나뉘어 있습니다."

내가 말했다. "귀국은 북극北極의 출지出地가 몇 도나 됩니까?"

반휘익이 말했다. "평소 역상曆象을 익히지 못해서 모릅니다."

내가 말했다. "귀국은 천정天頂이 적도에 가까워 기후가 항상 덥고 곡식도 1년에 2번 익는다고 하는데 맞습니까?"

반휘익이 말했다. "그렇습니다."

내가 말했다. "곽향藿香과 육계肉桂는 귀국에서 생산되는 것이 상품이라고 하는데, 그렇습니까?"

반휘익이 말했다. "곽향藿香은 광서廣西에서 나는 것이 품질이 좋고, 육계肉桂는 우리나라에서 나는 것이 상품입니다. 그러나 계피는 반드시 청화淸化 지방에서 구해옵니다. 근래 여러 차례 전란을 겪어 경내境內의 계림桂林이 다 망가졌기에 좋은 품질의 것을 구하기 어렵습니다."

일찍이 들으니 안남 사신은 머리를 묶어 뒤로 드리우고 오사모烏紗帽를 쓰며 넓은 소매의 홍포紅袍를 입고 금으로 장식한 대모玳瑁 띠에 검은 가죽신을 신는 모양새가 우리나라의 관복과 매우 유사하다고 하였다. 그런데 이제 보니 그 군신君臣이 모두 만주식 관복을 입고 머리를 깎지 않았다. 내가 이상히 여겨 반휘익에게 물었다. "귀국의 관복은 본래 만주와 같습니까?"

반이 말했다. "황상이 우리 임금이 친히 조회 온 것을 가상히 여겨 특별히 거마와 관복을 하사하셨고, 저희 배신陪臣들에게도 주셨습니다. 그러나 또한 상유上諭를 받들어 북경에서 조회와 제사에 참여할 때는 본 관복을 사용하고 귀국해서는 본래의 관복으로 바꾸어 입을 것입니다. 이 관복은 임시로 착용하는 것입니다."

말이 변명하는 듯하고 얼굴에는 부끄러운 기색이 있었다.

Từ Hạo Tu nhật ký

Khởi từ Nhiệt Hà đến vườn Viên Minh [tiết tháng bảy]
Ngày mười sáu năm Giáp Ngọ

Từ Hạo Tu

···An Nam quốc vương Nguyễn Quang Bình hỏi ngài Chánh sứ đoàn ta rằng:

Quý quốc cũng có lệ (vua) đích thân đến chầu ở thiên triều chứ.

Ngài Chánh sứ ta đáp rằng:

Nước phương đông chúng tôi, từ lập quốc đến giờ nguyên không có lệ ấy.

Quốc vương họ nói: Nước An Nam cũng tự xưa không có lệ này. Nhưng quả nhân chịu ơn tạo dựng của hoàng thượng như trời cao đất dày. Lòng thành mà trộm đến triều cận gần dung quang. Không ngại gian hiểm hơn vạn dặm đến. Lòng ưu hậu khác thường biết bao. Sao không có cái báo lại khác thường được.

(Ngài) lại hỏi ta rằng: Quý quốc cùng với người Oa là láng giềng của nhau. Đường lối chừng bao nhiêu.

Tôi đáp: Từ kinh đô nước tôi theo lối đường bộ về phía đến địa giới nước tôi núi Phủ Sơn hơn 1000 dặm. Từ Phủ Sơn theo đường biển đến đảo Đối Mã của người Oa là 770 dặm. Từ đảo Đối Mã theo đường biển đến cửa Xích Gian quan là 1070 dặm. Từ cửa Xích Gian quan theo đường biển đến Điến Phố là 1450 dặm. Từ Điến Phố theo đường bộ đến khu vực Thành Giang Hộ nơi Quan Bá ở[486] là 1310 dặm nữa.

Quốc vương hỏi: Đời Vạn Lịch, sau khi bình được loạn Tú Cát gây chiến. Làm thế nào mà lại kết thân lại.[487]

Tôi đáp: Năm chức Quan Bạch[488] ngày nay là dòng dõi Đức Xuyên Gia Khang.[489] Không phải dòng của Phong Thần Tú Cát.

Bọn Tòng thần (nước ấy) là Lại bộ Thượng thư Phan Huy Ích lại hỏi tôi rằng: Khoảng những năm Đinh Dậu thời Vạn Lịch (1597). Họ Phùng, họ Lý gặp nhau thù xướng ở quán Ngọc Hà. Thực là gặp gỡ kỳ ngộ thiên cổ. Không biết họ Lý có thơ văn thi tập để lại hay không.

Tôi đáp: Chi Phong tiên sinh là tên hiệu của ngài Lý Túy Quang, sứ thần nước tôi. Ngài ấy có thi tập mà có chép nhiều thơ của họ Phùng và những chuyện đối đáp với nhau. Còn Nghị Trai là tên hiệu ngài Phùng Khắc Khoan, sứ thần của nước An Nam. (Ngài ấy) có thơ văn thi tập để lại không.

Họ Phan đáp: Có thi tập mà trong tập Vạn thọ thánh tiết khánh hạ thi của ngài ấy có chép lời tựa văn của Chi Phong tiên sinh vậy.

Tôi nói: Cái câu "Sơn xuất dị hình nhiêu tượng cốt. Địa chung linh khí sản long hương" là câu rất đắc ý của Chi Phong tiên sinh. Còn câu "Cực phán hồng mông khí. Khu phân thượng hạ nhuyên". Cũng là câu hay của ngài Nghị Trai đấy.

Họ Phan nói: Chi Phong tiên sinh thì từ trí thuần nhã. Nghị Trai tiên sinh thì ý tượng cứng cỏi. Đáng gọi là tương xứng nhất nhì vậy. Khoảng những năm Canh Thìn đời Càn Long (1760). Quan Thư trạng của Quý quốc là Lý công Huy Trọng[490] cùng với sứ thần nước tôi cũng đã có thơ xướng thù với nhau. Lời hay ý đẹp hãy còn truyền. Không biết ngài ấy nay đương giữ chức quan gì.

Tôi đáp: Văn từ của Lý công ở đông phương cũng là nhân tài danh tiếng kiệt xuất. Ngài ấy đã là người thiên cổ rồi. Chức quan chỉ làm đến Thị lang rồi thôi. Sử sách có khen hai châu Giao, Ái của quý quốc nhiều nhân vật phóng khoáng; Hai châu Hoan, Diễn thì nhiều người văn học. Nay thì như thế nào.

Họ Phan đáp: Không được như ngày xưa nữa.

Tôi hỏi: Cương vực quý quốc, phía đông đến biển lớn. Phía tây giáp nước Lão Qua. Phía nam thông với nước Chiêm Thành. Phía bắc liền với các vùng Quảng Tây-Vân Nam. Trong nước các tỉnh các phủ là thế nào.

Họ Phan nói: Một giải đông tây hơn 1700 dặm. Từ Nam đến bắc hơn 2800 dặm. Nay chia thành 16 đạo.

Tôi hỏi: Phía Cực bắc của quý quốc đất nhô ra là mấy độ

Họ Phan đáp rằng: Không quen tập lịch tượng.

Tôi hỏi: Đỉnh chóp nước quý quốc gần xích đạo. Khí hậu luôn nóng nhiệt. Thóc lúa hai mùa có phải chăng.

Họ Phan đáp: Đúng thế.

Tôi hỏi: Các loại Hoắc hương, Nhục quế. Là những sản phẩm quý của nước các ngài có phải chăng?

Họ Phan đáp: Hoắc hương thì ở vùng Quảng Tây mới là tốt. Còn Nhục quế thì là sản vật nước tôi, đúng là tốt. Nhưng hái quế phải ở vùng Thanh Hóa. Nhưng gần đây chiến tranh nhiều. Rừng quế trong nước đều là nơi bị giày xéo, tuyệt rất khó có loại tốt nữa.

(Tôi) từng nghe sứ thần An Nam, búi tóc để đằng sau. Đội mũ ô sa. Mặc áo hồng bào rộng tay. Trang sức bằng đai đồi mồi khảm vàng. Đi ủng da màu đen, khá giống quan phục nước ta. Nay lại thấy vua tôi nước họ đều theo quan phục của Mãn Châu, chỉ không dóc tóc gọt đầu. Tôi lấy làm lạ mà hỏi bọn Phan rằng: Quan phục của quý quốc tương đồng với trang phục Mãn Châu hay sao?

Họ Phan đáp: Hoàng thượng ban khen cho quả quân vì đích thân đến triều cận. Đặc tứ cho xe cùng trang phục đến cả bọn bồi thần. Nhưng cũng vâng thượng dụ. Khi ở kinh tham dự triều tế thì dùng trang phục này. Khi về nước lại trở về trang phục trước. Trang phục nay bất quá là quyền nghi nhất thời mà mặc vậy thôi. Lời nói có vẻ phân cách xa lạ, sắc mặt hơi có ý thẹn.

16. 阮思僩日記

阮思僩

二月。初一日。

午牌。朝鮮國 (即高麗)臣三陪臣趙秉鎬。投柬相問。因以問答名帖答之。辰適有四譯舘陳熇。賑房頭目恩普。到答舘。他言趙秉鎬是朝鮮狀元。年甫二十二歲。因問陳熇等以琉球使部何日到京。他言該國間歲一貢。朝鮮每歲冬來朝。又問他西洋事。他言洋人現居宣武門內。他氣習不比同文諸國。故總管內務府大臣。以日下本國本使到舘。嚴禁閒雜人不得擅自出入。蓋為洋人也。若朝鮮人諸君貢務完。每可相見。少頃陳熇等辭去。

原富陽縣知縣。蘇完成瑞之子文悌。現官戶部八品筆帖式。來見。他言洋人近事。聞粤東有紀新錄一部者可攷。但未可即行耳。日下洋人居宣武門。原設天主堂處。由康熙年間用洋人。南懷仁。湯若望。講星學修曆法。故為建此堂。設廂居商。無他生事。

該問本國里路官制科目風氣。各相隨事酬答訖。久之辭去。晚分。朝鮮廕補二品官都通事。韓文圭。送帖求書對聯。因書聯以贈之曰: 所謂故國非喬木也。吾聞東海有神仙焉。

初二日。

委遞以詩柬。通問朝鮮使臣。

初三日。

朝鮮三陪臣趙秉鎬。送和詩來。並書答。敘該國王姓李傳系。今為二十八世。年四百七十餘年。漢右北平遼東遼西三郡。今屬中國版圖。樂浪玄菟二郡。屬該國版圖云云。蓋據來柬回覆也。

再贈好海墨五螺。本地色箋十幅。真琉子十个。扇子三把。清心丸十

丸。求書額聯。因書一聯云: 風流張翰黃花句。月夜東坡赤壁船。並百川
東大字三。附識紙尾云: 己巳春。奉命入貢北京。換舘於正陽門內。與貴
价接字。而一揖之難。幾比河清, 乃蒙不棄。既賜和詩。又折柬徵書。
未見君子。聊借此以識天涯翰墨緣耳。

是晚。黎叔嵩黃偕之。亦送詩贈該使臣。該使臣委送土儀諸物項贈好。

初四日。

申刻。往玉成參店。與朝鮮使金有淵。號藥山。甲辰文科。官判中柜府事。按文科
即進士。判中柜府即相臣。南廷順。號芝雲。戊申文科。官禮曹判書。按禮曹即禮部。判書即尚書。
趙秉鎬。丙寅書狀官。翰林學士。按書狀即狀元。相見。問該國輿圖貢例。各員答言。
地方二千餘里。日本琉球。雖是鄰邦。隔層溟。未詳里數。古烏丸夫餘國。
今皆屬版圖。去年。十二月。初二日。發程。十二月。十六日。入都。
程途。二千餘里。隨人。正官三十。從人二百餘員。貢品來帛苧紙。又問
他章服。言是古式樣如此。他因問。本國輿圖官制科目。及入貢程途。
進貢程途。進貢方物。臣等隨事酬答。訖。辭去。

該使所住。會同四譯舘。與本國使舘。相去只四五十步。初請來舘拜
會。他辭以中國法嚴。不敢來。故於參店相會云。使舘之東。隔數店。
有洋人屋。屋上作十字架形。不知洋人住此多少。中國自與洋約和以後。
氣挫勢屈。雖京師根本重地。他亦雜處。不能禁。恐諸國窺其淺深。議其
輕重。故於本國使與朝鮮使。雖不顯禁其往來。而每每拘閡。不得如從
前之寬簡。觀於直隸督部官之戒飭。飭與朝鮮使之不敢來會。蓋可見矣。

初五日。

午刻。朝鮮大陪臣金有淵。贈好清心丸十丸。竹青紙二十張。彩箋二
十張。彩摺紙五十幅。別油摺扇三把。筆二十枝。竹篦十个。并和詩一篇。
晚分。接主客司。移付。

『燕軺筆錄』

완사한 일기

완사한

2월 초1일.

오패午牌에, 조선국(즉 고려)의 삼배신三陪臣 조병호趙秉鎬가 편지를 보내 안부를 물었다. 인하여 문답명첩問答名帖으로 답을 하였다. 때마침 사역관四譯舘의 진고陳熇와 진방두목賑房頭目 은보恩普가 답관答舘에 도착했다. 그들은 조병호趙秉鎬는 조선의 장원狀元인데 나이가 겨우 22세라 했다. 인하여 진고 등에게 유구琉球 사부使部가 언제 북경에 오는가를 물었다. 그는 유구는 2년에 한 번 조공을 하고, 조선은 매년 겨울 와서 조회를 한다고 했다. 또 그에게 서양의 일을 물었더니 다음과 같이 말했다. 서양 사람들은 현재 선무문宣武門 안에 거주하는데 그들의 기습氣習이 같은 글을 쓰는 아시아 나라들과 달라서 총관내무부대신總管內務府大臣이 본국 사절이 사관에 도착하는 즈음에 한 잡인을 엄금하여 제멋대로 출입하지 못하게 하였는데 이는 모두 서양 사람들 때문이라 하면서, 조선의 사신들은 조공의 업무를 마치고 나면 가서 볼 수 있을 것이라고 했다. 잠시 후 진고 등이 작별하고 떠났다.

원래 부양현富陽縣 지현이던 완성完成 소서蘇瑞의 아들 문제文悌가 (현재 호부戶部 8품의 첩필식筆帖式의 벼슬을 하고 있다) 찾아왔다. 그도 서양 사람들의 근래 일을 말하면서, 월동粵東의 기신록紀新錄 1부가 상고할 만하다고 들었는데 아직은 당장 갈 수가 없다고 했다. 지금은 서양 사람들이 거주하고 있는데, 원래 천주당이 (강희康熙 연간에 양인洋人 남회인南懷仁과 탕약망湯若望으로 성학星學을 강하고 역법曆法을 닦게 하고자 지었던 것이다) 있던 자리에 가게들을 세워 상인이 거주하게 했는데, 이는 다 생계를 위해서라고 했다.

본국의 이로里路와 관제官制 과목科目 풍기風氣를 자세히 묻기에 사안 별로 하나하나 답을 해 주었다. 문답을 마친 후 한참 있다가 작별하고 갔다. 저녁때 조선의 음보 2품관 도통사 한문규가 편지를 보내 대련對聯

을 구하기에 연구聯句를 써서 보내주었다.

　이른바 역사 오랜 대국은 교목 때문이 아니고
　내 들었나니 동해에는 신선이 있다 하지요.

초2일.

다시 시와 편지로 조선사신에게 안부를 묻다.

초3일.

　조선 삼배신三陪臣 조병호趙秉鎬가 화답시를 보내왔다. 아울러 편지의
답장도 보내왔는데, 그 나라 국왕의 성이 이씨이고 그 왕조의 이어짐
이 현재 28세 470여 년이 되었다고 한다. 또 중국의 오른 쪽 북평 요동
요서 3군은 지금 중국 판도에 속해 있고, 낙랑과 현도 2군은 그 나라
판도에 속해 있다는 등의 내용이었다. 이는 보낸 편지에 대한 답을
한 것이다.

　다시 호해묵好海墨 5라螺와 본지本地의 색전色箋 10폭, 진류자真琉子 10개,
부채 3개, 청심환 9개를 보내왔다. 액련額聯 써 주기를 구하기에 인하여
대련 하나를 썼다.

　풍류는 장한의 황화시 구절이고
　월야는 동파의 적벽에서 놀던 배라.

　아울러 '백천동百川東'이라는 세 글자를 크게 써서 주었다.

　글의 말미에 다음의 내용을 덧붙였다.

　"기사년 봄에 명을 받들어 북경에 조공을 하러 왔다가 정양문 안으
로 숙소를 옮길 때 귀한 사신의 기치를 접하고도 한번 뵙고 절을 올림
이 어려웠으니, 백년하청百年河淸에 비할 지경이었습니다. 하지만 이에
버리지 않는 은혜를 베푸시어 화답하는 시를 주시고 또 편지로 글씨를
구하시니 군자를 뵙지는 못하였으나 애오라지 이것만으로도 천애의
한묵연翰墨緣을 알 수 있습니다."

　저녁에 여숙숭 황해지도 또한 그 사신들에게 시를 보냈는데, 그들은
바로 뒤밟아서 토산품 여러 방물들을 보내어 우호를 표했다.

초4일.

신각申刻에 옥성참점玉成參店에 갔다.

조선사신 김유연(갑진甲辰 문과로 관직이 판중추부사. 문과는 바로 진사이고 판중추부는 상신相臣이다), 남정순(갑신戊申 문과로 관직이 예조판서. 예조는 예부禮部이고 판서는 상서尙書이다), 조병호(병인丙寅 문과로 서장관書狀官 한림학사翰林學士. 서장관은 장원이다)와 서로 만났다. 그 나라의 여도輿圖와 공례貢例를 물으니 땅은 2천여 리고, 일본과 유구는 비록 이웃이나 바다로 가로막혀 리수里數는 얼마인지 모른다고 했다. 옛날의 오환烏丸 부여국夫餘國이 지금 모두 판도版圖에 속해있다고 했다. 작년 12월 초2일에 길을 떠나서 12월 16일에 북경에 들어왔는데 여정이 2천여 리이고, 수행원은 정관이 30명, 종인이 2백여 명이며, 공물로 비단과 모시와 종이를 가져왔다고 했다. 또 장복章服에 대해 물으니, 옛날 양식과 같다고 하였다. 그들 또한 본국本國의 여도輿圖 관제官制 과목科目과 입공여정入貢程途, 진공여정進貢程途, 진공방물進貢方物에 대해 물었다. 사안 별로 일일이 대답해 주었더니 다 듣고서 작별하고 돌아갔다.

그 사신들이 묵는 곳은 회동사역관會同四譯舘으로 본국 사관使舘과 겨우 사오십 보 떨어져 있는데도 처음에 초청하여 만나자 했더니 중국이 법을 엄히 하고 있어 감히 올 수 없다기에 참점參店에서 만난 것이다. 사관使舘의 동쪽으로 점포 몇을 지나는 거리距離에 서양 사람들이 사는 집이 있다. 집 위에는 십자가 형태를 만들어 놓았는데 양인이 얼마나 사는지는 알 수 없다. 중국은 서양 사람들과 화의를 맺은 이후로 기세가 꺾이었다. 비록 북경이 매우 중요한 곳이지만 그들이 섞여 사는 것을 금할 수 없기에 그들 여러 나라가 중국의 천심淺深을 살피고 그 경중輕重을 헤아릴까 두려워 본국사신과 조선사신에게 비록 드러내어 왕래를 금하지 않지만 매번 복잡하게 단속하는 것 같다. 종전처럼 번거롭지 않게 관대하기를 기대하기는 어려울 것 같다. 지계도독부관直隸督部官의 계칙戒飭을 보았더니, 계칙과 더불어 조선사신이 감히 찾아와 볼 수 없었음을 알 만하다.

초 5일.

오각午刻에 조선대배신朝鮮大陪臣 김유연金有淵이 좋은 청심환 10개, 죽청
지竹青紙 20장張, 채전彩箋 20장, 채접지彩摺紙 50폭幅, 별유접선別油摺扇 3개,
붓 20자루, 죽비竹篦 10개, 아울러 화답시 1편을 보내왔다. 저녁에 주객
사를 접하여 맡겨 두었다.

Nguyễn Tư Giản nhật ký

Nguyễn Tư Giản

Giờ Ngọ ngày mùng một tháng hai, ba vị bồi thần nước Triều Tiên (tức
Cao Ly) là Triệu Bỉnh Cảo gửi thiếp đến hỏi thăm. Nhân sự hỏi han mà
lấy danh thiếp đáp lại. Lúc ấy có các vị Tứ dịch quán Trần Cảo, Chẩn
phòng đầu mục Ân Phổ đến quán. Họ nói chuyện, Triệu Bỉnh Cảo là Trạng
nguyên nước Triều Tiên, năm nay mới 22 tuổi. Nhân đấy hỏi thăm bọn
Trần Cảo xem sứ bộ nước Lưu Cầu khi nào thì đến kinh. Họ nói nước
ấy cách năm lại đến cống một lần, còn nước Triều Tiên mỗi năm đến mùa
đông lại đến triều cống. Lại hỏi họ về chuyện các nước Tây Dương. Họ
nói, người Tây Dương nay được vào ở trong cửa Tuyên Vũ. Phong tục
của họ không giống với các nước đồng văn. Thế nên, Tổng quản nội vụ
phủ Đại thần từ ngày ấy, đối với sứ bộ của bản quốc đến sứ quán thì nghiêm
cấm nhàn rỗi tạp xen qua lại. Người ta không được tự tiện ra vào, ấy là
vì người Tây Dương vậy. Còn như các vị sứ thần nước Triều Tiên, việc
triều cống xong xuôi thì có thể gặp nhau được. Được một lát, bọn Trần
Cảo cáo từ đi ra. Nguyên có con Tri huyện huyện Phú Dương là Tô Hoàn
Thành Thụy, tên Văn Đễ hiện làm quan ở Bộ Hộ hàm Bát phẩm có đưa
bút thiếp sang. Gặp nhau, y nói chuyện về người Tây Dương. Gần đây
nghe ở vùng Việt Đông có bộ sách Kỷ Tân lục, một bộ có thể khảo được.
Nhưng chưa đi làm ngay được. Ngày ấy, người Tây Dương ở khu vực cửa

Tuyên Vũ, nguyên có dựng giáo đường Thiên chúa giáo. Do từ thời đức Khang Hy sử dụng những người Tây Dương là Nam Hoài Nhân, Dương Nhược Vọng[491] để giảng dạy về tinh học, sửa lịch pháp. Nên cho xây giáo đường, dựng phố giao thương, không có sinh sự gì khác. Viên ấy hỏi thăm nước ta về các sự đường xá, quan chế, khoa mục, phong khí. (Chúng tôi) đều tuỳ các sự mà đáp lại. Hồi lâu cũng cáo từ ra về.

Lúc muộn, có quan Ấm bổ nhị phẩm Đô Thông sự nước Triều Tiên là Hàn Văn Khuê gửi thiếp đến xin câu đối viết. Nhân viết câu đối để tặng ngài. Là câu:

Rằng nơi cố quốc thiếu cây kiều mộc;[492]

Tôi nghe Đông Hải hẳn có thần tiên.

Ngày mùng hai, uỷ sai lấy thơ trình để thăm hỏi thông vấn sứ thần Triều Tiên.

Ngày mùng ba, các vị bồi thần Triều Tiên là Triệu Bỉnh Cảo, Thạch Hiệu Đăng gửi tặng thơ họa lại. Cùng có thư đáp, giới thiệu về nước ấy, quốc vương họ Lý, truyền thế hệ đến nay 28 đời, trải hơn 470 năm. Đời Hán có cả các vùng ba quận Bắc Bình, Liêu Đông, (Liêu) Tây, nay đều thuộc vào bản đồ Trung Quốc. Hai quận Lạc Lãng, (Lạc) Huyền vẫn thuộc bản đồ nước ấy, vân vân. Đại khái, là thư từ qua lại hỏi đáp. Lại còn tặng 5 con hải mặc loại tốt, 10 bức giấy sắc tiên của bản địa, 10 cái chân lưu tử, 3 cây quạt, 10 viên thanh tâm hoàn. (Họ) xin chữ viết ngạch câu đối, nhân viết một đôi rằng:

Thuận dòng Trương Hàn có câu Hoàng Hoa;

Đêm trăng Đông Pha thả thuyền Xích Bích.[493]

Và thêm ba chữ đại tự: Bách Xuyên Đông (nghĩa là: Trăm dòng xuôi cả về Đông). Lại phụ viết cuối giấy là: Mùa xuân năm Kỷ Tỵ (1869) vâng mệnh triều cống Bắc Kinh. Đổi sứ quán ở trong cửa Chính Dương môn, được cùng các vị quý nhân tiếp đãi, sự chữ nghĩa khó khăn. May sánh đời thái bình, nên đội ơn không bị bỏ. Đã tặng thơ họa lại viết thư xin chữ.

Lòng như chưa được thấy người quân tử,[494) thì mượn đây mà gửi tấm chân tình, ghi nhớ mối duyên hàn mặc lớn[495) nơi góc biển chân trời vậy. Tối hôm ấy, Lê Thúc Tung Hoàng cũng làm thơ, cũng gửi tặng sứ thần nước họ. Sứ thần nước họ lại sai tặng các thứ thổ sản, đặng bày tỏ ý tốt.

Giờ Thân, đến Ngọc thành tham điếm cùng gặp gỡ sứ nước Triều Tiên là các vị: Kim Hữu Uyên, hiệu là Dược Sơn, đậu Văn khoa năm Giáp Thìn, quan chức Phán trung Cự phủ sự. Lời Án: Đậu Văn khoa tức là đậu Tiến sĩ, Phán trung Cự phủ tức là chức Tướng thần; Nam Đình Thuận, hiệu là Chi Vân, đậu Văn khoa năm Mậu Thân, quan chức Lễ tào Phán thư. Lời Án: Lễ tào tức là Bộ Lễ, Phán thư tức là chức Thượng thư; Triệu Bỉnh Cảo, đậu Thư trạng quan năm Bính Dần, hàm Hàn lâm Học sĩ. Lời Án: đậu Thư trạng tức là đậu Trạng nguyên.

Khi gặp nhau, cùng hỏi thăm nhau về các sự bản đồ, lệ cống của nước ấy. Các viên ấy đáp lời rằng, (nước họ) đất vuông hơn 2000 dặm. Các nước Nhật Bản Lưu Cầu tuy là láng giềng nhưng mà xa cách biển khơi, không rõ là bao nhiêu dặm. Xưa đất cũ các nước Ô Hoàn, Phù Dư, nay đều thuộc bản đồ. Đi sứ từ ngày mùng 2 tháng 12 năm ngoái. Ngày 16 tháng 12 thì đến kinh đô. Hành trình hơn 2000 dặm. Những người cùng đi, chính quan là 30 viên, tùy tòng hơn 200 viên. Cống phẩm mang sang có giấy Bạch trữ. Lại hỏi thăm họ về chương phục. Họ nói, dạng thức từ xưa đã như vậy. Bọn họ hỏi thăm (Ta) về các sự bản đồ, quan chế, khoa mục và hành trình tiến cống, phương vật tiến cống. Lũ thần đều tuỳ việc mà đáp. (Chuyện) xong, cáo từ về. Sứ nước ấy trú ở Hội đồng tứ dịch quán cùng với sứ quán nước ta cách nhau chỉ bốn năm mươi bộ. Lúc đầu mời họ đến sứ quán để hội ngộ, họ từ chối lấy cớ phép của Trung Quốc rất nghiêm, không dám đến. Vậy nên phải đến tham điếm để gặp nhau. Phía đông sứ quán cách độ vài khách điếm có nhà của người Tây Dương. Trên nóc nhà có hình cây thập tự giá, không biết người Tây Dương ở đấy bao nhiêu. Nhưng Trung Quốc từ sau khi ký hòa ước với người Tây Dương, thì khí kém thế thua. Tuy đất kinh sư là nơi căn bản trọng địa, mà họ cũng đến ở xen tạp, không thể cấm được. Lại e các nước khác dò xét được nông sâu, bàn luận nặng nhẹ. Cho nên sứ thần nước ta với sứ Triều Tiên, tuy không lộ rõ là cấm vãng lai đi lại nhưng thường hay hạn chế. Không được đơn giản thoải mái như trước kia. Xem lệ giới cấm của quan Trực lệ Đốc bộ giới cấm với sứ thần Triều Tiên không dám đến hội kiến là có thể hiểu được.

Giờ Ngọ ngày mùng 5, Đại bồi thần nước Triều Tiên là Kim Hữu Uyên lại tặng 10 viên thanh tâm hoàn, 20 bức giấy trúc thanh, 20 bức giấy thái tiên, 50 bức giấy thái tập, lại tặng riêng 3 chiếc quạt phất dầu, 20 cây bút, 10 cái lược trúc, và kèm 1 bài thơ họa.

Tối muộn, do Chủ Khách ty đưa đến.

17. 范熙亮日記

范熙亮

初六日。

就永盛店局。與朝鮮差官李庸會。云：。年例來領年憲書。八月起行。
十月朔方到。

問洋事。答。以今夏。迷利國船。來求通商。相持數月。彼知無法揚去。

錄問。迷利是否英吉利。曰。道光十年。稱英人者。船來該國。經奏天
朝。飭兩廣總督嚴斥。使英人無得再擾。奈年四五。或稱英或稱法。迭來
留該國西海。泛稱通商。已屢與申說。亦漠不聞。可怪可恨。難蒙天朝嚴
禁。終難遏其狼毒。此實天為之。亦待上蒼回心而已。

問該官制試法。言：。官有九品。內有六部。外八道巡察。使為文官。
節度使為武官。文科三年一比。詩賦策論三場。武試弓馬兵書。

問入京里路。言。三千餘里。皆旱路。茶後各回。

『范魚堂北槎日記』

범희량 일기

범희량

초6일.

영성점국에 나아가 조선 차관 이용희와 함께 하였다. 이르기를, '해
마다 와서 달력을 받아 가는데, 8월에 길을 떠나 10월 초에 금방 도착
했다'고 하였다.

서양의 사안을 물었더니 답하기를, '올 여름 미리국迷利國의 배가 와
서 통상을 요구하며 여러 달을 버티고 있는데, 그 물리칠 방법을 모르
겠다'고 답했다.

따져 묻기를 '미리국迷利國은 영길리英吉利가 아닌가?' 했더니 이르기를, 도광 10년에 영국 사람이라 일컫는 자들이 배를 타고 이 나라에 오자 중국 조정에 상주上奏했는 바, 중국 조정에서는 양광총독에 신칙하여 엄히 배척해서 영국 사람으로 하여금 다시 소요를 부리지 못하게 했었다고 한다. 그런데 해마다 4~5 차례나 영국 혹은 법국이라 일컫는 자들이 이 나라에 번갈아 와서 이 나라 서해에 머물며 두루 다 통상을 청하매, 이미 여러 차례나 신신당부 설유說諭해도 흘려버리고 듣지 않으니 괴이하고 한스럽다고 했다. 중국 조정의 엄히 금함을 힘입을 수도 없어 종내 그 해독을 막기 어려우니, 실로 하늘이나 하실 수 있는 일이어서 하느님이 마음 돌리시기만을 바랄 따름이라고 했다.

관제와 고시의 방법을 물었더니 말하기를, 관은 9품계이고, 중앙에 6부, 지방에 8도의 순찰이 있는데, 관찰사는 문관이고 절도사는 무관이라 했다. 문과는 3년에 한 번씩 시부와 책론으로 3장場을 거치고, 무과는 궁마와 병서를 시험한다고 했다.

북경에 오는 길을 물었더니, 3천여 리가 되는데 모두 육로라 했다. 차를 마시고 각자 돌아갔다.

Phạm Hy Lượng nhật ký

Phạm Hy Lượng

Ngày mồng 6, đến điếm cục Vĩnh Thịnh, gặp quan sai phái của Triều Tiên là Lý Dung Cúc. Ông ta nói rằng:

- Theo lệ hàng năm đến nhận lịch "Niên hiến thư". Tháng 8 khởi hành, mồng 1 tháng 10 mới tới nơi.

Hỏi về chuyện người Tây dương. Ông ta đáp:

Mùa hạ năm nay thuyền của nước Mê Lợi đến xin vào buôn bán. Giằng co vài tháng, họ biết là không có cách gì, nên nhổ neo bỏ đi.

Hỏi:

Mê Lợi có phải là Anh Cát Lợi chăng?

Nói:

- Năm Đạo Quang thứ 10, một chiếc thuyền gọi là của người Anh đến Trung Quốc, đã tâu lên thiên triều. Nhà Thanh sức cho Tổng đốc Lưỡng Quảng nghiêm khắc đuổi đi, khiến cho người Anh không còn cách gì tới để quấy nhiễu nữa. Thế nhưng vào năm thứ 4, thứ 5, khi thì xưng là Anh, khi thì xưng là Pháp, thay nhau đến ở lại tại biên giới phía tây của Trung Quốc, tất cả đều nói là thông thương. Đã nhiều lần nói rõ chủ kiến cho họ, họ đều lờ đi không nghe. Thật kỳ quái, đáng ghét. Tuy triều đình đã nghiêm cấm, rốt cục cũng khó ngăn được ý đồ thâm độc, lang sói của chúng. Thật đó cũng là do trời khiến, chỉ còn biết đợi ông xanh kia nghĩ lại mà thôi.

Hỏi về quan chế và về phép thi của Triều Tiên

Ông ta nói:

- Quan có 9 phẩm, trong triều có 6 bộ, bên ngoài trấn có 8 đạo. Tuần sát sứ là quan văn, Tiết độ sứ là quan võ. Khoa văn 3 năm một lần so tài. Thi, phú, sách, luận thi tam trường. Thi võ thì thi bắn cung, cưỡi ngựa và binh thư.

Hỏi về đường vào kinh đô Triều Tiên bao nhiêu dặm?

Ông ta nói:

- Hơn 3000 dặm, đều là đường bộ.

Sau khi uống trà xong, ai về nhà nấy.

미주

1) Nguyên văn chữ là 音phầu, ý nghĩa là nói chuyện cùng nhau. Thuyết văn giải tự chú: 相與語, 天口切/cùng nói chuyện, thiên khẩu thiết.

2) Việt ngâm(越吟): chỉ khúc ca thương nhớ quê hương. Điển tích thời Chiến Quốc, có người nước Việt là Trang Tích làm quan nước Sở, nhưng lòng luôn nhớ về cố quốc, thường làm khúc ca để gửi lòng tha hương; cũng có cách giải thích là nước Việt bị nước Sở diệt, người nước Việt nhớ nước cũ nên làm lời ca Việt để ngâm tỏ lòng nhớ quê.

3) 陰何(음하): 음갱(陰鏗)과 하손(何遜), 노력으로 대시인이 된 사람의 대명사. 천재인 사령운 (謝靈運) 사조(謝朓)와 대비하여 쓰임.

4) 納納(납납): 젖어 축축한 모양. 휩싸 안아 포용하는 모양.

5) 跋涉(발섭): 산 넘고 물 건너 돌아다님.

6) 北海(북해): 북해 선생 공융(孔融, 153~208). 건안칠자의 한 사람으로 문장이 뛰어났고, 시 (詩)와 술과 벗을 좋아하여 호걸스럽게 산 것으로 이름을 얻음.

7) Âm Hà(陰何): Thời Nam triều, nước Trần có thi nhân là Âm Khanh(陰鏗), nước Lương có thi nhân Hà Tốn(何遜), đều cùng nổi danh. Đời sau cũng dùng từ Âm Hà để nói tài thơ hay như Âm Khanh – Hà Tốn vậy.

8) Mộng Nam Kha: giấc mộng cảnh Nam, điển tích theo truyện Nam Kha thái thú của Lý Công Tá đời Đường. Nói về Thuần Vu Phân, nằm ngủ dưới gốc hòe, mộng thấy thi đỗ Trạng nguyên nước Hòe, công danh hiển đạt được phong Thái thú quận Nam Kha. Sau đánh giặc thua bị giáng tội làm thứ dân. Tỉnh ra thì biết chỉ là giấc mộng dưới gốc Hòe có cành hướng Nam, tức là Nam Kha.

9) Xa thư(車書): Điển chữ trong sách Trung dung, ý nói nước cùng chế độ, thiên hạ nhất thống.

10) Ngọc bạch(玉帛): ngọc và lụa là 2 thứ quý, theo điển chế cổ thì dùng làm lễ vật để tế tự và triều cống.

11) Nam lâu(南樓): lầu hướng về phía nam. Dùng chữ trong thơ Tạ Linh Vận 南樓中望所遲客 Nam lâu trung vọng sở trì khách/ Lầu Nam ngóng người bạn đến muộn. Ý nói trông mong bạn bè xa xôi.

12) Lộ Hà(潞河): hay còn gọi là Bạch Hà, Bắc Vận hà. Là con sông thông tới Bắc Kinh, chảy qua Thiên Tân, tiếp nối với sông lớn thủy vận đường Bắc Nam.

13) 성남의 두씨. 당나라 시인 두보.

14) 오하의 阿蒙(아몽). 『삼국지』에 나오는 오나라 장수 여몽을 가리킨다. 거칠고 학문이 부족해서 오나라 임금 손권의 책망을 듣고 분발했다고 한다.

15) Tâm và tính: hai phạm trù triết học chính của Tống Nho, lí giải sự vật và hiện tượng xuất phát từ nội tâm, thiên tính của con người cùng một nguồn thiện từ trời ban.

16) Thành nam Đỗ(城南杜): dùng chỉ nhà thơ họ Đỗ, tức Đỗ Phủ. Ví người thơ thanh tao như họ Đỗ.

17) Dùng chữ trong sách Tam Quốc diễn nghĩa, gọi Lã Mông tướng nước Ngô, ý là kẻ thô thiển ngu dốt không học thức.

18) Mê Linh: tên một vùng đất cổ thuộc nước Việt.

19) Quan niệm xưa thường coi địa giới nam bắc nước ta với Trung Quốc được đánh dấu bởi cột đồng của Mã Viện.

20) Yên Kinh: hay còn gọi Yên Đô, tức Bắc Kinh kinh đô của hai triều Minh – Thanh.

21) Việc đi sứ ngày xưa gian nan vất vả, có khi đến 3 năm mới xong việc sứ.

22) 蘇州(소주): 韋應物(위응물)

23) Tam Hàn: Bán đảo Triều Tiên xưa bao gồm các vùng đất cổ Mã Hàn, Thìn Hàn, Biện Hàn gọi là Tam Hàn

24) Sông Áp Lục: địa danh của Triều Tiên

25) Tô Châu: địa danh Trung Quốc, nơi có thắng cảnh đẹp, lụa đẹp. Có thể ý thơ nói là học lối đẹp tươi, hoa mỹ.

26) 溫李(온이): 溫飛卿(온비경)과 李太白(이태백).

27) Ôn là Ôn Đình Quân: Lí là Lí Thương Ẩn, là hai nhà thơ nổi tiếng đời Đường.

28) 褥薩(누살): 고구려시대의 지방관직. '욕살(褥薩·辱薩)'이라고 더 많이 알려져 있다. 고구려는 지방통치조직을 대성(大城)·성(城)·소성(小城)의 3단계로 구획하고, 여기에 중앙관리를 파견하였는데, 이 중 대성의 장관을 욕살(褥薩·褥薩·辱薩)이라고 하였다. 고구려의 대성은 군(郡) 규모의 여러 성(城)을 통합하는 커다란 행정구역인데, 동·서·남·북·내(內)의 5부(部)가 있었으며, 각 부에 욕살이 파견되었다. 욕살의 임무는 행정과 군사의 양면을 관장하는 군정적(軍政的) 책임을 지니고 있었으며, 중국의 도독(都督)에 비정된다.

29) Xem chú số 39

30) Nậu Tát: có nhiều ý nghĩa, một là tương đương chức thủ lĩnh bộ lạc; một nghĩa như phía dưới giải thích là con vân điểu

31) 梯衝(제충): 雲梯(운제)와 衝車(충차). 모두 성을 공격하는 무기.

32) 老子據鞍顧盼(노자거안고혜): 「마원전」에서 유래한 관용어구. 마원이 노년에도 불구하고 말을 타고 흘겨보는 건장한 모습을 보여주었다는 데서 유래한 것으로 老益壯(노익장)의 표현으로 쓰인다.

33) Nguyên văn là thê xung(梯衝), nói là thang mây và xung xa là hai loại chiến cụ để đánh thành đời xưa. Ý nói bị công kích dữ quá

34) Nguyên văn là xử nữ tự thủ(處女自守), có ý ví mình như cô gái trinh tiết chỉ biết khép nép khiêm tốn để giữ phận. Chúng tôi phóng dịch là gái quê giữ phận.

35) Hoài Âm: tức Hoài Âm hầu Hàn Tín, danh tướng của Hán Cao tổ Lưu Bang. Hàn Tín dùng kế lạ đóng quân trên sông, dựa lưng vào sông mà lập trận. Người nước Triệu trông thấy đều cười phì cho là kém. Nhưng sau thì quân Hàn Tín thừa thế bức tử đánh quật lại. Lại cho mai phục ngoài thành thừa cơ quân Triệu đi xa lẻn vào cắm hết cờ Hán. Quân Triệu trúng kế bị thua, bắt được cả vua nước Triệu.

36) Dùng chữ trong Hán sử, Mã Viện truyện. Nói Mã Viện nghe tin có việc quân, được vua đến thăm. Họ Mã đã cao tuổi vẫn cố nhảy lên ngựa, dương mắt tỏ sức còn đánh trận được không phải đồ bỏ. Vua Hán phái khen là già mà quắc thước.

37) Vân điểu: đời Hoàng đế nhận ngôi có mây lành, các quan đều lấy mây làm danh hiệu; khi Thiếu Hiệu nhận ngôi có chim báo điềm, các quan đều lấy tên chim là danh hiệu. Về sau dùng từ vân điểu để chỉ sự khác biệt triều đại

38) Tên chiến dịch Hàn Tín diệt Triệu, gọi là trận Bối Thủy.

39) 이 시는 송대 장식(張栻:1133~1180, 자는 敬夫, 호는 南軒)의 문집인『張南軒集』卷5에 수록되어 있는 〈題城南书院三十四咏〉의 제16수이다. 起句가 "花柳芳妍十日晴"으로 조금 다르다. 題詠인 것으로 미루어 여러 사람이 성남서원의 경관을 읊은 것을 집성해 둔 것으로 추정되는데, 그래서 여시거는 이 시를 '張敬夫諸賢詩'라 일컬은 것으로 보인다.

40) Bài thơ của Trịnh Nghị Phu trong Canh khê thi thoại bình về Phạm Lãi.

41) Trương Tống: người đời Tống, hiệu là Kính Phu, kết bạn với danh nho Lý học Chu Hi. Có thơ văn còn truyền tụng

42) 원래 파일에는 제6구 '千門賀節人'이 빠져 있었다.『국역 대동야승』의 번역문, 원문에도 모두 누락되어 있다. 권별의 『해동잡록』 영인본을 확인하여 보충해 넣었다.

43) Cửu nhai: đường lớn ở kinh đô gọi là Cửu nhai.

44) 옛날에는 갈대를 태운 재를 12율에 해당하는 관(管)에 넣어두고 24절기를 알아 내었다. 동지(冬至)에 해당하는 것은 황종궁(黃鐘宮)인데, 동지 때가 되면 황종궁에 해당하는 관 속의 재가 날아나왔다 한다.

45) 金幡(금번)은 표지(標識)가 새겨진 깃발. 각국의 사신들이 동지맞이 예식에서 들고 있던 자국 표시 깃발로 보인다.

46) 璣衡(기형)은 璇璣玉衡(선기옥형). 渾天儀(혼천의). 천문 관측기구.

47) 岳瀆(악독)은 五嶽四瀆(오악사독). 산과 강을 대표하는 이름.

48) Trùng dịch(重譯): Nói sự phiên dịch qua nhiều ngôn ngữ. Về sau dùng để chỉ sự phiên dịch từ ngôn ngữ này sang ngôn ngữ khác. Thượng Thư Đại truyện/Quyển 4 chép: "Thời Thành vương, nước Việt Thường qua mấy lần trùng dịch đến triều cống, nói là đường lối xa xôi, núi sông ngăn trở, sợ đường sứ không thông, thế nên phái ba lần phiên dịch khi đến triều cống."

49) Tương truyền khi Mã Viện sang đánh Giao Chỉ có dựng cột đồng làm mốc giới. Sách Quảng Châu ký chép: Mã Viện đến Giao Chỉ dựng cột đồng làm cực giới đất Hán/廣州記: 馬援到交阯立銅柱為漢之極界也.

50) Việt Thường(越裳): Tương truyền vùng đất Giao Chỉ thời cổ có tên nước là Việt Thường, vào thời nhà Chu có sai sứ sang cống chim trĩ trắng. Sách Hậu Hán thư/Nam Man truyện chép: Phía nam Giao Chỉ có nước Việt Thường. Thời Chu Công nhiếp chính năm thứ 6, chế lễ, tác nhạc, thiên hạ hòa bình. Nước Việt Thường đến dâng chim trĩ trắng.

51) Tượng cốt(象骨), long hương(龍香): Xương ngà voi, cây có mùi đặc trưng gọi là long hương, là những thứ đặc sản của vùng phương nam.

52) Cửu Chân(九真): Việt sử ký toàn thư ghi: "Thời ấy nước Văn Lang chia làm 15 bộ: Giao

Chỉ, Chu Diên, Vũ Ninh, Phúc Lộc, Việt Thường, Ninh Hải, Dương Tuyền, Lục Hải, Vũ Định, Hoài Hoan, Cửu Chân, Bình Văn, Tân Hưng, Cửu Đức; đều là đất thần thuộc Hùng Vương"(Nxb. KHXH, 1998, tập 1, tr. 133). Sau này thường dùng Giao Chỉ, Cửu Chân, Nhật Nam··· để chỉ An Nam.

53) *Thi – Thư*. Hai sách kinh điển quan trọng của Nho giáo(*Kinh Thi và Kinh Thư*). Có ý dùng để chỉ người có học vấn, nước có văn hiến, người ta thường dùng cụm từ *Thi Thư*.

54) Xem chú số 3.

55) *Bao mao*(包茅): Một loại cỏ dùng để lọc rượu khi tế tự. Đây là thứ cống phẩm quan trọng có tính hình thức trong ngoại giao giữa Chư hầu với Thiên tử thời Chu. Tả truyện/ Hi công tứ niên: Người cống bao mao không đến. Sự tế tự không cung. Không có gì để lọc rượu tế.

56) *Tượng dư*(象輿): Theo truyền thuyết là một loại xe, dùng để dự đoán đời thái bình hưng thịnh.

57) *Chỉ nam xa*(指南車): Xưa các bậc Hoàng đế chế xe chỉ nam để định bốn phương, chỉ đường lối đi đánh Xi Vưu. Đời Chu, nước Việt Thường sang cống, sứ không biết lối về. Chu Công chế ra xe chỉ nam để chỉ lối.

58) 마지막 구절 '幸得詩中一表揚'은 풍극관이 쓴 〈만수절경하시집〉에 이수광의 서문을 받은 것을 지칭하는 것으로 보인다.

59) *Nguyên văn* 接武tiếp vũ: Chỉ trạng thái nối tiếp, từng bước ngắn quỳ bái khi vào triều của các quan. Lễ ký/Khúc lễ thượng: Thượng đường tiếp vũ, hạ đường bớ vũ. 禮記/曲禮上: 堂上接武, 堂下布武.

60) *Ân quan*(殷冠); *Thuấn miện*(舜冕): Đều có ý chỉ sự uy nghi lễ nhạc của các triều đại thịnh trị thời thái cổ.

61) Bài này được Bùi Huy Bích sưu tập trong *Hoàng Việt thi tuyển, quyển ngũ*(皇越詩選, 卷五). 『皇越詩選』 卷五.

62) 신선이 타는 수레. 여기서는 '사신이 타는 수레(使軺)'를 지칭한 것으로 보인다.

63) 천자(天子)의 의장(儀仗, 의식에 쓰이는 무기나 물건). 玉階仙仗擁千官(옥계선장옹천관; 옥섬돌과 선장은 많은 벼슬아치들로 둘러싸여 있구나.)〈잠삼(岑參)〉

64) Thời xưa lấy tiêu chuẩn, văn tự và trục xe cùng một loại để chỉ sự thống nhất. Sách Trung dung: 中庸: 今天下車同軌,書同文//nghĩa là Thiên hạ nay xe cùng trục, viết cùng chữ.

65) Trăm đời vua: Có ý phiếm chỉ lịch đại đế vương. Sách Tuân tử/Bất Cẩu 荀子·不苟: 百王之道,後王是也//nghĩa là: Đạo của bách vương, các vua đời sau cũng vậy.

66) Chu lễ nhạc; Hán quan thường: Lễ nhạc đời Chu, áo mũ đời Hán. Hai đời Chu, Hán được coi là thịnh trị của văn hiến.

67) Nguyên văn 梯航thê hàng: Là dụng cụ leo núi, đi biển, đi sông. Đây có ý nói là đi xa vượt đường muôn dặm. Trèo núi vượt biển.

68) Nguyên văn 竹葉trúc diệp: Nghĩa đen là lá trúc, phiếm chỉ người bạn quân tử; nghĩa khác là một loại rượu ngon, pha chế với dược liệu quý, có màu như lá trúc. Các thi nhân thời Đường dùng thưởng thức, ngâm thơ.

69) Mai Lĩnh: tên núi, mà cũng là tên tước của Phùng Khắc Khoan là Mai Lĩnh hầu.

70) Nguyên văn 魯鄒鄉Lỗ Trâu hương: Đất Lỗ là quê hương Khổng Tử; đất Trâu là quê hương của Mạnh Tử. Cả hai đều là bậc thánh xây dựng nền móng của Nho học. Về sau nhà Nho theo tên đất mà xưng tụng mạch Nho học là mạch quê đất Lỗ đất Trâu; nhà Nho cũng hay nhận mình là người Trâu Lỗ (Lê Quý Đôn từng viết: Từ nay Trâu Lỗ xin chăm học··· là ý này).

71) Khổng Tố vương: Tức Khổng Tử, ông tổ đạo Nho, được người đời sau suy tôn là Tố vương. Sách Luận hành/Định hiền của Vương Sung đời Hán có viết: Khổng Tử không làm vương, mà nghiệp Tố vương ở sách Xuân Thu. 王充/論衡/定賢: 孔子 不王, 素王之業在春秋 .

72) *Nguyên văn kiện bộc*(健僕): Chỉ người hầu khỏe mạnh. Đây nói sự bảo vệ thân thể bằng cách luyện kiếm. Coi kiếm như người hầu mạnh mẽ và trung thành. Điển trong thơ Tư Không Đồ đời Đường, bài Thoái tê: Được gươm như thoát được tên hầu khỏe. Mất sách lâu như mất bạn hiền/司空圖/退棲詩: 得劍乍如添健僕, 亡書久似失良朋.

73) Ý nói nhiệm vụ sứ thần là việc quan trọng, phải bậc tài năng lớn mới gánh vác được. Điển tử trong Luận ngữ./Thái Bá: Kẻ sĩ không thể không gắng hoằng dương nghị lực, vì nhiệm vụ gánh vác nặng mà đường xa 論語. 泰伯: 士不可以不弘毅, 任重而道遠.

74) 卉服: 남방섬 등에서 입는 풀로 짠 의복.

75) 淸揚: 얼굴이 청수하고 원만한 모습.

76) Nguyên văn 炎鄉(viêm hương): Thời cổ nước ta cũng còn gọi là Viêm bang, vì thuộc vùng phía nam nóng nực.

77) Chuyện cột đồng làm cương giới đất Hán với Giao Chỉ. Xem chú thích số 13.

78) Nguyên văn 朝天年到者稀餘. Lấy ý của thơ Đỗ Phủ, bài Khúc giang: Nợ rượu thường thường đâu cũng có, đời được bảy mươi có mấy ai/杜甫. 曲江: 酒債尋常行處有, 人生七十古來稀(Nợ tiền mua rượu đâu không thể; Sống bảy mươi năm có mấy người –Tản Đà dịch).

79) '明于刑五' '展厥材多'라는 말은 자세히 알 수 없다. 최상수(『韓國과 越南과의 關係』, 韓越協會, 1965)는 '五刑에 밝으면서 그 德까지 심었고, 그대 재주 펴 보이니 저 옷을 지었도다.'로 번역을 했는데, 역시 뜻은 모호하다. 미심한대로『書經』과『左傳』의 어구를 참조하여 이수 광의 內治 행적을 예찬한 문맥으로 번역을 해보았다. 정사를 잘하여 임금의 덕을 널리 펴 고 인재를 발탁하여 적재적소에 기용했음을 말한 것으로 본 것이다.

* 禹曰, 朕德罔克, 民不依, 皋陶邁種德, 德乃降, 黎民懷之, 帝念哉, 念玆在玆, 釋玆在玆, 名言玆在玆, 允 出玆在玆, 惟帝念功. [우(禹)가 말하였다. "제 덕이 능하지 못하여 백성들이 의지하지 않습니 다. 고요(皋陶)는 힘써 덕을 심어서 덕이 이에 내려가니 백성들이 그를 생각하고 있습니 다. 임금께서는 그를 생각하십시오. 생각하여 잊지 않음도 고요에게 있고, 버리고 달리 구해도 고요에게 있으며, 입에서 이름하여 말함도 고요에게 있고, 진실로 마음에서 발함도 고요에 게 있습니다. 황제께서는 그의 공을 생각하소서."] (『書經』「大禹謨」 10)

* 帝曰, 皋陶, 惟玆臣庶, 罔或干予正, 汝作士, 明于五刑, 以弼五敎, 期于予治, 刑期于無刑, 民協于中, 時 乃功, 懋哉. [순임금이 말하였다. "고요(皋陶)야 이 신하와 무리들이 조금도 나의 정사를 범 하는 이가 없는 것은, 너를 사(士)로 삼아 오형(五刑)을 밝히고 오교(五敎)를 도와서 나의 다스림을 기약하였기 때문이다. 형벌을 행함에 형벌이 없어지는 것에 기약하여 백성이 중 도(中道)에 합하게 하는 것이 너의 임무이니, 힘쓰라."] (『書經』「大禹謨」 11)

* "子皮欲使尹何為邑. 子曰: '少, 未知可否.' 子皮曰: '愿, 吾愛之, 不吾叛也. 使夫往而學焉, 夫亦愈 知治矣.' 子產曰: '不可······子有美錦, 不使人學製焉. 大官, 大邑, 身之所庇也, 而使學者製焉, 其為 美錦不亦多乎?'" 後因以"製錦"為賢者出任縣令之典.[춘추시대 정(鄭)나라 자피(子皮)가 일찍이

윤하(尹何)에게 읍(邑)을 다스리게 하려고 하자, 자산(子産)이 말하기를 "윤하는 나이가 적으니, 그가 해낼 수 있을지 모르겠소." 하니, 자피가 말하기를 "그는 성실한 사람이라, 내가 그를 사랑하고 있으니, 그는 나를 배반하지 않을 것이오. 그로 하여금 읍으로 나가서 정치를 배우게 한다면 그도 차츰 정치를 알게 될 것입니다." 하므로, 자산이 말하기를 "안 됩니다.……당신에게 아름다운 비단이 있다면 그것을 옷 지을 줄 모르는 사람에게 주어 옷 짓는 일을 배우게 하지는 않을 것입니다. 큰 벼슬과 큰 읍은 백성의 몸이 의탁하는 곳인데, 배우는 사람에게 시험 삼아 다스리게 한단 말입니까. 큰 벼슬과 큰 읍이야말로 그 아름다운 비단보다 훨씬 더 중요한 것이 아니겠습니까." 이로써 뒤에 '제금'이 어진 사람을 현령에 임명하는 전고가 되었다.] (『左傳』「襄公三十一年」)

'製裳(제상)'은 '옷을 만든다', '옷을 해 입는다', 혹은 '옷을 지어 입힌다', 정도의 뜻이어서 '製錦(제금)"과 상통하니 아주 빗나간 해석은 아니리라 여겨진다. 시에 놓인 어구라는 점에서 평측과 운을 고려한 대체표현일 가능성도 크기 때문에, 이 정도로 이해해도 무방할 것 같다.

80) Nguyên văn 楊王: Đây có ý nói đến họ Dương là Dương Quýnh楊炯, họ Vương là Vương Bột王勃, hai người này tài thơ cùng với Lạc Tân Vương駱賓王, Lư Chiếu Lân盧照鄰 được khen là "Sơ Đường tứ kiệt" 初唐四傑. Sách Cựu Đường thư 舊唐書khen họ, xếp thứ bậc là Dương Vương Lư Lạc(楊王盧駱).

81) Nguyên văn 刑五(hình ngũ): Năm loại hình pháp thời xưa. Ý là sáng tỏ việc luật pháp ra để trị nước. Kinh Thư, Thuấn điển có câu: Năm hình pháp theo thứ tự 書・舜典: 五刑有服.

82) Kê Lâm: Tên nước Tân La 新羅thời cổ, tức một phần bán đảo Triều Tiên ngày nay. Tương truyền, đời nhà Đường, thơ Bạch Cư Dị nổi tiếng được truyền tụng. Tể tướng nước Kê Lâm rất yêu thích thơ của Bạch Cư Dị, các thương nhân đi buôn bán với nhà Đường mang thơ về Kê Lâm được trả giá rất cao. Về sau dùng điển này để đánh giá tài thơ, và sự truyền bá của thơ văn rất rộng rãi.

83) Tích xưa kể mẹ của Mạnh Tử tìm hàng xóm để ở, cho con có điều kiện học tập lễ nghĩa.

84) Xem chú số 38.

85) Điển trong Kinh Dịch, quẻ Bác, hào Thượng cửu: Quả lớn không ăn, người quân tử được người theo, kẻ tiểu nhân bị mất chỗ/ 易.剝/上九: 碩果不食, 君子得輿, 小人剝廬.

86) Tứ mẫu(四牡): Tên bài thơ trong Kinh Thi, nội dung khen ngợi sứ thần hết lòng vì việc vua. Đây cũng là lời tự vịnh của sứ thần. Thi Kinh. Tiểu nhã. Lộc minh chi thập詩經・小雅・鹿鳴之什.

87) Xem chú số 34.

88) Yên đô: Yên kinh, tức Bắc Kinh ngày nay.

89) Nguyên văn 盧橘熟 lô quất thục: Hàng lô quất đã chín vàng. Đây là một hình ảnh đẹp trong thơ cổ, là một thứ đặc sản của miền Nam, các thi gia xưa thường ngâm vịnh đến cảnh quất chín với tình ý quê hương ấm cúng đầy màu sắc: 盧橘楊梅次第新/惠州一絕/蘇軾: Lô quất dương mai thứ đệ tân/ Huệ Châu nhất tuyệt/Tô Thức; 金彈纍垂盧橘熟/夏日憶故鄕風景/于謙: Kim đàn lụy thùy lô quất thục/Hạ nhất ức cố hương phong cảnh/Vu Khiêm.

90) Lạp mai hương: Tên một điệu từ; lạp mai còn có nghĩa là một loại hoa thơm. Đây chỉ cái thú thanh tao của ngâm vịnh.

91) Bàn Khê tẩu(磻溪叟): Ông già bên khe Bàn Khê. Bàn Khê Tẩu cũng là tên hiệu của Lã

Thượng(Khương Tử Nha).

92) Chu Văn: tức Chu Văn Vương, người phát hiện ra tài năng của Lã Thượng, rước về làm tướng phụ tá cho mình.

93) 鷄舌香(계설향): 향료(香料)의 한 가지. 정향(丁香)나무의 꽃봉오리를 말린 것으로 치통에도 쓰이며, 상서랑(尙書郞)이 임금께 아뢸 때는 이것으로 입을 뿜고 나서 말한다고 함. 〈초학기(初學記) 직관(職官)〉
"一身雨露誰能似 鷄舌猶含十載香(한몸에 입으신 임금님 은혜를 그 누가 견주리, 입에 뿜은 계설향이 10년이나 되는구나.)"〈崔元祐, 賀元梅谿松壽掌南省試〉

94) Chí(贄), đồ dùng để qua lại giao vãng của sứ giả, tỏ lòng thành. Mạnh Tử: Tam miên, nhị sinh, nhất tử chí(孟子): 三帛、二生、一死贄; Ngu thư: Nam chí, đại giả ngọc bạch, tiểu giả cầm điểu dĩ chương vật dã. Nữ chí, bất quá trăn lật cức tu, dĩ cáo kiền dã 虞書: 男贄, 大者玉帛, 小者禽鳥, 以章物也; 女贄, 不過榛粟棗脩, 以告虔也 / Tả truyện/ Trang công nhị thập tứ niên: soạn trường thư dĩ vi chí左傳·莊公二十四年: 撰長書以為贄.

95) *Kê thiệt* 雞舌: Một loại dược liệu thơm, hình giống lưỡi gà, nên gọi là kê thiệt.

96) Cao hoàng: Có thể chỉ Minh Thần Tông.

97) Xem chú số 47.

98) Bách Việt: Chỉ vùng đất các tộc người Việt cổ ở Giang, Triết, Mân, Việt, trong đó có người Lạc Việt.

99) Lấy điển tích trong sách Hậu Hán thư. Mã Viện truyện: trông lên con diều đang chớp chớp cánh phải sa xuống nước/ 後漢書·馬援傳: 仰視飛鳶砧砧墮水中.

100) Nguyên văn là chữ vực 蜮, cũng đọc là quắc. Theo các từ điển cổ, thì là một giống thuộc họ ba ba sống dưới nước, ở vùng Nam Việt, thường ngậm cát phun hại người.

101) *Ngũ khê*(五溪): Năm dòng suối ở các vùng xa xôi đất Vũ Lăng, đời Hán là nơi các dân tộc thiểu số sinh sống. Đây ý nói là trông nhờ Phùng sứ quân ngóng trông theo sương khói nơi xa xôi.

102) Theo Tứ thư thì Giang, Hoài, Hà, Tế là 4 con sông lớn của Trung Quốc là Trường Giang, Hoài Hà, Hoàng Hà và Tế Giang. Trong đó Hoài Hà chảy đến tận Hải Châu.

103) Nói đức nhẫn nhịn của người phương nam, như trong sách Trung dung: Tử Lộ hỏi về sức mạnh. Khổng Tử nói: Khoan nhu để dạy dỗ, không đền đáp kẻ vô đạo, ấy là cái mạnh của người phương nam, nơi người quân tử ở đó. 子路問強子曰: 寬柔以教, 不報無道, 南方之強也。君子居之.

104) 惠施(혜시): 전국시대 송나라 사람. 위나라 재상이 되어 합종책을 폄. 친구 장자가 "혜시는 재주가 많아 그 책이 다섯 수레나 된다(惠施多方其書五車)"라 했다고 한다.

105) Huệ Thi: Người thời Chiến Quốc cùng thời với Trang Tử, học thức rộng rãi. Đời sau dùng điển tích nhiều sách vở thường ví với xe sách của Huệ Thi.

106) 洛龍(낙룡): 최병욱 교수는 월남건국신화의 '낙룡'과 통할 것으로 추정한 바 있다.

107) 八斗高名(팔두고명): 아주 뛰어난 문학적 재주를 가진 인재를 일컫는 말. 사령운(謝靈運, 385~433)의 말에서 유래. 그는 자기의 재능에 대한 자부가 대대해서 다음과 같이 말했다고 함. "위진 이래 천하의 문학지재는 모두 1석인데, 조자건이 혼자서 8두를 차지하고, 내

가 1두를 얻었으며, 천하의 나머지 사람들이 1두를 나눠가지고 있다."

108) 杜黃裳(두황상): 당(唐)나라 만년(萬年) 사람. 자는 준소(遵素). 시호는 선헌(宣獻). 벼슬은 문하시랑(門下侍郞), 동중서문하평장사(同中書門下平章事)에 이르렀으며 순종(順宗) 때 태상 경(太常卿)을 거쳐 빈국공(邠國公)에 봉해짐. 어질고 강직한 신하로서 군주를 충직하게 보 좌한 인물로 비유됨.

109) *Tức Tào Thực* 曹植(192~232) tự là Tử Kiến(子建), khi mất có tên thụy là Tư, phong Trần Tư Vương. Ông là một nhà thơ nổi bật nhất trong số văn nhân thời Kiến An, Trung Quốc. Điển tích tài cao bát đấu 才高八斗Hà để chỉ tài thơ văn của Tào Thực.

110) *Đỗ Hoàng Thường* 杜黃裳738~808), người đời Đường, tự là Tuân Sách遵素. Tuổi trẻ đã dĩnh ngộ tài năng. Thi đỗ Tiến sĩ năm Bảo Ứng thứ 2 đời Đường Túc Tông, từng theo Quách Tử Nghi lập nhiều công lao, văn chương chính luận rắn rỏi cương quyết.

111) 文鷺(문로): 관복의 하나인 補服(보복)의 종류들이다.

112) 風雲契(풍운계): 바람과 구름의 계합. 임금과 신하의 조화로운 만남.

113) 花蟲(화충): 관복의 하나인 補服(보복)의 종류들이다.

114) 桂掖(계액): 왕후가 거처하는 궁전이다.

115) 渭陽(위양): 나이 많은 풍극관을 위수가에서 낚시질하던 강태공에 비긴 것이라 할 수 있다.

116) Có bản chép là Vị Xuyên, có bản chép là Vị Dương, đều là địa danh bên Trung Quốc, nhưng điển trong Kinh Thi/ Tần Phong/ Vị Dương: Ngã tống Cữu thị, viết chí Vị Dương 我送舅氏, 曰至渭陽, nói cảnh Cậu cháu Trùng Nhĩ tiễn biệt nhau ở bến Vị Dương, về sau dùng để ví tình cảm trong gia đình. Có lẽ Phùng Khắc Khoan tuổi cao nên tác giả dùng điển này để bày tỏ tình cảm.

117) Ý là nhắc đến việc An Nam, Lê triều dẹp Mạc, sau đó dâng biểu cầu phong.

118) Quế Giang: Tên sông ở Quảng Tây.

119) Mai Lĩnh: Địa danh cổ, tương truyền là địa giới giữa Hán và Giao Chỉ, xưa Mã Viện trồng cột đồng ở đây. Về sau dùng từ này để chỉ vùng phân giới giữa Việt và Trung Hoa.

120) 重氈(중전): 氈(전)은 모피방석인데, 重氈(중전)은 방석을 겹으로 깔고 앉음을 뜻함. 관직의 품계에 따라 깔고 앉는 방석의 수가 달랐다고 함.

121) Hào cữu tam trong quẻ Càn/ Kinh Dịch: hào 3, dương: Người quân tử mỗi ngày hăng hái tự cường, đến tối vẫn còn thận trọng như lo sợ. Nguy hiểm, nhưng không tội lỗi. 九三: 君子終日乾乾, 夕惕若, 厲, 无咎.

122) Hào lục ngũ trong quẻ Khôn/ Kinh Dịch: hào 5, âm: như cái xiêm màu vàng, lớn, tốt (rất tốt). 六五: 黃裳, 元吉.

123) 저울을 만들 때는 저울대(衡)를 먼저 만들고, 수레를 만들 때는 수레바탕(輿)을 먼저 만든 다는 데서, 어떤 일의 기초 토대를 닦음을 이른다.

124) 專對(전대): 오로지 대함. 사신(使臣)이 단독으로 왕과 대면함.

125) 晝錦堂(주금당): 주금(晝錦)은 낮에 비단옷을 입는다는 뜻으로, 출세하여 고향에 가는 금 의환향(錦衣遷鄕)을 의미한다. 송나라의 명신(名臣) 한기(韓琦)가 일찍이 재상으로 무강군절 도사(武康軍節度使)가 되어 자기 고향인 상주(相州)를 다스리면서 그곳에 주금당(晝錦堂)을

세우고 또 시를 지었는데, 구양수가 그 시에 의거해서 〈상주주금당기(相州晝錦堂記)〉라는 기문을 지어 한기의 뜻을 칭송한 고사가 있다.

126) 『梅嶺使華詩集』(A.241)을 따라서 紅으로 바꾸어 옮겨 본 것이다.

127) 非熊: 匪熊의 오기로 보인다. 강태공과 관련한 匪熊(반비: 나눌 반, 큰곰 비로 읽는다)의 고사가 있다. 匪熊와 관련해서는 한국고전종합BD 二樂集集 중에 〈題洪進士滕家畫屛八幅〉, 〈後車載〉라는 시가 크게 참고가 된다. "渭陽匪熊叟。有釣非爲釣。天錫西伯緜。得賢焉屈召。尊之載後車。一語先同調。周齊竟匹休。勳名懸兩曜"

128) 接輿(접여): 춘추시대 초(楚)나라 사람. 은사(隱士) 육통(陸通)의 자다. 미친 것처럼 가장해 세상을 피했다. 『논어(論語)』 미자(微子)편에 따르면 초(楚)나라의 광인(狂人) 접여가 공자의 앞을 지나며 노래했다. "봉(鳳)이여! 봉이여! 어찌 덕이 쇠했는가. 지나간 것을 간(諫)할 수 없지만 오는 것은 오히려 따를 수 있으니, 그만두어라! 그만두어라! 오늘날 정치에 종사하는 자는 위험하다." 초나라 왕이 그가 현명하다는 소식을 듣고 기용하려 하자 성명을 바꾸고 다른 곳으로 숨어버려 세상과 절연했다고 한다. 사람들이 초광(楚狂)이라 불렀다.

129) Thầy nhà Chu: Tức là Khương Thái Công Vọng. Sách Lục Thao/Văn sư có chép: "Văn vương đi săn ở Vị Thủy, xem bói, bốc được quẻ nói, đi săn được lớn, không phải rồng, không phải li, không phải hổ, không phải gấu. Làm được công hầu, trời sai thầy người giúp cho. Sau gặp được Thái Công ở sông Vị rước về phong làm tướng, bái làm thầy" Sau người ta gọi Phi Hùng là nói đến Khương Tử Nha.

130) Tiếp Dư: Người ẩn sĩ nước Sở, giả dạng như người điên, hát bài Phượng hề để ngụ ý khuyên can Khổng Tử. Về sau dùng chữ Ca phượng để chỉ người ẩn sĩ lánh đời.

131) 晉解楊(진해양): 춘추시대 진나라 대부. 당시 송나라 군대가 초나라 군대에 의해 포위되었기 때문에 진나라 경공은 병졸을 이끌어 구하기로 했다. 진해양이 사신으로 파견되었는데 도중에 초군에 잡혔다. 초왕은 해양이 끝까지 굴복하지 않는 모습에 감동하여 석방하여 보내주었다. 후세에, 목숨을 내걸고 사신의 임무에 충실하고자 했던 인물로 추앙을 받았다.

132) Giải Dương: Quan đại phu nước Tấn thời Xuân Thu. Lúc ấy quân Sở vây Tống, Tấn Cảnh Công đem quân cứu Tống, sai Giải Dương đi sứ sang, bị quân Sở bắt được. Giải Dương kiên trinh không khuất phục. Sở Vương khâm phục mà tha cho về. Đời sau khen Giải Dương đi sứ không nhục mệnh chúa đáng là danh sứ muôn đời. Ở đây ý khen Kim Hoa hơn cả Tấn Giải Dương.

133) 公西馬(공서마): 공자의 제자 공서화(公西華)가 탔던 말. 외교사령에 능하여 공자가 그를 제나라사신으로 보낸 적이 있다. 論語의 〈雍也〉편에 다음과 같은 기사가 있다. [子華使於齊。冉子爲其母請粟。子曰: "與之釜。"請益。曰: "與之庾。"冉子與之粟五秉。子曰: "赤之適齊也, 乘肥馬, 衣輕裘。吾聞之也, 君子周急不繼富。]

134) 子產(자산): 鄭(정)나라의 유명한 재상이요 외교관인 정자산.

135) Luận ngữ/ Tử Lộ: Đọc Kinh Thi 300 bài, nhận chính lệnh không đạt, sứ bốn phương không đối nổi. Tuy nhiều có ích gì/論語/子路/誦詩三百, 授之以政, 不達; 使於四方, 不能專對; 雖多, 亦奚以為.

136) Công Tây Hoa: Học trò của Khổng Tử, giỏi ngoại giao, được cử đi sứ nước Tề mà lòng vẫn còn lo mẹ già ở nhà không đủ ăn.

137) Tử Sản: Tức Tử Sản tướng nước Trịnh, thi hành ân chính, khi còn nắm chính vụ, ông cho dùng xe kiệu của mình để đưa người qua sông Vị Thủy湑水. Bị Mạnh Tử chê là ân huệ

nhỏ mọn. (Mạnh Tử/Ly Lâu hạ). Cả hai đều là những nhà chính trị, ngoại giao giỏi thời Xuân Thu.

138) Dựa theo bản khác bản 다른 본을 따라 '本'을 '限'으로 바꾸어 옮겨 본 것이다.

139) 牙籤(아첨): 상아(象牙)로 만든 첨대. 첨(籤)은 꼬챙이, 쪽지를 의미함.

140) Quan thường: Dùng để chỉ vùng có văn hiến thường xưng là Y quan văn vật 衣冠文物

141) 子輿(자여): 공자(孔子)의 제자(弟子)인 증삼의 자(字). 맹자(孟子)의 자(字). 여기서는 도학(道學)의 정통을 말하는 것이어서 맹자로 보는 것이 좋을 것 같다.

142) Mạnh Tử nói: Muốn học tiếng nước Tề thì sang nước Tề ở.

143) Điển về Hạng Thác là một thiếu niên lanh lợi, hỏi vặn Khổng Tử rằng: Chỉ xin hỏi thầy sự ngay trước mắt thầy là thầy có biết lông my có bao nhiêu sợi? Khổng Tử cười mà không đáp. Đây nói có nhiều việc trên đời không tri thức nào biết hết được.

144) Tuyên Thánh: Tức là Khổng Tử, được phong tặng Đại thành Chí thánh Văn Tuyên Vương.

145) Tử Dư: tên tự của Tăng Tử.

146) 鳳綸(봉륜): 황제의 조칙.

147) 羊鼎(양정): 제사 때 양을 삶던 솥. 流涎(류연): ①군침을 흘림 ② 몹시 부러워함의 비유(比喩).

148) Bách Việt: vùng đất của cư dân Việt cổ, bao gồm các bộ tộc người Việt khác nhau, sống đan xen trong lưu vực phía nam sông Trường Giang; Tam Xuyên: chỉ vùng đất cổ thuộc Tần, bao gồm các dòng Hoàng Hà, Lạc Thủy, Y Xuyên. Ý nói là đất phương Bắc cách biệt với Bách Việt ở phương Nam.

149) Phượng luân: dùng để chỉ ơn vua ban ra.

150) Dương đỉnh: một loại đỉnh có hình thú cuối đời nhà Thương, dùng để ám chỉ cơ đồ đế vương.

151) Nguyên văn 短狐: Là một loại yêu quái hay hại người, cũng giống như loài vực 蜮

152) 玉燭(옥촉): 사철의 기후가 화창하여 일월 환히 비침. 태평성세를 비유적으로 이르는 말.

153) 瑤編(요편): 보배로운 글귀.

154) Danh đăng hổ: Tức danh đăng hổ bảng, đỗ Trạng nguyên.

155) Người An Nam có sản vật là chiếu đan.

156) 미심한 대목이다. 힘들었던 사행길을 추억하면서, 천우신조(天佑神助) 일기의 도움 힘입은 것을 나타낸 것으로 이해하고 해석해 본다.

157) 역시 미심하다. 젊은 금화일사가 노인인 풍극관을 부축하려 술조심을 한다는 뜻으로도 보인다.

158) Thiên ngọ: Thời xưa dùng thập nhị chi phối với phương vị để định danh, Ngọ ở phương chính Nam. Thiên ngọ để đối với hải Dần. Dần, theo phương vị là mé Đông Bắc, còn theo Ngũ hành thì thuộc Mộc, Mộc là phương Đông. Đây là nói sự xa cách khác biệt giữa hai nước An Nam và Hàn.

159) 腐鼠(부서): '썩은 쥐'라는 뜻으로, 비천(卑賤)한 물건(物件)이나 사람을 비유하는 말.

160) Triều Tiên ở phía đông, xưa cũng gọi là Đông Hán. Bắc Kế, là chỉ Trung Quốc nằm về phía Bắc của Triều Tiên.

161) Điển trong Trang Tử/Thu thủy, nói loài cú bắt được con chuột hôi hám, thấy diều hâu bay qua lại tưởng diều hâu tranh con chuột chết với mình, cứ kêu gào ầm ỹ như muốn đuổi đi. 於是鵰得腐鼠, 鵷鶵過之, 仰而視之曰: 嚇/庄子·秋水. Dùng điển này để chỉ vật hèn kém.

162) Tương truyền lời huấn dạy của thiên Hồng Phạm trong Thượng Thư là chép lời của Cơ Tử, là di thần nhà Thương đến lập nghiệp ở Triều Tiên. Nên dòng dõi Triều Tiên về sau thường nhận mình là dòng dõi của Cơ Tử. Cơ Phạm là ý nói đến thiên Hồng Phạm.

163) Ly phương: Chỉ phương Nam.

164) Bài này làm theo lối trường thiên độc vận.

165) 厭은 "물릴 정도로 많다"는 뜻이다.

166) 『시경』 「大雅」 「生民之什」 '卷阿'. "鳳凰鳴矣, 于彼高岡. 梧桐生矣, 于彼朝陽. 萋萋萋萋, 雝雝喈喈."* 산의 동쪽을 朝陽이라 한다. 鳳凰의 性質은 梧桐나무가 아니면 깃들지 않고 대나무 열매가 아니면 먹지 않는다. 萋萋萋萋는 무성하게 자란 모양이다.

167) 木名. 棕櫚樹. 《山海經·西山經》: "又西六十里, 曰石脆之山, 其木多㯶柟." 풍문만을 가지고 환상적으로 묘사하고 있어 다소 신화적인 분위기를 풍기는 분위기여서 실제 신비한 종려나무일 수도 있겠으나, 아무래도 '㯶'자 등 동사에 해당하는 말이 와야 될 것 같아, 잠정적으로 '棲'로 보고 번역을 해 보았다.

168) 한국고전번역원의 데이터베이스 용례 중 李山海 輓詞에, "秀鍾舊日山川氣/ 榮鍾昌朝際會辰 (옛날의 산천 정기가 한몸에 모인 사람 / 창성한 조정 좋은 시기에 영화를 누렸네)"라는 표현이 있다.

169) 『시경』 「大雅」 「生民之什」 '卷阿'. "鳳凰于飛 翽翽其羽 亦集爰止 藹藹王多吉士 維君子使 媚于天子". *藹藹는 많음이다.

170) 영인본의 확인 결과 이 글자는 '降'보다는 '隆'으로 판독해야 맞을 것 같다.

171) 吾道는 儒學의 도를 이르고, 無極翁은 濂溪 周敦頤(1017~1073). 이지완이 주역에 밝았기 때문에 주역의 대가인 주렴계에 비했을 것이다.

172) 雲萍(운평): 하늘의 구름과 물에 뜬 부평초.

173) 鵷行: 指朝官的行列. 『梁書·張緬傳』: 殿中郞缺. 高祖謂徐勉曰: '此曹舊用文學, 且居鵷行之首, 宜詳擇其人.'
鳳儀獸舞: 축하공연 呈才 레퍼토리의 하나. 『書·益稷』: 「簫韶」 九成, 鳳皇來儀…擊石拊石, 百獸率舞. 后用"鳳儀獸舞"表示聖賢教化的功效極大, 能使神異的鳥獸奮然起舞.

174) 五鳳樓: 古樓名. 唐在洛陽建五鳳樓, 玄宗曾在其下聚飲, 命三百里内縣令, 刺史帶聲樂參加.

175) 원문에 忽(홀)로 되어있으나, 매 행마다 압운을 한 시의 형태로 미루어 忽(총)의 오기(誤記)로 보인다. 의미상으로도 '홀홀하다'보다는 '총총하다'가 좋다. 객지에서 가을이 길어 가면서 느끼는 나그네 심사의 초조함이나 고향 그리움의 밀도를 표현한 것으로 보인다.

176) Khung cùng: Là cỏ làm thuốc, còn gọi là Xuyên Khung.

177) Nguyên văn là sứ tinh, cũng chỉ sứ giả. Cung tử vi là cung sao chính trong các sao, còn dùng để chỉ ngôi để tòa, ngôi thiên tử.

178) Lầu Ngũ Phượng, chỉ lầu của nhà vua ngự. Tám trăm tiếng chuông: hiện chưa rõ.

179) Đại Tông: Tên gọi khác của núi Thái Sơn

180) Triều Tiên xưa tiếp giáp vùng Liêu Đông.

181) 龍孫: 죽순(竹筍)의 다른 이름.

182) 行行綠色自雲排: '自'는 '白'으로 보인다. 초서 판독의 과정에서 생길 수 있는 편차인데, 문맥으로 보아 '白'이 훨씬 타당해 보인다. 이 경우에도 마지막 '排'를 어떻게 해석할까의 문제가 대두되는데, 여기서는 이백의 《등금릉봉황대》의 이미지를 좇아 백운을 해를 가리는 간신의 비유로 보고 해석해 보았다. '排'가 조화로운 배치를 뜻하는 의미도 있어, 대나무의 푸르름과 흰구름의 책채 대비가 잘 조화를 이루고 있는 것으로 볼 소지도 있다. 그러나 여기서는 대나무의 덕성에 치중하여 읊고 있음을 감안하여 교훈적 상징적 의미를 취해 본 것이다. 이백 시의 이미지는 이존오가 신돈을 풍자하여 지었다는 시조에도 사용된 바 있다. "구름이 무심탄 말이 아마도 허랑하다. 중천에 떠이셔 임의로 다니면서 구타야 광명한 날빛을 따라가며 덮나니"

183) Mắt xanh: Tỏ ý là bạn tâm giao, tâm đầu ý hợp thì đãi nhau, nhìn nhau bằng mắt xanh.

184) Thần xu(辰樞) thông với 宸樞thần xu, chỉ ngôi để vị.

185) Ngọc lụa: Ý nói các đồ tiến cống.

186) Các bậc mũ áo: Chỉ các bậc cân đai mũ áo (quan cao chức trọng) của triều đình cùng tụ hội.

187) Khổng Nhan: Tức Khổng Tử và Nhan Hồi, là các bậc thánh hiền của đạo Nho. Đây nói là luận đạo học, luận đạo Nho.

188) 畏天: 『맹자, 양혜왕 하』의 "以大事小者, 乐天者也; 以小事大者, 畏天者也."에서 가져온 말.

189) 鴻儀(홍의): 크고 거룩한 의표(儀表)

190) 赭案(자안): 임금의 궤안(几案). 임금의 궤안은 붉은 색을 칠하였기 때문에 이렇게 말한다.

191) Tĩnh Hiên tập/ Lý Thế Cẩn: 附原韻保庵阮公沇/Phụ nguyên vận Bảo Am Nguyễn Công Hãng(theo Lý Xuân Chung. Sđd).

192) Nguyên văn Thiên gia: Ý nói gần Thiên tử.

193) Phong đô: Theo quan niệm Kinh Dịch, quẻ Tốn thuộc về Phong, khu vực Đông Nam là thuộc hướng Tốn.

194) Văn chương theo học đời Tam đại, có thể là nói 3 đời văn chương rực rỡ của Trung Quốc là Hán, Đường và Tống.

195) Cửu trù: Thiên Hồng Phạm, sách Thượng Thư tương truyền là lời của Cơ Tử, ông tổ của dân tộc Triều Tiên.

196) 肯綮(긍경): '긍(肯)'은 뼈에 붙은 살이고 '경(綮)'은 뼈와 살이 이어진다는 뜻으로, 사물의 핵심이나 일의 관건이 되는 부분을 비유적으로 이르는 말. 『장자(莊子)』〈양생주편(養生主篇)〉에서, 포정(疱丁)이 소를 잡아 살을 도려낼 때 긍경(肯綮)을 건드리지 않고 교묘히 도려

냈다고 한 데서 유래한다.

197) 居諸(거저): 해와 달. 세월. 광음(光陰). 居와 諸는 조사(助辭)로 시경에 일(日)과 월(月)의
뒤에 쓰이었기로 일월(日月)의 뜻으로 쓰게 되었음.
"豈不旦夕念 爲爾惜居諸; 어찌 아침과 저녁을 생각 않으랴, 그대 위하여 시간을 아끼어라."
〈한유(韓愈) 부독서성남(符讀書城南)〉.
"坐臥何曾安寢餗 居諸只任換冷炎; 앉으나 누우나 침식이 편할 때가 없고, 날이 가고 달이 가
도 추위와 더위는 바뀌는 대로 맡겨 두네."〈정가신(鄭可臣) 황도차운김둔촌견기(皇都次韻金
鈍村見寄)〉.

198) 滄海桑田(창해상전): 桑田碧海(상전벽해). 진나라 갈홍(葛洪)이 쓴 〈신선전(神仙傳)〉에 있는
채경(蔡經)과 관련된 이야기. 채경의 집에 왔던 선인(仙人) 왕방평(王方平)이 마고(麻姑)를
불렀을 때, 초대 받은 마고가 했다는 말에서 유래함. "소녀는 신을 섬기고부터 지금까지
'동해 푸른 바다가 세 번 뽕나무밭으로 변하는 것'을 보았답니다. 뿐만 아니라 이제는 봉래
앞바다도 얕아져서 육지가 되려 하고 있답니다. 그러고 보면 세상 변화가 참 빠른 것 같군
요." 사람들은 마고의 젊음과 미모에 황홀해 하고 있다가. 이 말을 듣고 어안이 벙벙하여
입을 다물지 못했다 한다.

199) Viêm bang: Xưa nước ta cũng còn gọi là Viêm bang, tức là xứ nóng, vì ở phía nam. Giao
Nam: Cũng gọi là Nam Giao, theo cách gọi trong Thượng Thư, về sau chỉ đất Giao Chỉ,
tức là nước An Nam.

200) Nguyên văn tiền tịch(前席): Ý nói về nước mà như thấy vẫn hướng về cung điện thiên
tử vậy. Điển trong Sử ký/ Thương quân liệt truyện: Vệ Ưởng gặp Tần Hiếu Công, Hiếu
Công nói chuyện cùng, mà bất giác chân đã tiến lên đến quá chỗ chiếu. 史記/商君列伝:
衛鞅 復見孝公, 公与語, 不自知鄈之前於席也. Về sau dùng điển Tiền tịch để nói muốn tiến
lên, mà không nhận ra là chỗ đang đứng đã quá lên rồi, tỏ ý nói chuyện hay quá càng
ngày càng sát lại.

201) 尺素(척소): 길이가 한 자쯤 되는, 글을 적은 널빤지나 비단, 곧 편지. 척독(尺牘).

202) Chu tước: Nhóm sao thuộc về phương Nam, trong đó có sao Dực, sao Chẩn ngụ ý chỉ
nước An Nam.

203) Huyền quy(玄龜): Tức là sao Huyền vũ, chòm sao có hình tượng giống rùa và rắn được
coi là linmh vật trấn phương Bắc. Nguyên văn Lạc trù(洛籌): Tức là Lạc Thư, một hình vẽ
cổ biểu tượng cho tri thức của khu vực phía nam sông Dương Tử của các bộ lạc Bách Việt
cổ, thường được sánh với Bát quái, Hà đồ của các dân tộc phía Bắc.

204) 方諸(방저): 옥돌로 된 술잔 모양의 도구. 닦아서 뜨겁게 하여 달을 향하면 진액이 생겨
물이 흐른다고 한다. 혹은 동판(銅板)을 사용하기도 했다고 한다.

205) Nguyên văn tác cư(索居): Ở một mình(Li quần tác cư, ý nói lìa bầy mà ở một mình).

206) 自來(자래): 자고이래(自古以來). 스스로 옴.

207) 玉座談(옥좌담): 다른 본에 있는 玉麈談(옥진담)이 더 맞을 것 같다. 玉麈(옥진)은 '아름다
운 티끌' 혹은 '눈[雪]'의 뜻인데, 세속적인 명리를 초월한 맑은 이야기, '淸談(청담)'을 뜻하
는 것 같다. 고용후(1577~)의 晴沙集에 있는 시 〈風詠亭〉의 말미에 다음과 같은 표현이 있
다. "食貧固吾分。自視非俊乂。但呑北海樽。取醉唯願每。何沾玉麈談。令人滌煩憤"
또 麈(진)은 麈(주)의 오기(誤記)이거나 오판독(誤判讀)일 가능성도 있다. 麈(주)는 사슴과에
속하는 고라니로, 그 꼬리로 만든 먼지털이가 먼지를 잘 털어내기 때문에 청담을 하는 무
리들이 많이 가지고 다녔다 한다. 그래서 주담(麈談)이란 말이 청담(淸談)을 대신하여 쓰이

게 되었다고 한다.

208) Song nam: Tức song nam kim, loại kim loại quý của phương nam, dùng để chỉ vàng tốt nguyên chất.

209) Ngọc Hà quán: Nơi tiếp đón các sứ thần lưu trú.

210) Nguyên văn khoa phù(誇浮): Ý nói tu sức từ chương, hoa mỹ mà không thực tế. Tô Đông Pha có lời nhận xét: 學術夸浮, 則西晉無可用之士/ Học thuật khoa trương phù phiếm ấy là cái bọn kẻ sĩ vô dụng thời Tây Tấn.

211) 淵獻(연헌): 干支(간지)에서 12支(지) 가운데 마지막인 亥(해)를 가리킴.

212) 孟諸(맹저): 중국 남방의 늪 이름. 당(唐) 나라 고적(高適)의 시에 '나는 본디 맹저의 들에서 고기 잡고 나무 하고 그 늪에서 미친 노래 불렀다.' 읊은 이래로 고향을 그리워한다는 뜻으로 관용적으로 많이 쓰였다.

213) Uyên hiến: Tức Đại Uyên hiến, dùng để ghi năm theo lịch Thái tuế, Uyên hiến tức chỉ Hợi.

214) Mạnh chử: Ý nói vùng ao đầm ở quê hương.

215) 還於(환어): 도리어

216) 遮莫(차막): 그것은 그렇다 치고. 무엇이든 일체 마음에 두지 아니함.

217) 愧作(괴작): 부끄럽다.

218) "即使萑瓜鄰壤 其親睦當何如"는 미심한 구절이다. 전거검색이 더 필요해 보인다. 퇴(萑)는 익모초이니 퇴과(萑瓜)는 '쓴 참외'가 될 것 같다. 쓴 참외라도 좋은 땅에 심으면 좋은 맛을 낼 수 있는 명품이 될 수도 있다는 의미로, 자기들이 부족하지만 조선사신과의 사귐을 통해 좀 더 훌륭하게 될 수 있을 것이라는 소망을 피력한 것으로 해석해 본 것이다. 참고로 이와 상통하는 바가 있는 전고로 〈東門瓜〉의 고사를 소개해 둔다.
東門瓜: 진(秦)나라 때 동릉후(東陵侯)에 봉해진 소평(邵平)이 진나라가 멸망한 뒤에는 스스로 포의(布衣)가 되어 장안성(長安城) 동쪽 청문(靑門) 밖에 참외를 심어 가꾸며 조용히 은거했는데, 특히 그 참외가 맛이 좋기로 유명하여 당시 사람들로부터 동릉과(東陵瓜)라고 일컬어지기까지 했던 데서 온 말이다. 여기서 청문은 곧 동문의 별칭이다.

219) 僑札: 춘추시대 정나라의 자산(子産)과 오나라의 계찰(季札).
교(僑)는 자산의 이름. 계찰이 정나라에 사신으로 갔을 때 자산은 처음 보고도 친구처럼 여기고 친해졌다는 고사. 호저(縞紵)의 사귐.

220) 고전번역총서 〈연행기사(燕行記事)〉에 있는 〈문견잡기(聞見雜記) 하〉에 다음과 같은 기록이 있다.
안남국(安南國)은 예전 교지(交趾) 땅에 있는데 교강(交崗)에서 왔기 때문에 교지(交趾)라고 한다. 북으로는 광서(廣西)에 닿고 동으로는 광동(廣東)에 경계하며 서로는 운남(雲南)에 닿고 남쪽은 노과(老撾)가 경계이다. 이곳은 예전의 애뢰(哀牢) 땅으로서 남으로 큰 바다 가운데로 들어가 점성(占城 참파 Champa, 2세기에서 15세기 사이에 인도차이나 남동 기슭에 있던 참(Cham)족의 나라)에 통하였는데 여씨(黎氏)가 왕이 되었다. 앞에는 부량강(富良江)이 있고 안자산(安子山)·산원산(傘圓山)이 둘러 있는데 그 지방은 곧 남황(南荒)의 한 도회이다. 연경까지는 6,000리이고, 그 소속으로 13도(道) 52부(府) 219주(州)가 있는데 모두 성곽(城郭)이 없다. 사람들은 모두 머리를 풀어헤치고 향랍(香蠟)으로 빗질을 한다. 남녀의 의복은 다른 것이 없고 모두 큰 깃[領]으로 되어 있고 또 치마나 바지가 없다. 다닐 때에는 발을 벗는다.

그 왕과 여러 관원은 혹 관(冠)·띠[帶]·가죽신[鞾]·버선[韈] 등을 갖추나 숭상하는 것은 아니다. 약물(藥物)을 이빨에 발라서 검고 빛이 나는데 도리어 이빨이 흰 사람을 비웃는다. 왕궁(王宮)은 누런 기와를 덮었으나 사가(私家)는 감히 기와를 쓰지 못하고 모두 풀로 덮으며 오직 죽재(竹材)만을 쓴다. 기후는 항상 따뜻하여 사시에 꽃이 피고, 땅에서 나는 곡식은 오직 입쌀 뿐으로 원래 양맥(兩麥)이 없다. 포품(布品)은 가늘고 가벼운 것이 많다. 또 면화(綿花)·호초(胡椒)·회향(茴香)·장(醬)·초(醋) 등이 있다.

221) Câu này chưa rõ điển, nhưng ý vị khiêm nhường để so sánh ta với Triều Tiên, như một thứ rau quả (qua) thường sánh với thứ cỏ quý (thôi) làm thuốc, như đất nơi đô hội (nghiệp) sánh với đất quê mùa (nhương).

222) Tản Viên: Danh sơn của An Nam; Tùng Sơn: Có lẽ cũng là một danh sơn của Triều Tiên.

223) Lục tịch: Tức là Lục Kinh; Cửu trù: tức Cửu trù trong Hồng Phạm sách Thượng Thư. Ý nói học đạo thánh nhân từ xưa đến giờ, ngày càng phát đạt học vấn văn chương.

224) 弁卷(변권): 책에 서문을 붙임.

225) 懷赧(회난): 부끄러운 마음을 품다.
懷赧於未同(회난어미동): 맹자 등문공 장구에 있는 표현으로 원래는 '마음에 맞지 않으면서도 함께 말하면 표정에 벌써 부끄러운 빛이 나타난다'는 뜻인데, 여기서는 자기가 조선사신보다 못하다는 겸사의 뜻으로 쓰여 '격이 맞지 않음에 얼굴이 붉어진다'로 조정해 본 것이다. 맹자 원문은 다음과 같다. "曾子曰脅肩諂笑病于夏畦子路曰未同而言觀其色赧赧然 非由之所知也 由是觀之卽君子之所養可知已矣."

226) 訂交(정교): 교우를 맺다. 半面之交(반면지교): 얼굴만 겨우 알 뿐이고 교제(交際)는 얕은 사이.

227) 龍團茶(용단차): 용단승설차(龍團勝雪茶). 송나라 때 복건성 북원다공소에서 만든 진상차. 중국의 구양수(歐陽修), 채군모(蔡君謨), 조선의 김정희(金正喜), 이하응(李昰應) 등이 감탄하여 마지않았음.

228) 端委(단위): 중국 주(周)나라 시대 관리가 입던 현단복(玄端服)과 위모관(委貌冠)을 말함. 곧 관리의 관복(冠服)을 뜻함.

229) 雌黃(자황): 유황과 비소(砒素)의 혼합물. 옛날 글씨를 누런 종이에 썼는데, 잘못 쓴 글자가 있으면 자황을 칠하여 다시 썼음. 시문(詩文)의 첨삭(添削)을 '가자황(加雌黃)', 언론의 온당치 못한 점을 고쳐주는 것을 '구중자황(口中雌黃)'이라 함.〈진서(晉書) 왕연전(王衍傳)〉.

230) Những đồ hay, quý, khéo, trước khi chế tác đều được xem xét tính toán kỹ lưỡng cẩn thận.

231) Ý nói thẹn vì không dám sánh bằng, chỉ dám ló nửa mặt ra mà trông.

232) Khuyết một chữ không nhận ra tự hình.

233) Tác giả khiêm tốn, nhận mình làm một việc thừa, ngớ ngẩn, như đi nhổ móng cho ngựa.

234) Âu công: Tức Âu Dương Tu, văn thần thời Tống, nổi tiếng thông kim bác cổ, khai sáng ra thể loại Thi thoại ghi chép những xướng họa thù đáp, bàn luận của các thi nhân, mở đầu là tập Lục Nhất thi thoại

235) Sái Quân Mô: Tức Sái Tương người đời Tống, văn thần nổi tiếng thi văn và thư pháp. Là một trong bốn danh gia thư pháp đương thời (Tô-Hoàng-Mễ-Sái).

236) Một đặc sản nổi tiếng từ thời Tống, chè Long Đoàn, còn gọi là Long Phượng Đoàn trà, chè đóng thành bánh tròn để làm đồ tiến cống, có hình rồng phượng.

237) Tố vương: Tức Khổng Tử.

238) Ngũ thiện: Tức 5 đức của người quân tử, yêu cầu trong xạ lễ (lễ bắn cung): Hòa chí, hòa dung, chủ bì, hòa tụng, hưng vũ.

239) Tam trường: Có nhiều nghĩa, nhưng có lẽ theo nghĩa chỉ người tài rộng kiến thức trong Cựu Đường thư. Lưu Tử Huyền truyện là: tài, học, thức/舊唐書. 劉子玄傳: 三長謂才也學也識也.

240) Trắc li: Là loại giấy quý của An Nam. Bạch đóa: còn có âm đọc là bạch đội 白錘. Là loại giấy quý của Triều Tiên làm cống phẩm.

241) Thư hoàng: một loại đá dùng làm tẩy để đồ sửa văn tự.

242) 端的: 이 말은 다음 구절의 淵源과 짝이 되는 명사로 보면 좋을 듯한데, 국어의 용례로는 적당한 것이 보이지 않는다. 중국어의 용례 가운데 초기 백화문에서 '유래', '속사정' 등의 뜻으로 쓰인 경우가 있다고 하니, 그런 정도의 의미를 취할 수 있을 것 같다. 端的[duāndì]: 1.[부사] 과연. 정말로. 확실히. 분명히. 2.[부사] 도대체. 3.[명사] 경위. 자초 지종. 내막. 이유. 까닭. 속사정. [주로 초기 백화문에 보임]

243) 尚友(상우): 책을 통하여 옛사람을 벗으로 삼는 일.

244) 丹臺(단대): 신선이 산다는 궁전.

245) Nguyên văn chữ khiếm僎, thể chế đời Đường, các quan đi sứ cả Chánh sứ và Phó sứ đều có người hầu vặt để sai khiến, gọi như chức Thừa sai.

246) Đan đài: Chỉ nơi lầu cao gác đẹp của các nhà quan quyền quý, cũng dùng để chỉ nơi tiên cảnh; có ý khác để chỉ tấm lòng.

247) 南金(남금): 두 배 이상 비싸게 쳐주는 남방 소산의 금.

248) 青瑣(청쇄): 대궐문.

249) 玄晏托(현안타): 원주(原註) 대로 현안선생이 받았던 서문쓰기의 부탁. 皇甫謐(홍보밀, 215~282): 서진(西晉) 안정(安定) 조나(朝那) 사람. 자는 사안(士安)이고, 어릴 때 이름은 정(靜)이며, 자호는 현안선생(玄晏先生)이다. 황보숭(皇甫嵩)의 증손이다. 젊었을 때 거침없이 방탕하여 사람들이 바보[치](痴)라 여겼다. 20살 무렵부터 부지런히 공부해 게으르지 않았다. 집이 가난해 직접 농사를 지었는데, 책을 읽으면서 밭갈이를 해 수많은 서적들을 통독했다. 나중에 질병에 걸렸으면서도 손에서 책을 놓지 않고 저술에 전심하면서 밥 먹는 것도 잊어버려 사람들이 서음(書淫)이라 했다. 무제(武帝) 때 불렸지만 나가지 않았다. 무제가 책 한 수레를 하사했다. 자신의 병을 고치려고 의학서를 읽어 가장 오랜 침구 관련서인 『침구갑을경(鍼灸甲乙經)』을 편찬했다. 역사에도 조예가 깊어 『제왕세기(帝王世紀)』와 『연력(年歷)』, 『고사전(高士傳)』, 『일사전(逸士傳)』, 『열녀전(列女傳)』, 『현안춘추(玄晏春秋)』 등을 지었다.

250) Li phương(離方): Tức là phương nam. Tương truyền vàng ở phương nam nguyên chất nên giá rất đắt mà quý.

251) Thanh tỏa(青瑣): Chỉ cung khuyết. Phi ngư: Tức Phi ngư đại, là chỉ quan phục có cái túi thêu hình cá. Chỉ quan phục thời xưa.

252) Ngọc tiết(玉節): Phù hiệu của sứ thần đi sứ.

253) Nguyên văn là tương dật(緗帙): Màu vàng nhạt, dùng để bao sách vở, sau cũng chỉ sách vở, cuốn thư. Huyền Yến: Tên hiệu Hoàng Phủ Mật đời Tấn, là bậc cao sĩ, ẩn cư không làm quan. Về sau dùng từ Huyền Yến để nhắc đến kẻ sĩ thanh cao ẩn dật sơn lâm.

254) Nguyên chú có lẽ nhầm, Tả Tư là người đời Tấn, soạn Tam Đô phú; Hoàng Phủ Mật chỉ viết lời tựa, chứ không phải là Hoàng Phụ Mật tên thụy là Tả Tư.

255) 靈犀(영서): 무소뿔의 한가운데에 구멍이 있어 양쪽이 통(通)하는 데에 비유(比喩·譬喩)하여 사람이 서로 의기(義氣) 상투함을 이르는 말

256) 幸堪(행감): 薄庭遺藁卷之十에 다음과 같은 시가 보인다. "遠樹山腰見。輕雲水面知。幸堪持自好。不敢告人知"

257) 班揚(반양): 한(漢)나라 때 사부(辭賦)로써 매우 명성이 높았던 반고(班固)와 양웅(揚雄)을 합칭한 말.

258) Nguyên văn Tương linh 湘靈tức vị thần của sông Tương, hiện lên gảy đàn trên sông, tiếng nghe du dương, vi diệu. Có thuyết nói thần sông Tương chính là Tương phu nhân vợ vua Thuấn, đi chơi ở sông Tương bị chìm thuyền chết ở đây hiến linh làm thần ở đây, còn gọi là Tương Quân.

259) Linh tê: Tức sừng tê giác, xưa coi sừng tê là thứ linh thiêng, nên dùng nó để chỉ sự vi diệu trong tâm con người ta.

260) Tức bài Tam Đô phú nổi tiếng của Tả Tư người đời Tấn, có lời tựa của Hoàng Phủ Mật.

261) Nguyên văn cuối lời giản là hạnh kham幸堪, có lẽ là viết nhầm chữ thậm甚 thành chữ kham堪

262) Thần Châu: Chỉ Trung Quốc; cũng là từ để chỉ vùng Trung nguyên đô hội; một cách hiểu khác là nơi tiên cảnh

263) Ngô Sở: Chỉ vùng phía nam của Trung Quốc. Tác giả mượn ý trong bài thơ Phù dung lâu tống Tân Tiệm của Vương Xương Linh寒雨連江夜入吳, 平明送客楚山孤/Hàn vũ liên giang dạ nhập Ngô, Bình minh tống khách Sở sơn cô. Ý thơ tỏ lòng hoài hữu

264) Đất Yên Kinh thuộc vùng U Yên xưa, đây là chỉ Bắc Kinh. Phạt mộc(伐木) là một bài thơ trong Kinh Thi tỏ tình bạn bè cố cựu hòa mục không dời

265) Điển tích chỉ bằng hữu kết giao với nhau tình nghị thật rất thân ái. Tả truyện/Tương công nhị thập cửu niên: Ngô Quý Trát sính lễ nước Trịnh, gặp Tử Sản, thân thiết tình như bạn cũ. Tặng Tử Sản cái đai cáo; Tử Sản cũng tặng lại cái áo trữ(左傳. 襄公二十九年: 聘於鄭, 見子産, 如舊相識. 與之縞帶, 子産 獻紵衣焉).

266) 傾蓋(경개): 수레를 멈추고 덮개를 기울인다는 뜻으로, 우연히 한 번 보고 서로 친해짐을 이르는 말. 공자가 길을 가다 정본(程本)을 만나 수레의 덮개를 젖히고 정답게 이야기를 나누었다는 데서 유래한다. [孔子之郯 遇程子於塗 傾蓋而語終日 甚相親]『공자가어(孔子家語)』참조.

267) 神契(신계): 정신이 같으니 마음에 딱 맞는다.

268) 身章(신장): 몸에 패용하는 문장(紋章)으로 관복 등의 품계를 표시하는 패물(佩物).

269) 作勢(작세): 불끈 힘을 쓰다. 형세를 이루다.

270) 膜外: 漠外로 판독해야 맞을 것 같다. 고비사막의 바깥이란 뜻으로 漠北(막북)과 같은 뜻이된다.

271) Chương quỳnh: Tức là chương thơ. Thái hư nhạc: Chỉ nhạc tao nhã, tự nhiên.

272) 塵談(주담): 청담(清談). 塵(주)는 사슴과에 속하는 고라니로, 그 꼬리로 만든 먼지털이가 먼지를 잘 털어내기 때문에 청담(清談)을 하는 무리들이 많이 가지고 다녔다 함. 따라서 주담은 청담의 뜻으로 보는 것이 타당해 보임.
한놈원 파일에 '塵談(진담)'으로 입력되어 있으나, 잘못 판독한 결과로 보임. 진담은 '속세의 이야기'라는 뜻이어서 문맥에도 부합하지 않음.

273) 卓錫(탁석): 불교에서 쓰는 용어로 석장(錫杖)을 세운다는 뜻. 돌아다니던 승려가 한 절에 오래 머무름을 이르는 말.

274) 勿忙: 匆忙으로 판독해야 맞을 것으로 보여, '총망'으로 해석함.

275) 台光(태광): 台駕光臨之省의 준말. 남의 방문을 높여서 일컫는 말.

276) Trong sách Trang tử/Thu thủy: Ngô trường kiến tiểu vu đại phương chi gia吾長見笑于大方之家(庄子·秋水). Ý nói được tiếng phì cười của bậc kiến thức rộng rãi, bậc bề trên.

277) Chi lan: hai loại hoa cỏ quý thường được dùng để ví với người quân tử; có khi được dùng để chỉ tình bạn gắn bó, cao quý như cỏ chi, như hoa lan.

278) Sông Áp: Là nói Áp Lục giang ở Triều Tiên. Núi Diên: Là chỉ đất Chu Diên, là hai địa danh tiêu biểu của hai nước Triều Tiên và An Nam.

279) Lân tịch Qui thư: Để chỉ các sách vở của tiên vương như Hà đồ Lạc thư đời vua Vũ do con rùa thần sông Lạc đội lên; kinh Xuân Thu của Khổng Tử được ví như Lân thư, còn gọi là Lân kinh. Nói chung là sách vở Nho gia.

280) 寶翣(보삽): 翣(삽)은 주로 상여의 앞뒤에 세우고 가는 부채 모양의 제구(祭具)를 뜻하지만, 여기서는 '액을 막아주고 호위하는 부채' 정도의 뜻이다.

281) 韓碑(한비): 당 헌종(唐憲宗) 때 회서(淮西)의 난을 평정하고 세운 기공비(記功碑).
珍重韓碑廟下船: 이 구절은 매우 난해하다. 아래 並引(병인)의 뜻을 참조하여 뱃길의 험난함에 대한 우려로서 해석해 본 것이다. 참고로 한유는 〈한비〉와 〈해남신묘비(海南神廟碑)〉를 지었는데, 모두가 험난함을 이기고 유가적인 정치이상을 실현해 낸 공적을 예찬하고 있다.

282) Duyên Lăng Ngô Quý Trát, công tử Quý Trát nước Ngô, từ ngôi đi ẩn dật, được phong ở đất Duyên Lăng, được coi là người hiểu biết về lễ nhạc; Thái Sử Thiên, tức quan Thái sử Tư Mã Thiên người đời Hán tác giả của Sử ký là tác phẩm sử học tiêu biểu để lại cho đời sau, văn chương rất sâu sắc khéo léo mà giản dị.

283) Bảo sáp(寶翣): Nguyên là một thứ trang sức treo hình như cái quạt, có vẽ hoa văn để treo.

284) Sao Sâm và sao Thương là hai sao không bao giờ cùng lúc xuất hiện. Dùng để tỷ dụ cho hình ảnh bạn bè thân thiết xa cách.

285) Hàn bi: Tức văn bia Bình Hoài Tây bi do Hàn Dũ soạn. Lời văn được xưng tụng là tao nhã hùng tráng, người đời sau khen ngợi là tuyệt phẩm văn chương.

286) Bách bằng chi tích(百朋之錫): Lấy chữ trong Tiểu nhã ở Kinh Thi: Kí kiến quân tử, tích ngã bách bằng /詩·小雅: 既見君子, 錫我百朋。

287) Toản(撏): có nhiều âm đọc, là hành động liên quan đến tay, cầm giữ; một nghĩa khác là túm, hái; đê(鞮): một loại giày làm bằng da thú.

288) 路班으로 볼 경우, "길손들 반열 속으로"의 뜻이 될 것이다.

289) 陳黎諸公(진려제공): 베트남의 역대 왕조인 陳朝(진조)와 黎朝(여조)의 여러 선배 사신들을 지칭하는 것으로 보인다.

290) 周墀(주지): 晚唐(만당) 때의 재상. 시인 杜牧(두목)의 든든한 지우이며 후원자였음.

291) Biện Thìn(弁辰): Địa danh cổ ở phía nam bán đảo Hàn Quốc, còn gọi là Biện Hàn(弁韓). Hậu Hán thư/ Đông Di truyện: Hàn hữu tam chủng: nhất viết Mã Hàn, nhị viết Thìn Hàn, tam viết Biện Thần 後漢書·東夷傳/"韓有三種: 一曰馬韓, 二曰辰韓, 三曰弁辰. Đây chỉ nước Triều Tiên. Hoàng Việt thi tuyển - quyển lục, Nguyên chú: Cao Li gồm cả vùng Tam Hàn: Tam Hàn là Mã Hàn, Biện Hàn, Thìn Hàn/高麗併有三韓之地: 三韓馬韓弁韓辰韓.

292) Tiêu(鏢): Một loại binh khí các thương khách hay dùng đi theo bảo vệ hàng hóa trên đường vận chuyển. Về sau dùng thông thành chữ Tiêu(標). Đây nói sự phân rẽ trên đường đi với nhau.

293) Điển tích về Ngô Quý Trát và Trịnh Tử Sản tặng lụa, đai cho nhau tỏ tình thân thiết.

294) Xưa Dương Hùng soạn sách Thái huyền và Pháp ngôn, bị Lưu Hâm chê là dùng để che hũ tương. Ở đây tác giả khiêm nhường tự nhận thơ mình kém chỉ đáng để che hũ tương.

295) 斗牛(두우): 천자의 도성을 가리키는 말이다. 옛날 하늘의 은하수와 통해 있는 뱃길로 뗏목을 타고 하늘로 올라가 견우와 직녀를 만나보고 왔다는 전설에서 유래한 것이다. 『博物志 卷10』처음 사신으로 중국에 도착한 때를 말하고 있음.

296) 克生(극생)은 훌륭한 인재 혹은 뛰어난 선비라는 뜻. 『시경』〈문왕(文王)〉에 "빛나는 많은 인재들이 이 왕국에서 나왔도다. 왕국에서 제대로 인재를 내었으니 주나라의 동량이 되리로다. 많은 훌륭한 인재들이 있으니 문왕이 이 때문에 편안하시리라. [思皇多士 生此王國 王國克生 * 維周之楨 濟濟多士 文王以寧]"라는 말이 나온다. 紘寅(굉인)은 팔방 끝까지의 세상.

297) 縞紵(호저): 친구 사이에 주고받는 선물. 옛적에 오(吳)의 계찰(季札)이 정(鄭)의 자산(子産)에게 호대(縞帶)를 보내니, 자산이 또한 계찰에게 저의(紵衣)를 보낸 고사에서 유래하였음. 박제가 또한 청나라 사신들과 교유한 시문을 『호저집』이라 이름하였음. 往哲(왕철)은 선현 혹은 옛 성인을 말한다.

298) Đấu Ngưu cung: Chỉ hai ngôi sao Nam đấu tinh và Khiên ngưu tinh. Nam đấu tinh là chỉ phía nam. Khiên ngưu tinh cũng là hướng của Huyền vũ, tức chỉ phương bắc. Đấu ngưu cung cũng chỉ khu vực Ngô Việt, tức vùng phương nam.

299) Gò ngưu: Nguyên văn là Ngưu khư 牛墟, chưa rõ nghĩa.

300) Yên đài: đài của Yên Chiêu vương xây để lễ đón hiền nhân. Cũng còn hiểu là dải đất Ký Bắc của Trung Quốc. Các quan ta xưa đi sứ sang Yên Kinh, đề vịnh thơ phú cũng gọi là Yên đài.

301) Nguyên văn bằng đào(鵬濤), có lẽ gần nghĩa với từ bằng hải(鵬海), tức chỉ biển phía nam xa xôi.

302) Văn Công ở đây chỉ Chu Văn công, tức Chu Công Đán, được tôn là tiên thánh của đạo Nho.

303) Thái Hòa điện, nơi vua làm việc trọng đại, tiếp đón sứ thần, cử hành các đại lễ.

304) 선배였던 풍극관과 이수광의 만남과 교류를 말한다.

305) Minh đường: Nhà bậc vương giả, nơi hội họp chư hầu, cử hành các điển lễ trọng đại.

306) Tức Phùng Khắc Khoan và Lý Chi Phong.

307) 覃(담)으로 바꿔 번역한 것이다.

308) 覃(담)으로 바꿔 옮긴 것이다.

309) Phù dao: Ví đường hoạn lộ thăng tiến. Kiện cách: Ví người tài năng; Đồ nam: chỉ người có chí lớn.

310) Giải tham: Điển tích, trên đường hành trình, gặp người hiền trong cảnh khó khăn, cởi dây cương ngựa tặng người đồng đạo khó khăn trên đường. (Sử ký. Quản Yến liệt truyện).

311) 卿月(경월): 벼슬의 상징인 달. 삼공구경(三公九卿, 公卿)이나 귀족. 이들이 달과 같이 높고 훤하다는 뜻에서 하는 말임. 월경(月卿).
"王省惟歲 卿士惟月 師尹惟日(왕성유세 경사유월 사윤유일: 임금이 살피는 것은 한 해요, 높은 벼슬아치는 달을 살펴야 하며, 낮은 벼슬아치는 날을 살펴야 하옵니다.)"(『서경(書經)』〈주서 홍범(周書洪範)〉)

312) 需雲(수운): 구름이 하늘로 오름. 수(需)는 괘 이름(水天需卦)인데, 군자는 이 괘에 따라 음식으로 잔치하고 즐긴다 했음.
"天威不違 已沐需雲之渥(천위불위 이목수운지악: 천위가 멀지 않은 곳에서 이미 수운의 은택이 푹젖습니다.)" 김부식(金富軾), 『사교영표(謝郊迎表)』.

313) Khanh nguyệt: Chỉ vẻ đẹp của trăng, cũng chỉ đúng chức vị của khanh sĩ chầu thiên tử theo đúng kỳ độ. (Kinh Thư/ Hồng Phạm: Vương sảnh duy tuế, Khanh sĩ duy nguyệt, Sư doãn duy nhật).

314) Nhu vân: Điển quẻ Nhu trong Kinh Dịch: Tượng viết, vân thượng ư thiên. Nhu quân tử dĩ ẩm thực yến nhạc.

315) Lộc tịch: Có lẽ là nói tiệc thết đãi sứ thần, quan lại. Mọi người ca bài Lộc Minh trong Kinh Thi để tụng công nghiệp của Hoàng đế.

316) Thần: Con vật biển trong truyền thuyết, phun hơi nước mờ lên như hình lầu các cung điện. Đây nói về sự huyền bí mờ mịt.

317) Điển tích Ngô Quý Trát và Trịnh Tử Sản.

318) Báo vĩ: Chỉ cờ theo xe của vua. Cũng dùng để chỉ cờ trong quân ngũ, hay cờ xí nói chung.

319) Điện Viên Minh trong Tử Cấm thành ở Yên Kinh.

320) Đạo thánh: ý nói hai nước cùng tôn học Nho giáo làm Thánh đạo.

321) Lấy câu Bình thủy tương phùng(秋日登洪府滕王閣餞別序).

322) Nguyên văn ngọc cơ phong(玉基風), chúng tôi hiểu ý tác giả như là lời thơ trao tặng cho nhau, phong khí như gây đắp nền ngọc.

323) Sừng Tê giác theo truyền thuyết có nhiều linh ứng kì lạ, có hoa văn tương thông, rất nhạy cảm linh mẫn. Đời sau dùng ý nói tấm lòng tương thông với nhau. Thơ Lý Thương Ẩn bài Vô đề: Thân vô thái phượng song phi dực; Tâm hữu linh tê nhất điểm thông.

324) Nguyên văn đẽ thiệt(鞮舌): chữ đẽ(鞮) ngoài nghĩa là „dày da" còn có nghĩa là chức quan

325) Nguyên văn gia tôn(家尊), cũng để gọi bậc thân sinh, gọi cha là gia tôn. Đây là chỉ Vũ Huy Đĩnh, thân phụ của Vũ Huy Tấn. Vũ Huy Đĩnh từng đi sứ năm Tân Mão 1771, có gặp gỡ với Lý Trí Trung.

326) Đài giá, từ tôn xưng chỉ ông Hiệu lý họ Lý kia.

327) Nguyên văn đường thân(堂親): quan hệ huyết thống nội tộc theo đẳng cha. nghĩa là anh em họ con chú con bác bên nội. Vũ Huy Đĩnh thân phụ của Vũ Hũ Huy Tấn đi sứ năm 1771, có gặp gỡ Lý Trí Trung. Nay Vũ Huy Tấn đi sứ lại gặp Lý Hiệu lý là anh em nội tộc với Lý Trí Trung. Cũng là chuyện sứ thoại truyền kỳ vậy.

328) Lấy ý câu Thân thượng thành thân(亲上成亲), ý nói là quen biết từ đời trước, nay lại quen thân thêm.

329) Vũ Huy Tấn theo sử ghi có đi sứ 2 lần: 1 lần năm 1789, 1 lần năm 1790. Đây chắc là lần đi sứ năm 1790 cách lần cha ông đi năm 1771 hơn 20 năm.

330) Ý thơ đa nghĩa, giàu cảm tưởng. Có ý kể chuyện thân phụ đi sứ năm xưa về nước vẫn còn lưu giữ thơ người tặng những lời phong nhã. Nay như ngài có về nước, gặp cụ Lý xưa thì xin đem chuyện kì ngộ này làm chuyện lạ thưa lại cho.

331) Phiến chữ: cũng dùng như Phiến chỉ, ý nói giấy tờ sách vở vậy

332) Tùng lĩnh, Áp giang: có lẽ là địa danh của nước Triều Tiên.

333) 마우풍(馬牛風)이란 발정기의 소와 말이란 뜻으로 서로 만날 수 없음을 뜻하는 말. 『春秋左傳』 희공(僖公) 4년조에 '風馬牛不相及'이란 고사가 나온다.

334) Cơ Tử: Dòng dõi tông thất nhà Thương, sau được phong ở Triều Tiên. Được coi là thủy tổ của di dân ở Triều Tiên. Ông là người soạn thiên Hồng Phạm trong Thượng Thư theo lời vấn chính của Chu Vũ Vương.

335) Xem chú 448.

336) Quế hải: Vùng biên viễn phía nam.

337) Bộ vũ: Nối gót, bước theo. Tả cái dáng vẻ đi cùng hướng giống nhau.

338) Hoa lau: ví cho tuổi già. Dây sắn: Ví với con gái, với người phụ nữ trong gia đình. Theo điển bài Cát Đàm trong Kinh Thi/Chu Nam.

339) 함련(頷聯)에서는 조선 땅의 풍요와 평화를 말했고, 여기 경련(頸聯)에서는 북경에서 황제의 대우가 융숭했음을 말한 것으로 보인다. '폐려(弊旅)'라 한 것은 이삿짐 꾸리고 난 이후의 풍경을 드러내기 위한 표현일 것이다.

340) Dấu văn trên mai rùa: Chỉ văn tự cổ chép trên mai rùa; cũng có chỗ nói là hoa văn hình Hà đồ trên lưng rùa đời vua Vũ trị thủy; có bản chép là Cơ văn箕文, hiểu như là lời trong thiên Hồng Phạm trong Thượng Thư của Cơ tử vậy, là tổ dòng di dân nhà Thương ở Triều Tiên. Cả ba ý cùng thông nhau.

341) Thiên tân: Chỉ bến lớn, bến trời, nơi trọng yếu của kinh sư.

342) 봄 되어 남풍이 불어갈 때 그 바람 속에 그대 그리는 나의 그리움이 섞여 있으리라는 표현으로 보인다.

343) Biển Bột Hải và biển Minh Hải, ở phía đông, thuộc vùng biển giữa Trung Quốc và Triều Tiên. Dùng để chỉ biển lớn nói chung. Ở đây là chỉ biển của Triều Tiên.

344) 赫蹄(혁제): 혁제지. 얇고 작은 종이.

345) 象舌(상설): 통역.

346) 依稀(의희): 모호하다. 희미하다. 어렴풋하다. 어슴푸레하다. 아련하다.

347) 漢儀(한의): 한 나라 격식에 맞는 몸가짐[儀容]. 한 나라 차림의 복장(服裝).

348) 去目(거목): 눈앞에서 사라지다. 눈앞에서 쓸어버리다.

349) Ẩm băng: Chỉ sự phụng mệnh làm việc chính sự.

350) Tượng thiệt: Chưa rõ điển, tạm dịch là nói năng đàm thoại.

351) Lục Áp địa danh của Triều Tiên. Chu Diên địa danh của An Nam.

352) 雪泥鴻爪(설니홍조): 기러기가 눈이 녹은 진창 위에 남긴 발톱 자국이라는 뜻으로, 얼마 안 가서 그 자국이 지워지고, 또 기러기가 날아간 방향(方向)을 알 수 없다는 데서 흔적(痕跡·痕迹)이 남지 않거나 간 곳을 모른다는 말. 특히 인생(人生)의 덧없음이나 희미(稀微)한 옛 추억(追憶) 등을 이르는 말.
"人生到處知何似 應似飛鴻踏雪泥 泥上偶然留指爪 鴻飛那復計東西(인생 이르는 곳마다 무엇과 같을꼬? 날아가는 기러기 눈밭을 밟아, 그 위에 우연히 발자국을 남긴 것과 같아, 기러기 날아가고 눈 녹아 버리면 어찌 동서를 헤아릴 수 있으리.)" 소식(蘇軾), 〈화자유(和子由)〉.

353) Cơ đông: Chỉ nước Triều Tiên.

354) Nguyên văn: Giáng trung(降衷), tức là giáng thiện. Kinh Thư/ Thang cáo: Duy hoàng thượng đế, giáng trung vu hạ dân/書/湯誥: 惟皇上帝, 降衷于下民.

355) Tam Hàn: Bán đảo Triều Tiên xưa bao gồm các vùng đất cổ Mã Hàn, Thìn Hàn, Biện Hàn gọi là Tam Hàn.

356) 樹雲離思(수운이사): 두보의 시 〈春日憶李白〉에서 유래한 시상이다. '구름'과 '나무'는 헤어진 친구를 그리워함의 상징이다.
白也詩無敵 飄然思不群 清新庾開府 俊逸鮑參軍
渭北春天樹 江東日暮雲 何時一樽酒 重與細論文

357) Nguyên văn băng sảnh(冰廳), tức là đại sảnh của Bộ Lễ. Chỉ yến thết đãi tại Bộ Lễ.

358) 『華程消遣』에 따라 詔로 바꾸어 옮긴 것이다.

359) 明堂(명당): 옛날, 국왕이 성대한 의식을 행하던 궁전. 觀賓(관빈): 과거 시험을 봄. 빈공과를 치름.

360) Minh đường: xưa là nơi thiên tử cho triều hội chư hầu và cử hành các lễ phong thưởng, khánh tiết,…

361) "Hồng phạm": là một thiên trong sách Kinh Thư, nói lên các phép lớn của việc trị nước thời cổ.

362) Nhu hoài: hay còn gọi là Nhu viễn, tức "vỗ về những người ở phương xa, những quốc gia xa xôi". Kinh thư – Thuấn điển có viết: 柔遠能邇Nhu viễn năng nhĩ. Khổng Dĩnh Đạt giải thích là: "Nhu ở đây có nghĩa là làm cho yên ổn; nhĩ ở đây có nghĩa là gần". Ở đây

ý muốn nói là nếu như có thể làm yên ổn những vùng xa xôi thì cũng có thể làm cho yên ổn những nơi gần gũi xung quanh, vỗ về khiến cho họ đều quy thuận.

363) Thanh khí: Kinh Dịch – quẻ Kiền chép: 同聲相應, 同氣相求。đồng thanh tương ứng đồng khí tương cầu. Khổng Dĩnh Đạt sớ rằng: 同聲相應者, 若彈宮而宮應, 彈角而角動是也。同氣相求者, 若天欲雨而础柱潤是也。此二者聲氣相感也。" cái gọi là đồng thanh tương ứng, cũng như việc gảy nốt cung thì âm cung ứng khởi, cũng như gảy nốt giốc thì âm giốc động cửa vậy. Cái gọi là đồng khí tương cầu, cũng như trời sắp mưa thì đá toát mồ hôi vậy. Đó là thanh khí tương cảm." Về sau, câu này dùng để trỏ sự đồng cảm đồng điệu, người cùng chí hướng thì tìm đến nhau.

364) Đất Yên Kế: Là chỉ khu vực thuộc Trung Quốc, ý là gặp nhau ở kinh đô thiên triều.

365) Nguyên văn bán diện (半面): Điển tích tỏ sự khiêm kính nhau, giao tiếp còn giữ ý tứ che nửa mặt nhưng trong lòng đã tương thông, dù che nửa mặt mà ngày sau vẫn nhận ra nhau vậy (Theo Hậu Hán thư/ Ứng Phụng truyện).

366) Nguyên văn tam đồng (三同): Có thể hiểu theo hai cách. Người xưa trong tình bạn văn nhân quân tử có ba điều trùng hợp với nhau là: đồng niên (cùng tuổi), đồng bảng (cùng đỗ đồng khoa), đồng chức (cùng giữ chức vụ tương đương). Cách hiểu khác là sự tương đồng giữa các vùng: đồng văn (cùng văn tự), đồng quỹ (xe cùng giống trục, chế độ y quan mũ áo), đồng đạo (cùng sùng thượng thánh học của đạo Nho).

367) Đá mân là một loại đá thường nhưng cũng đẹp, dễ bị nhầm với ngọc quý. Lời tác giả khiêm tốn nhận văn thơ mình như hạng đá tầm thường, chỉ xuyết tập lại mà coi là quý đấy thôi.

368) Nguyên văn xích lý (尺鯉). Ý nói đến thư tín gửi nhờ theo lòng cá. Điển tích theo Cổ Nhạc phủ/ Ẩm mã trường thành quật hành: Hô nhi phanh lí ngư, trung hữu xích tố thư.

369) 虬髯客傳 (규염객전): 당나라 대 두광정이 지은 전기(傳記)다. 수나라 말엽의 혼란기에 군웅(群雄)들이 일어나는 모습을 생동감 있게 그렸다. 붉은 고리 수염의 협객이 당나라와는 다른 또 다른 패권의 나라를 동남쪽에 세웠다는 것이 이야기 결말부에 기록되어 있는데, 그가 평정했다는 나라 이름은 부여국(扶餘國)이다. 지리적으로는 동남아의 패권국가임이 분명한데, 그 인문형상은 연개소문 전설과 방불하고 '부여국'이 거론 되고 있다는 점이 흥미롭다. 완사한 또한 이점에 착목하여 〈규염객전〉을 언급한 것 같다.

370) Nguyên văn tiên trần (仙塵): nói cõi tiên và phàm trần, ý chỉ sự khác biệt.

371) Điển tích 風馬牛不相及: "Ngài ở Bắc hải, ta ở Nam hải, đến dê ngựa nghe hơi gió cũng không đến được. Chỉ sự cách trở khác biệt, đến dê ngựa là hai loài có giống quen thuộc nhau không phân biệt khu vực mà cũng không thể tìm được nhau." Tả truyện/ Hi công tử niên (君處北海, 寡人處南海, 唯是風馬牛不相及也). 『左傳 僖公四年』.

372) Áp Lục: Tức Áp Lục giang ở giữa Triều Tiên, nguồn xuất từ dãy núi Trường Bạch đông nam tỉnh Cát Lâm, chảy ra biển Hoàng Hải.

373) Long Trì: Vừa là một địa danh, mà cũng là phiếm chỉ Nội Các nơi làm việc của các quan trong các bộ, sở của triều đình.

374) Bốn châu: Phiếm chỉ người và cảnh vật bốn phương.

375) Cầu Nhiêm: Còn gọi là Cù Nhiêm Khách, là điển tích trong tiểu thuyết truyền kỳ của Trung Quốc. Tên là Trương Tam, râu đỏ nên xưng là Cù Nhiêm Khách, kết bạn với Lí

Tịnh. Cuối đời Tùy loạn, cũng muốn tranh hùng với thiên hạ. Sau Lí Tịnh gặp được Đường Thái Tông đích thực chân mệnh thiên tử, Cù Nhiêm Khách biết mình không bằng Thái Tông để tranh Trung Nguyên, nên lui về ra tự lập ở nước Phù Dư. Chia tay với Lí Tịnh giao hết của cải để giúp chân chúa, hẹn ngày thành đạt về sau.

376) 三分(tam phân): một năm chia làm ba phần một là 4 tháng(順三分). 順(thuận): nhiều nhiều, đầy đủ của nghĩa.

377) Nguyên văn: Niên hiến thư, là một chức quan về biên lịch pháp, cũng có nghĩa chỉ lịch pháp vua ban.

378) Chính sóc: là lịch pháp thời thượng cổ, do thiên tử ban hành, chỉ có thiên tử mới có quyền ban lịch pháp. Có sự liên hệ với sự vận hành thời tiết, các sao của trời. Về sau dùng từ này để tỏ ý Hoàng quyền được thi hành, các nơi quy phục vâng theo lịch vua.

379) Thần kinh: chỉ Kinh đô của Thiên triều nơi các sứ thần đến triều cống.

380) Đài truy(臺緇): chưa rõ xuất xứ. Theo Thuyết văn giải tự, truy(緇) là màu đen, chỉ Bắc phương. Người tu hành thường mặc y phục màu thâm đen nên cũng dùng để chỉ người tu hành. Chúng tôi hiểu với nghĩa là đài báu ở phương Bắc. Ý nói nơi đến chầu của Sứ giả.

381) Cùng chữ viết, ý nói 2 nước cùng dùng chung văn tự là chữ Hán.

382) Nguyên văn Hồng thư(鴻書) tôn xưng thư của khách tao nhân nơi xa xăm.

383) 彤雲(đồng vân): ráng đỏ của mây. mây đen(đặc biệt là mây có tuyết sắp rơi).

384) Ngư mộng(魚夢): điềm thấy cá là điềm lành, cũng có cách giải là thấy cá là có tin tức từ nơi xa, hay cách giải khác là thấy cá, ý nói được sự tự do. Có lẽ câu thơ tác giả mong là đến mùa thu thì được tin nhà, hoặc là được phép vua hồi quốc.

385) Áo điêu cừu: áo làm bằng da con điêu, một loại thuộc họ hồ li.

386) Thiên An môn: cửa lớn ở Tử Cấm thành.

387) Nguyên văn nhân(駰): loại ngựa lông sắc tạp đen trắng.

388) 三譯(tam dịch): lời nói không thông nhau nên phải ba lần thay đổi thông dịch, nói việc từ nơi xa đến.

389) Trường thọ hoặc là người sống lâu của tên.

390) 『시경』「대아」〈행위(行葦)〉에 "큰 말로 잔질하여 황구(黃耇)를 축원하노라.(酌以大斗 以祈 黃耇)" 하였는데, 모서(毛序)에 "행위(行葦)는 충후(忠厚)함을 읊은 시이다. 주(周)나라 왕실이 충후하여 안으로는 구족(九族)을 화목하게 하고 밖으로는 황구를 높이고 섬겨서 복록을 이룬 것이다." 하였다.

391) 성군(聖君)인 중국의 황제가 지금 덕정(德政)을 펴고 있다는 말이다. 주(周)나라 성왕(成王) 때에 주공(周公)이 섭정하여 천하가 태평해지자, 월상씨(越裳氏)가 와서 주공에게 '흰 꿩[白雉]'을 바치며 "우리나라 노인들이 말하기를 '하늘에 풍우가 거세지 않고 바다에 해일이 일지 않은 지 지금 3년이 되었다. 아마도 중국에 성인이 계신 듯한데, 어찌하여 가서 조회하지 않는가. [天之不迅風疾雨也 海不波溢也 三年於玆矣 意者中國殆有聖人 盍往朝之]'라고 하기에 조공을 바치러 왔다."라고 하였다는 말이 『한시외전』 권5에 나온다. 월상씨는 교지(交趾)의 남쪽에 있던 고국(古國)의 이름이다.

392) Nguyên văn dịch trùng tam(譯重三): Tức 重三譯, ý nói sứ thần vùng đất rất xa phải qua

nhiều lần phiên dịch mới đến triều cống. Theo điển trong Thượng thư/ Đại truyện/quyển 4: Nước Việt Thường theo phiên dịch đến cống. Nói đường xá xa xăm, núi sông ngăn cách, nên qua ba lần phiên dịch mà đến triều cống 尚書大傳卷四: 越裳重譯而來朝, 曰道路悠遠, 山川阻深, 恐使之不通, 故重三譯而朝也.

393) Nguyên văn 四溟: Cũng dùng như 四海 ý nói là bốn biển, bốn phương, dùng để chỉ toàn khắp cả nước bốn phía.

394) Nguyên văn cửu duệ(九裔): Chín đời.

395) Thời cổ coi chim trĩ trắng là chim báo điềm lành.

396) Nguyên văn 黃耉 hoàng cấu: Ý chỉ người già cả, tuổi cao hay bậc nguyên lão. Thi/ Tiểu nhã/ bài Nam Sơn hữu đài: Lạc chỉ quân tử; Hà bất hoàng cấu 詩. 小雅. 南山有台: 樂只君子, 遐不黃耉.

397) Thành Chu: Chỉ thời hưng thịnh của nhà Chu, Chu công phụ giúp Thành vương. Về sau hay xưng gọi thời thịnh trị là Thành Chu chi thế(成周之世).

398) Nguyên văn 吾子(ngô tử): Lúc này Phùng Khắc Khoan đã 70 tuổi, Lý Chi Phong chắc ít tuổi hơn, tôn xưng Phùng công là 吾子(ngô tử), tử(子) có nghĩa như là thầy.

399) Nguyên văn 太史氏(Thái sử thị): Chỉ chức quan ngày xưa đi thu lượm những bài dân ca để xem xét dân tình.

400) Nhạc quan: Chỉ quan biên soạn nhạc khúc để ca tụng thịnh trị.

401) Bất nịnh: Từ khiêm xưng, ý nói người kém tài.

402) Triều Tiên ở phía đông; An Nam ở phía nam, có ý chỉ phía đông là Triều Tiên, phía nam là An Nam.

403) Nguyên văn 火海之鄉(hỏa hải chi hương): Quê vùng biển nóng. Xưa quan niệm nước ta ở phương Nam là vùng nhiệt đới nóng nực, thường lấy từ Viêm bang(炎邦) để ví chỉ nước An Nam. Hỏa hải chi hương cũng vậy.

404) Tương truyền xưa Mã Viện diệt Giao Chỉ dựng cột đồng làm giới. Về sau dùng từ "cột đồng" hay "đồng trụ" để chỉ vùng biên cương nước ta. Lý Túy Quang ví mình được đọc thơ của Phùng công mà tâm hồn thần thái như được qua đó mà đến thấy tận An Nam vậy.

405) 중국 명나라 장군 척계광(戚繼光)이 지은 병서(兵書).

406) Mi hầu(獼猴): Loài khỉ lớn

407) Oa(倭): Xưa hay gọi người Nhật Bản là người Oa.

408) 『중종실록』 33년 무술(1538, 가정 17) 2월 22일(병인) "안남국(安南國)은 그 시조(始祖) 진씨(陳氏)가 영락(永樂) 연간에 그 신하 여결(黎結)에게 찬탈당했는데, 태종 황제(太宗皇帝)가 군사를 일으켜 토벌하고 진씨의 후손을 찾아내어 세우려 하였으나, 모두 여결에게 해를 당하여 남은 자가 없었습니다. 이로 말미암아 몰락하여 군현(郡縣)이 되었다 합니다. 그후 여씨(黎氏)의 후예가 자립하여 임금이 되어 조공(朝貢)이 끊이지 않았으므로 다시 정토(征討)하지 않고 그대로 세워주었는데, 지금은 막등용(莫登庸)에게 축출당하여 정덕(正德) 11년부터 조공이 끊겼다 합니다. 병신년에 그 나라 사신이 여씨의 명을 받들고 내조(來朝)하였는데, 조정(朝廷)이 오래도록 조공하지 않은 연유를 물으니 '막등용이 조공하는 길을 막았기 때문에 내조할 수가 없었고, 지금은 다행히 바다에 떠다니는 상선(商船)을 타고서 오

다가 중도에 풍랑에 표류되어 점성국(占城國)에 이른 지 여러해 만에 중국에 도착했다 하였습니다. 조정은 사신을 가두고 문죄(問罪)하는 군사를 일으키려 하였으나 거역할지 순응할지를 알 수 없었으므로 사신을 안남국 사신과 함께 그 나라에 보내어 거역할지 순응할지를 관찰한 후에 토벌하려고 하였는데 그때 아직 보내지 않았습니다."

409) 마복파는 후한(後漢) 광무제(光武帝) 때 교지(交阯)를 정벌한 복파장군(伏波將軍) 마원(馬援)을 가리킨다. 동주는 마원이 교지를 원정(遠征)하고 나서 한 나라와 외국의 경계를 표시한 두 개의 동주(銅柱)를 말한다. 『後漢書』「馬援傳 注」.

410) Tam công: Chức danh từ thời nhà Chu, gồm ba chức quan là Thái sư, Thái phó, Thái bảo; Lục bộ: Bộ Binh, Bộ Hình, Bộ Hộ, Bộ Lại, Bộ lễ, Bộ Công.

411) 이수광은 1590년 경인년 선조 23년에 성절사의 서장관으로 처음 북경에 갔다.

412) 이수광은 임진왜란 중인 1597년 정유년 선조 30년에 자금성에 화재가 발생하여 그것을 위로하기 위한 진위사로 두 번째 사행을 가게 된다.

413) Niên hiệu của Minh Thần Tông thứ 18(1590); Triều Tiên đang là đời Lý Tuyên Tổ thứ 23; Việt Nam đang là thời Lê Trung hưng đời Thế Tông niên hiệu Quang Hưng thứ 13; họ Mạc vẫn còn, là Mạc Mậu Hợp niên hiệu Hưng Trị thứ 3.

414) Năm ấy là đời Minh Thần Tông niên hiệu Vạn Lịch thứ 25; Triều Tiên là đời Lý Tuyên Tổ thứ 30; Việt Nam đang là thời Lê Trung hưng niên hiệu Quang Hưng thứ 20; họ Mạc vẫn còn, là Mạc Kính Cung niên hiệu Kiến Thống thứ 5.

415) Ủy sứ 慰使: Là sứ thần điếu tang. Có thể là năm 1597, Lý quý phi của Minh Thần Tông mất, sứ thần các nước đến điếu tang gọi là Ủy sứ.

416) Năm 1597, Nhật Bản phát động 14 vạn đại quân tấn công xâm lược Triều Tiên.

417) 격축은 축을 연주함을 이른다. 축은 거문고와 비슷한 악기의 일종인데, 전국 시대에 자객(刺客) 형가(荊軻)가 연(燕)나라에 가서 연나라의 개백장[狗屠], 축을 잘 연주하는 고점리(高漸離)와 서로 매우 친하게 지내면서 날마다 시장에서 술을 마시고 거나해지면, 고점리는 축을 연주하고, 형가는 비분강개하게 노래를 불렀던 데서 온 말이다.

418) 신종호(申從濩)의 자.

419) Quyền Thúc Cường, tên là Kiện(健), người Triều Tiên.

420) Thân Thứ Thiều tên là Tòng Hoạch(從濩), người Triều Tiên.

421) Chữ lỗ(魯) chữ ngư(魚), là hai có hình dáng tương tự dễ sai nhầm lẫn lộn, ý chỉ người ít học.

422) Nhà tuyết song quang: Ý nói nhà đơn sơ tuyết phủ lạnh, trước song quang đăng đem thơ ra ngâm ngợi.

423) Giáp Thìn: Có thể là năm Giáp Thìn 1604. Đời Minh Thần tông Vạn Lịch thứ 32; Triều Tiên Tuyên Tổ thứ 37; An Nam Lê Hoằng Định thứ 4; vẫn còn nhà Mạc niên hiệu Kiền Thống 12.

424) '떨어지는 솔개'라는 말은 후한의 복파장군(伏波將軍) 마원(馬援)이 교지(交阯)를 정벌하러 갔을 때, 남방의 찌는 듯한 무더위와 독기(毒氣)로 인해 솔개가 힘없이 물속으로 떨어지는 것을 보고는, 평소에 그의 종제(從弟) 소유(少游)가 "짧은 인생에 무리하게 큰 뜻을 품지 않고 고향에서 마음 편히 살다 가는 것이 좋다."라고 했던 말을 떠올리며 탄식하였다는

고사에서 온 것이다. 『後漢書』卷24, 「馬援列傳」.

425) 서로 다른 곳에 태어나서 형제간 같이 친한 사이가 되었다는 말이다. 도잠(陶潛)의 '잡시(雜詩)'에, "땅에 떨어져서 형제가 되었으니, 어찌 반드시 골육지친이랴[落地爲兄弟 何必骨肉親]." 하였다.

426) 국궁진췌는 국궁 진력(鞠躬盡力)과 같은 말로, 마음과 몸을 다 바쳐 나랏일에 이바지하는 것을 뜻한다. 제갈량(諸葛亮)의 〈후출사표(後出師表)〉에 "신은 몸과 마음을 다 바쳐 나라에 보답하다가 죽은 뒤에야 그만둘 결심을 하고 있다.[臣鞠躬盡力 死而後已]"라는 말이 나온다.

427) 적신은 장작더미를 쌓을 때 나중의 장작이 맨 윗자리를 차지하는 것처럼, 원로(元老)들을 무시하고 신진(新進)을 우대하는 것을 말한다. 한(漢)나라 급암(汲黯)이, 옛날의 소리(小吏)가 승상이나 어사대부가 되는 등 자기보다 윗자리를 차지하자 한 무제(漢武帝)에게 불평을 하면서 비유한 말이다. 『史記』卷120, 「汲黯列傳」.

428) Năm ấy là đời Minh Thần Tông niên hiệu Vạn Lịch thứ 22; Triều Tiên là đời Lý Tuyên Tổ thứ 27; An Nam đang là thời Lê Trung hưng niên hiệu Quang Hưng thứ 17; họ Mạc vẫn còn, là Mạc Kính Cung niên hiệu Kiến Thống thứ 2.

429) Năm ấy là đời Minh Thần Tông niên hiệu Vạn Lịch thứ 25; Triều Tiên là đời Lý Tuyên Tổ thứ 30; Việt Nam đang là thời Lê Trung hưng niên hiệu Quang Hưng thứ 20; họ Mạc vẫn còn, là Mạc Kính Cung niên hiệu Kiến Thống thứ 5.

430) Ngoài nơi đồng trụ, quê chốn diều rơi: Đến nói sự Mã Viện dựng cột đồng ở nước ta, đóng quân ở nơi lam chướng, khí độc bốc lên đến nỗi diều hâu bay trên trời cũng phải rớt xuống nước. Ý nói sứ thần người đất Giao Chỉ ngày xưa.(Sử ký. Mã Viện truyện)

431) Tiên sinh: Có thể là gọi xưng Lý Túy Quang. Đoạn dưới cũng thế.

432) Nhà Nho có quan niệm về dụng - xả; hành - tàng là lý thuyết về ứng nhân xử thế của kẻ sĩ Nho học. Khi dùng thì hết sức, khi lui thì ẩn nhẫn chờ thời, đem hết sức mình ra thi hành đạo lớn ở đời, giúp dân giúp nước, chứ không phải bảo thủ cố chấp. Ở đây dùng điển ý nói việc sứ thần của 2 nước Lưu Cầu và An Nam đều cao tuổi mà tận tụy hết sức. Không như thói chưa đến tuổi đã không làm được việc chi cả. Thật đáng hổ thẹn mà nhận thấy cái mối nguy của việc tích củi.

433) Tích tân(積薪): Nói sự tích trữ củi ở bên dưới chỗ nằm, cho đó là yên ổn mà không biết khi lửa bén đến nơi thì là mối nguy khôn xiết. Tác giả muốn nhắc nhở việc tệ hại ở nước Hàn như mối nguy chứa củi dưới giường mà nằm lên trên.(Hán thư. Giả Nghị truyện: Phù bão hỏa hóa thác chi tích tân chi hạ nhi tẩm kì thượng. Hỏa vị cập nhiên, nhân vị chi an. Phương kim chi thế hà dĩ dị thử /漢書·賈誼傳: 夫抱火厝之積薪之下而寢其上, 火未及燃, 因謂之安, 方今之勢, 何以异此.

434) 子雲은 揚雄의 字. 대문장가인 그는 늘 연분(鉛粉)과 서판(書板)을 가지고 다니며 기록에 대비했다고 한다. 『漢書』卷87, 「揚雄傳」.

435) 심사(沈謝): 심약(沈約)과 사영운(謝靈運). 심약(441~513): 자는 휴문(休文), 남조양(南朝梁)나라 사람. 많은 서적을 섭렵하고 〈사성보(四聲譜)〉를 지어 글자를 평상거입(平上去入) 사성(四聲)으로 나누어 성운학(聲韻學)에 일대 변혁을 가져옴. 저서로 〈진서(晉書)〉·〈송서(宋書)〉·〈제기(齊紀)〉·〈양무기(梁武紀)〉 등과 문집 1백권이 있음. 사영운(385~433): 유송(劉宋)시대 시인, 시풍(詩風)은 후대에 큰 영향을 미쳤으며 불교에도 조예가 깊다. 혹은 심약과 사조. 사조(謝朓)(464~499): 남조제(南朝齊)나라 사람. 자는 현휘(玄暉). 어려서부터 학문을 좋아하여 문장이 청순하고 초서 예(隷)서와 오언시[五言詩]를 좋아하여 세상 사람들은 사

영운을 '대사(大謝)' 사조를 '소사(小謝)'라고 일컬었다. 심약과 사조가 시대적으로 더욱 가깝다.

436) 『논어』, "子曰, 誦詩三百, 授之以政, 不達, 使於四方, 不能專對, 雖多, 亦奚以爲." 공자께서 말씀하셨다. "詩經 三百篇을 외우면서도 정치를 맡겼을 때에 제대로 해내지 못하고, 사방에 사신으로 나가 혼자서 처결하지 못한다면, 비록 많이 외운다 한들 어디에 쓰겠는가?"

437) 고대 중국의 하나라와 은나라, 주나라에 전해진 삼대의 보배인 솥과 큰 종이라는 뜻으로, 중요한 직위나 명망을 비유적으로 이르는 말.

438) 촉지무는 정나라 사람이고 유여는 융족 사람이다.

439) 풍마우불상급(風馬牛不相及)은 거리가 멀어 서로 만나지 못하는 것을 비유하는 말로 쓰인다. 『춘추좌씨전』 희공(僖公) 4년 조에 다음과 같이 기록되어 있다. "君處北海 寡人處南海 唯是風馬牛不相及也."

440) 주작은 남쪽을 상징하니 월남을 이르는 듯하다.

441) Tả thị: Tức Tả Khâu Minh(左丘明), người soạn sách Xuân Thu Tả thị truyện, gọi là Tả truyện.

442) Tử Vân: Tức Dương Hùng, tự là Tử Vân, người đời Tây Hán, là một học giả nổi tiếng về triết học, văn học, ngôn ngữ học. Thời Vương Mãng chấp chính Dương Hùng làm Hiệu thư ở Thiên Lộc các.

443) Thẩm là Thẩm Ước(沉約). Tạ là Tạ Linh Vận(謝靈運) được thiên hạ khen ngợi là những danh thi nổi tiếng. Nguyên câu trích trong Trang tử/ Tiêu Dao du: Là bụi đất cám bã, đem đúc rèn cũng nên Nghiêu Thuấn vậy/庄子/逍遙游/是其坐埃秕糠, 將猶陶鑄 堯 舜者也.

444) Ý nói đi sứ. Xưa đi sứ mang theo đồ triều cống thiên tử có ngọc, lụa.

445) Ý nói đấu tay đôi, đấu tay không về văn thơ. Ví dụ như dùng cho sự ngâm thơ xướng họa mà có lệ luật ngặt nghèo không được dùng một số chữ thông dụng cũng gọi là bạch chiến(白戰) hay bạch chiến thể(白戰體).

446) Cửu đỉnh: Chín đỉnh của vua Vũ nhà Hạ, đúc tượng trưng cho cửu châu, được coi là thần khí rất nặng; Đại Lã là chuông lớn trong Thái miếu nhà Chu. Về sau dùng thuật ngữ này để chỉ sự lớn lao, có trọng lượng đáng kể lớn.

447) Chúc Chi Vũ, người nước Trịnh thời Xuân Thu. Hai nước Tần Tấn liên minh đánh Trịnh, Chúc Chi Vũ không quản già yếu đến doanh trại liên quân đem lợi hại thuyết phục quân Tần lui binh, phá tan liên quân Tần Tấn, vẹn toàn cho nước Trịnh.

448) Do Dư, người nước Tấn thời Xuân Thu, sau lánh nạn sang nước Nhung. Người nước Nhung sai đi sứ nước Tần. Thấy Tần Mục Công anh minh độ lượng, ông liền theo giúp Mục Công thôn tính các nước Tây Nhung, gây dựng nghiệp bá chủ.

449) Người nước Trịnh: Tức Chúc Chi Vũ. Người nước Nhung: Tức Do Dư.

450) Nhật Nam: Tên quận nước ta đời Hán, sau là nước Lâm Ấp, tức phần đất Trung Bộ của Việt Nam ngày nay. Đây có ý là nói người An Nam nói chung.

451) Khổng Tử: Kẻ sĩ là… sự hiểu biết không cần phải nhiều, mà phải xét kĩ cái mình biết; lời nói không cần lắm, mà phải xét kĩ cái điều mình nói; làm không cần nhiều, mà phải xét kĩ cái nguyên do để mà làm. Thế là biết cái mình đã biết, nói cái mình tường, làm

cái có nguyên do. Như thế thì biết tính mệnh tóc da là cái không thể đổi được. Vậy nên giàu có cũng không thêm được, nghèo hèn cũng không mất được, như thế gọi là kẻ sĩ đấy. Tuân tử/ Ai công vấn: 所謂士者, …知不務多, 務審其所知; 言不務多, 務審其所謂; 行不務多, 務審其所由. 故知既已知之矣, 言既已謂之矣, 行既已由之矣, 則若性命肌膚之不可易也. 故富貴不足以益也, 卑賤不足以損也: 如此則可謂士矣.

452) Chữ hữu(右) cổ văn còn có ý nghĩa là bên trên, là tôn trọng nữa. Tiên sinh hữu giả dã(先生右者也), có thể hiểu là người mà Tiên sinh tôn kính, người trên.

453) Nguyên điển trong Tả truyện/ Hi công tứ niên. Ý nói về hai nước Tề và Sở ở xa cách nhau trâu ngựa là giống dễ tìm bạn mà cũng khó quen với nhau được. Đây chỉ sự xa cách giữa Hàn với An Nam vậy.

454) Chu tước: Tên một chòm sao; còn là một loài thuộc tứ linh báo điềm lành. Đồng trụ: Cột để làm tiêu làm mốc nêu cho mọi người cùng biết.

455) Ngày xưa dùng đuôi con điêu, một giống thú quý để trang sức cho đuôi mũ quan lại rất đẹp. Sau mọi người dần đua nhau làm theo. Người ta thường ví việc gì đó không hợp, kém cỏi mà đương vào chức vị tôn quý sang trọng, gọi là lấy đuôi chó nối thay đuôi điêu.(Cẩu vĩ tục điêu; 狗尾續貂).

456) Năm 1603, niên hiệu Vạn Lịch thứ 31; Triều Tiên là đời Tuyên Tổ năm thứ 36; An Nam là đời Lê Hoằng Định thứ 3; vẫn còn nhà Mạc, là niên hiệu Kiền Thống thứ 11.

457) 『장자』「齊物論」의 어구를 차용한 표현이다.
"若有眞宰 而特不得其朕(만약 진짜로 주재자가 있을지라도 별다른 조짐을 알아차릴 수 없다.)"

458) Cung - thương: Là 2 âm trong ngũ âm theo nhạc luật cổ Trung Quốc, chỉ sự hài hòa về âm thanh tiết tấu.

459) Năm 1597, Nhật Bản phát động xâm lược Hàn.

460) Ngày xưa các nước Trung Quốc, Hàn, An Nam đều xưng gọi người Nhật Bản là người Oa. Nghĩa chữ Oa(倭) còn có âm đọc là Uy, Ải, có ý chỉ người thấp nhỏ. Coi người Nhật Bản là thấp nhỏ.

461) Nguyên văn thao cô lộng mặc(操觚弄墨), ý nói văn nhân tài tử đều là những bậc tài hoa, bút pháp văn chương cả. Cô là cái bảng vuông bằng gỗ để mà viết. Về sau dùng từ "thao cô" cũng để nói soạn tác văn chương.

462) Trung Quốc là thời Minh Thần Tông, niên hiệu Vạn Lịch thứ 39; Triều Tiên là đời Quang Hải Quân năm thứ 3; An Nam là thời Lê Hoằng Định thứ 11; vẫn còn họ Mạc, là niên hiệu Kiền Thống thứ 19.

463) Ngoài nơi đồng trụ 銅柱之表: Chỉ nước An Nam.

464) Con phượng: nguyên văn là cửu bao(九苞), một trong 9 đặc trưng của giống phượng, sau dùng để chỉ chim phượng, hay ví với người tài thơ văn hay. Đất phương Nam: Nguyên văn là giáng tiêu(絳霄), đời ngày xưa xem khí tượng, thường lấy chuẩn ở mé nam sao Bắc Cực, về sau dùng từ giáng tiêu để chỉ phương nam

465) Quê người: Dịch thoát ý của Trùng dịch chi hương(重譯之鄉), nói nơi đến phải có phiên dịch, vùng nước ngoài.

466) Kinh Thi/ Tiểu Nhã/ Bạch Hoa: Cổ chung vu cung, Thanh văn vu ngoại 鼓鍾于宮, 聲聞于外

/白華/小雅/詩經.

467) Nước Hàn ở phía đông nên cũng xưng là Đông quốc.

468) Trung Quốc là thời Minh Thần tông niên hiệu Vạn Lịch thứ 39; Triều Tiên là đời Quang Hải Quân năm thứ 3; An Nam là Lê Hoằng Định thứ 11; vẫn còn họ Mạc niên hiệu Kiền Thống thứ 19.

469) Trung Quốc đời Minh Thần Tông niên hiệu Vạn Lịch thứ 26; Triều Tiên Tuyên Tổ thứ 31; An Nam là Lê Quang Hưng thứ 21; vẫn còn nhà Mạc niên hiệu Kiền Thống thứ 6.

470) Mai Trực Giảng: Tức Mai Nghiêu Thần, người đời Tống, vì làm chức Quốc tử giám Trực giảng nên người ta cũng xưng gọi là Mai Trực Giảng. Là người hay thơ kẻ võ biền đến bậc sang quý, người già cả đến trẻ để chỏm đều biết tên. Công hầu vương tôn trọng thơ họ Mai bỏ tiền ra mua không ít. Có làm bài Xuân tuyết thi nổi tiếng. Người di vùng Tây Nam đem bài thơ ấy dệt nên vải đem vào Trung Quốc, Tô Đông Pha rất thưởng thức tác phẩm này.

471) Tô Nội hàn: Tức là Tô Thức, hiệu Đông Pha, làm chức Nội hàn lâm, là người rất thưởng thức thơ của Mai Nghiêu Thần.

472) Tiết Nhật nam: Tức là tiết Đông chí vậy.

473) Ngũ hành: Kim mộc thủy hỏa thổ. Quan niệm xưa coi mọi sự vật hiện tượng, con người trên thế gian đều bấm thụ tinh khí của ngũ hành.

474) Ngũ thường: Nhân, nghĩa, lễ, trí, tín. Cũng ứng với ngũ hành mà bấm thụ vào con người ta đủ cả năm tính lành.

475) Ngũ luân: Năm mối quan hệ chủ yếu của con người trong xã hội là quân thần, phụ tử, phu phụ, huynh đệ, bằng hữu.

476) Kinh - Truyện: Ý nói sách vở, châm ngôn của các bậc thánh hiền đời trước.

477) Trung Châu: Tức Trung Quốc.

478) Ngoài kinh, truyện của thánh hiền, còn các sách tri thức khác chia về các hạng sử, tử. Gộp lại chỉ chung là kiến thức của nhà Nho.

479) 몽수(蒙叟)는 전국시대의 장자(莊子)나 명말청조의 전겸익(錢謙益)을 일컫는 별호지만, '향언(嚮言)'의 정체가 모호하다. 그들이 지은 책이나 글과 관련되었을 것으로 추정되지만, 서명(書名) 확인은 물론 제명이거나 편명으로도 검색되지 않아 당분간은 미심한 채로 남겨둘 수밖에 없다. '蒙叟之嚮言(몽수지향언)'이 『동파지림』의 편찬방식과 관련된 부대설명일 가능성을 제기해 주신 분도 있다. 『군서고변』이란 서명의 유래이기도 한 '攷訂辨論(고정변론)'의 방식을 첨언한 것으로 보는 것이다. 그렇게 볼 때는 '몽수'는 동생 소철(蘇轍)이나 그와 비슷한 동파그룹의 일원이 되고, '향언'은 문자 그대로 '반향(反響)의 말들', 곧 검토, 교정, 토론의 뜻이 될 것이다.

480) Pha ông: Tức Tô Đông Pha, có Đông Pha chí lâm 5 tập, còn truyền đến nay. Mông Tẩu: Ông già ở đất Mông, tức chỉ Trang Tử. Hưởng ngôn là sách ghi về những hiện tượng kỳ lạ khác thường thời cổ đại. Về sau dùng từ này để chỉ sách vở huyền ngôn.

481) Chu: Tức Chu Hi. Lục: Tức Lục Cửu Uyên. Cả hai đều là danh Nho đời Tống, góp phần xây dựng Lý học của Tống Nho đạt đến đỉnh cao và tiếp tục phát triển về sau.

482) 『장자』의 「천지」편 제4화에 현주를 찾는 이야기가 나온다. 온갖 지식으로도, 눈 밝음으로도, 말 잘함으로도 찾지 못한 현주를 무형(無形) 무심(無心)을 상징하는 상망(象罔)이 찾아내었다는 우화다. 여귀돈이 바로 이런 상망의 경지를 얻어, 바른 사론(史論)과 사평(史評)을 수행했음을 예찬한 것으로 보인다. 『장자』의 원문은 다음과 같다.
"皇帝遊乎赤水之北。登乎崑崙之丘而南望。還歸遺其玄珠。使知索之而不得。使離朱索之而不得。使喫詬索之而不得也。乃使象罔。象罔得之。皇帝曰「異哉! 象罔乃可以得之乎?」"

483) Sái Trung lang: tức Sái Ung, học giả nổi danh đời Hán. Luận hành là danh tác của Vương Sung, cũng là học giả đời Hán. Luận hành là cuốn kỳ thư đương thời, có nhiều kiến giải đi ngược với luận điểm của Hán Nho, bị các nhà Nho thời Hán chê trách, nhìn nhận như một thứ sách cấm. Vương Sung soạn sách xong thì đem dấu đi không cho ai biết. Đời sau, Sái Ung có cơ hội được đọc sách ấy, thấy nhiều điểm kỳ lạ, cũng đem về dấu đi đọc riêng.

484) Xích thủ huyền châu: Y thư Trung Quốc đời Minh có một bộ sách là Xích thủ huyền châu của Tôn Nhất Khuê soạn; Xích thủ huyền châu còn có điển liên quan đến Hoàng đế đi chơi bên bờ sông Xích Thủy để quên viên ngọc bích bên bờ sông. 黃帝游乎赤水之北登乎崑崙之丘而南望還歸遺其玄珠/庄子/天地(Trang tử/Thiên địa). Ý nói sách này trọn vẹn đầy đủ. Cũng có thể hiểu theo ý là, nếu có thiếu sót thì cũng như Hoàng đế vậy không tránh khỏi được.

485) Mân: Tức chỉ đất Mân ở Phúc Kiến, quê của Chu Hi ở đất Mân, sau ông dạy học, học trò theo dòng của ông xưng là Mân phái. Lạc: Tức đất Lạc ở Hà Nam, quê của anh em Trình Hạo và Trình Di, học trò của hai ông cũng theo dòng của thầy mà xưng là Lạc phái.

486) Giang Hộ: Tên gọi cũ của thành Đông Kinh(Tokyo), thủ đô của Nhật Bản. Quan Bá: Có thể là viết thông giả với từ Quan Bạch, tức chỉ chức Đại thần nhiếp chính.

487) Phong Thần Tú Cát(豊臣秀吉/Toyotomi Hideyoshi, 1537~1598) là một đại tướng quân danh tiếng của thời kỳ Chiến quốc(Sengoku) tại Nhật, người đã thống nhất Nhật Bản. Nắm chức Thái chính đại thần, nổi tiếng là người sau này phát động hai lần chinh phạt Triều Tiên(1592~1593; 1596~1598).

488) Quan bạch: Chức quan Đại thần Nhiếp chính ở Nhật Bản xưng là Quan bạch.

489) Đức Xuyên Gia Khang: 德川家康(Tokugawa Ieyasu, 1543~1616) là một nhân vật nổi tiếng trong lịch sử Nhật Bản. Ông là người sáng lập và vị Tướng quân đầu tiên của Mạc phủ Tokugawa, chế độ Mạc phủ kéo dài đến tận Minh Trị Duy Tân năm 1868. Nguyên là một trong năm vị cố lão đại thần sau khi Phong Thần Tú Cát mất. Con của Phong Thần Tú Cát còn nhỏ, các Đại thần lãnh chúa tranh giành lẫn nhau, Đức Xuyên Gia Khang nổi lên là một nhân vật kiệt xuất thống nhất cả Nhật Bản, nắm quyền từ sau trận Sekigahara năm 1600 . Nguyên văn viết là Tức Nguyên Gia Khang(即源家康).

490) Chắc là Lý Huy Trung, văn bản chép nhầm thành Huy Trọng.

491) 南懷仁(Ferdinand Verbiest, 1623~1688); 陽若望(Adam Schall von Bell, 1591~1666): là hai giáo sĩ Cơ đốc giáo đến Trung Quốc từ cuối đời Minh, tham gia tu soạn lịch pháp, nghiên cứu Thiên văn, Thuật toán. Mất ở Trung Quốc, được vua Khang Hi rất trọng dụng. Chữ Thang(湯) chép nhầm thành chữ Dương(陽).

492) Kiều mộc: Chỉ cây cao lớn. Sau dùng để chỉ nước nhà có bậc thế thần tu đức để giúp vua. Câu này ý nói nước cũ có đủ điển chương, đâu phải vì có mỗi cây lớn mà còn có bậc bề tôi giúp nước. Điển xuất từ Mạnh Tử/ Lương Huệ Vương hạ: Gọi là nước cũ, không

phải nói là có cây lớn thôi đâu, mà gọi là có bậc thế thần vậy/所謂故國者, 非謂有喬木之謂也, 有世臣之謂也.

493) Trương Hàn: người đời Tấn, có làm bài Tạp thi, trong đó có câu thơ tuyệt diệu cành biếc như gom cả màu xanh, hoa vàng như thế reo quanh sắc vàng/青條若總翠, 黃華如散金. Đông Pha: tức Tô Đông Pha đời Tống từng thả thuyền trên dòng Xích Bích và làm ra bài Xích Bích phú nổi tiếng.

494) Điển tích xuất tự bài Thảo trùng trong thơ Thiệu Nam/ Kinh Thi: Eo eo con cào cào, tách tách con châu chấu; Chưa thấy người quân tử, lòng dạ những mong mong[喓喓草蟲, 趯趯阜螽. 未見君子, 憂心忡忡].

495) Duyên hàn mặc: Ý nói duyên thơ văn bút mực gặp gỡ nhau nơi xa xôi.

한국 사신 약전

徐居正 (1420~1488)

본관은 달성達成. 자는 강중剛中·자원子元, 호는 사가정四佳亭 혹은 정정정亭亭亭. 익진益進의 증손으로, 할아버지는 호조전서戶曹典書 의義이고, 아버지는 목사牧使 미성彌性이다. 어머니는 권근權近의 딸이다. 최항崔恒이 그의 자형姉兄이다. 조수趙須·유방선柳方善 등에게 배웠으며, 학문이 매우 넓어 천문天文·지리地理·의약醫藥·복서卜筮·성명性命·풍수風水에까지 관통하였다. 1438년(세종 20) 생원·진사 양시에 합격하고, 1444년 식년문과에 을과로 급제한 이후 여러 관작을 역임하였다. 1460년 사은사謝恩使로 중국에 갔을 때 통주관通州館에서 월남 사신과 창화시를 주고받았다. 저술로는 시문집으로『사가집四佳集』이 전한다. 공동 찬집으로『동국통감』·『동국여지승람』·『동문선』·『경국대전』·『연주시격언해聯珠詩格言解』가 있고, 개인 저술로서『역대연표』·『동인시화東人詩話』·『태평한화골계전太平閑話滑稽傳』·『필원잡기筆苑雜記』·『동인시문東人詩文』 등이 있다.

洪貴達 (1438~1504)

본관은 부계缶溪. 자는 겸선兼善, 호는 허백당虛白堂·함허정涵虛亭. 사재감정 순淳 증손으로, 할아버지는 득우得禹이고, 아버지는 증 판서 효손孝孫이며, 어머니는 노집盧緝의 딸이다. 1460년(세조 7) 별시문과에 을과로 급제한 이후 여러 관직을 역임하였다. 1481년 천추사千秋使가 되어 명나라에 다녀왔다. 저서로는『허백정문집虛白亭文集』이 있다.

申從濩 (1456~1497)

　본관은 고령高靈. 자는 차소次韶, 호는 삼괴당三魁堂. 도승지 장橚의 증손으로, 할아버지는 영의정 숙주叔舟이고, 아버지는 봉례랑奉禮郎 주澍이다. 어머니는 영의정 한명회韓明澮의 딸이다. 1474년(성종 5) 약관으로 성균진사시에 장원을 하고, 1480년 식년문과에 다시 장원을 한 이후 여러 관직을 역임하였다. 1481년 천추사千秋使 홍귀달洪貴達의 서장관書狀官이 되어 명나라에 다녀왔다. 1496년 병환을 무릅쓰고 정조사正朝使가 되어 명나라에 갔다가 이듬해인 1497년에 돌아오던 중에 개성에서 죽었다. 저서로는 『삼괴당집三魁堂集』이 있다.

曺伸 (?~?)

　본관은 창녕昌寧. 자는 숙분叔奮. 호는 적암適庵. 조위曺偉의 서형庶兄. 주로 역관譯官으로 활약하였다. 1479년 통신사通信使 신숙주申叔舟를 따라 일본에 가서 문명을 떨치고 돌아와 성종의 특명으로 사역원정司譯院正에 발탁되었고, 중종의 명으로 『이륜행실도二倫行實圖』를 편찬하였다. 외국어에 능하여 명나라에 7차, 일본에 3차 다녀왔다. 저서로 『적암시고適庵詩藁』가 있다.

李睟光 (1563~1628)

　본관은 전주全州. 자는 윤경潤卿, 호는 지봉芝峯. 아버지는 병조판서희검希儉이며, 어머니는 문화 유씨文化柳氏이다. 1578년(선조 11) 초시에 합격하고, 1582년 진사가 된 이후 여러 관직을 역임하였다. 1597년 명나라 서울에서 중극전中極殿과 건극전建極殿 등 궁전이 불타게 되자 진위사陳慰使로서 명나라를 다녀왔다. 이때 명나라 서울에서 월남 사신을 만나 화답하면서 교유했다. 저서로는 『지봉집芝峯集』과 『지봉유설芝峯類說』이 있다. 또한 『찬록군서纂錄群書』 25권이 있다고는 하나 확실하지 않다.

李志完 (1575~1617)

본관은 여주驪州. 자는 양오養吾, 호는 두봉斗峯. 사필士弼의 증손으로, 할아버지는 우인友仁이고, 아버지는 찬성 상의尙毅이며, 어머니는 윤현尹晛의 딸이다. 1597년(선조 30) 정시문과에 병과로 급제한 이후 여러 관직을 역임하였다. 실학자 성호星湖 이익李瀷의 『성호전집』 제67권에 「종조고 두봉공 행록從祖考斗峯公行錄」이 남아 있어 크게 참고가 된다.

李晟 (?~?)

숙종 대의 인물이나 행적이 미상이다.

俞集一 (1653~1724)

본관은 창원昌原, 자는 대숙大叔이다. 1653년에 태어났다. 아버지는 현감을 지낸 유근俞瑾이다. 1680년(숙종 6)에 정시문과에 병과로 급제한 이후 여러 관직을 역임하였다.

李世瑾 (1664~1735)

본관은 벽진碧珍. 자는 성진聖珍. 세자시강원보덕 상급尙伋의 증손으로, 할아버지는 동堜이고, 아버지는 지걸志傑이다. 어머니는 권순열權順悅의 딸이다. 세진世瑨의 형이다. 1697년(숙종 23) 정시문과에 을과로 급제한 뒤 여러 관직을 역임하였다. 역대 왕의 훌륭한 말과 선정을 모아 편찬한 『성조갱장록聖朝羹墻錄』을 지었다.

洪啓禧 (1703~1771)

본관은 남양南陽. 자는 순보純甫, 호는 담와淡窩. 홍처심洪處深의 증손으로, 할아버지는 홍수진洪受晉이고, 아버지는 참판 홍우전洪禹傳이며, 어머니는 대사헌 이상李翔의 딸이다. 이재李縡의 문인이다. 두 손자가 정조시해미수사건에 연루되어 그의 두 아들(지해趾海·술해述海)과 일가가 처형당하게 되자, 관작이 추탈되고 역안逆案에 이름이 올랐다. 저서로는 『삼운성휘三韻聲彙』가 있다. 그리고 편저로는 『균역사실均役事實』·『준천사실

瀋川事實』・『균역사목변통사의均役事目變通事宜』・『국조상례보편國朝喪禮補編』・
『해동악장海東樂章』・『명사강목明史綱目』・『경세지장經世指掌』・『문산선생상전
文山先生詳傳』・『주문공선생행궁편전주차朱文公先生行宮便殿奏箚』・『사곡록寺谷錄』・
『창상록滄桑錄』 등이 있다.

趙榮進 (1703~1775)

본관은 양주楊州. 자는 여읍汝揖. 희석禧錫의 증손으로, 할아버지는 태휘
泰彙이고, 아버지는 부사 규빈奎彬이며, 어머니는 민진후閔鎮厚의 딸이다.
신임사화 후 아버지가 벼슬을 버리고 향촌에 은거하였으므로 역시 과
거에 응시하지 않았다가, 1744년(영조 20) 42세로 사마시에 합격한 이후
여러 관직을 역임하였다.

李徽中 (1715~1760)

본관은 전주全州. 자는 여신汝慎. 나머지 행적은 미상이다.

尹東昇 (1718~1773)

본관은 파평坡平. 초명은 동성東星. 자는 유문幼文. 해거海擧의 증손으로,
할아버지는 부扶이고, 아버지는 언교彦教이다. 1746년(영조 22) 진사로 춘
당대시에서 을과로 급제한 이후 여러 관직을 역임하였다.

李致中 (1726~1802)

본관은 전주全州. 자는 치화稚和. 영휘永輝의 증손으로, 할아버지는 택澤
이고, 아버지는 현망顯望이며, 어머니는 윤하교尹夏教의 딸이다. 1761년
(영조 37) 식년 문과에 장원으로 급제한 이후 여러 관직을 역임하였다.
1785년 동지부사로 청나라에 다녀왔다.

李垷 (?~?)

본관은 전주全州. 종실로 하은군河恩君에 봉해졌고 1799년 사은사謝恩使
로 청나라에 다녀왔다.

尹坊 (1718~1795)

본관은 파평坡平. 자는 중례仲禮, 호는 순재醇齋. 증조는 심深이고, 할아버지는 휘정彙貞이며, 아버지는 광업光業이다. 광조光祚에게 입양되었다. 1751년(영조 27)에 춘당문과에 병과로 급제한 이후 여러 관직을 역임하였다. 1779년에 사은정사謝恩正使인 하은군河恩君 광익珖을 따라 부사로 청나라에 다녀왔다. 그는 정치적인 수완이 탁월하여 어려운 문제들을 잘 처리하였고, 특히 외교적인 수단이 뛰어났다.

鄭宇淳 (1720~1789)

본관은 동래東萊. 자는 군계君啓. 행적은 미상이다.

徐浩修 (1736~1799)

본관은 달성達城. 자는 양직養直. 우참찬 문유文裕의 증손으로, 할아버지는 호조판서 종옥宗玉이고, 아버지는 판중추부사判中樞府事 명응命膺이다. 어머니는 전주이씨全州李氏로 정섭廷燮의 딸이다. 큰 아버지 명익命翼에게 입양되었다. 1756년(영조 32) 생원生員이 되고, 1764년 칠석제七夕製에 장원했으며 이어 다음 해 식년문과에 다시 장원한 이후 여러 관직을 역임하였다. 1776년 진하 겸 사은부사進賀兼謝恩副使로 정사正使 이은李溵, 서장관書狀官 오대익吳大益과 함께 청나라에 다녀왔다. 1790년(정조 14)에 다시 진하 겸 사은부사로 두 번째 청나라에 사행使行하였다. 이때의 여행일기가 『연행기燕行紀』 4권 2책이다. 그의 둘째아들인 유구有榘는 사촌 철수澈修에게 출계出繼했으나 가학을 계승, 다음 시대 북학자로 활약하면서 많은 업적을 쌓았다.

李百亨 (?~?)

본관은 전주全州. 자는 사능士能. 1777년(정조 1), 증광시增廣試 병과丙科. 나머지 행적은 미상이다.

柳得恭 (1749~1807)

본관은 문화文化. 자는 혜풍惠風·혜보惠甫. 호는 영재冷齋·영암冷菴·가상루歌商樓·고운당古芸堂·고운거사古芸居士·은휘당恩暉堂. 증조부와 외조부가 서자였기 때문에 서얼 신분으로 태어났다. 부친이 요절하여 모친 아래에서 자랐고, 18, 19세에 숙부인 유련柳璉의 영향을 받아 시짓기를 배웠으며, 한시漢詩에 뛰어난 재능을 보여 박제가朴齊家·이덕무李德懋·이서구李書九와 더불어 한시사가漢詩四家 또는 후사가後四家로 꼽힌다. 20세를 지나서는 박지원朴趾源·이덕무·박제가와 같은 북학파 인사들과 교유하기 시작하였다. 1774년(영조 50) 사마시司馬試에 합격하여 생원生員이 되었고, 1779년(정조 3) 박제가·이덕무·서이수徐理修와 함께 규장각 검서관檢書官에 임명되어 '4검서'라 불린다. 이를 계기로 서얼출신이라는 신분제약에서 벗어나 관직을 두루 거쳐 포천현감抱川縣監·양근군수楊根郡守·광흥창주부廣興倉主簿·사도시주부司寺主簿·가평군수加平郡守·풍천도호부사豊川都護府使 등을 역임하였다. 저서로는 『영재집冷齋集』과 『경도잡지京都雜志』, 『발해고渤海考』, 『사군지四郡志』 등이 있다.

朴齊家 (1750~1805)

본관은 밀양密陽. 자는 차수次修·재선在先·수기修其, 호는 초정楚亭·정유貞㽔·위항도인葦杭道人. 율栗의 6대손이며, 아버지는 승지 평坪이다. 소년 시절부터 시·서·화에 뛰어나 문명을 떨쳐 19세를 전후해 박지원朴趾源을 비롯한 이덕무李德懋·유득공柳得恭 등 서울에 사는 북학파들과 교유하였다. 1776년(정조 즉위년) 이덕무·유득공·이서구李書九 등과 함께 『건연집巾衍集』이라는 사가시집四家詩集을 내어 문명을 청나라에까지 떨쳤다. 1778년 사은사 채제공蔡濟恭을 따라 이덕무와 함께 청나라에 가서 이조원李調元·반정균潘庭筠 등의 청나라 학자들과 교유하였다. 돌아온 뒤 청나라에서 보고들은 것을 정리해 『북학의北學議』 「내·외」편을 저술하였다. 그 뒤 1790년 5월 건륭제乾隆帝의 팔순절에 정사正使 황인점黃仁點을 따라 두 번째 연행燕行길에 오르고, 돌아오는 길에 압록강에서 다시 왕명을 받아 연경에 파견되었다. 저서로는 『북학의』·『정유집貞㽔集』·『정유시

고정의시고高貞義詩稿』·『명농초고明農草藁』 등이 있다.

李亨元 (1739~1798)

　본관은 전주全州. 자는 선경善卿, 호는 남계南溪. 홍서弘瀣의 증손으로, 할아버지는 재항載恒이고, 아버지는 방현邦賢이며, 어머니는 조화벽趙和璧의 딸이다. 1761년(영조 37) 정시문과庭試文科에 병과로 급제한 이후 여러 관직을 역임하였다.

徐有防 (1741~1798)

　본관은 달성達城. 자는 원례元禮, 호는 봉헌奉軒. 한성부서윤 종적宗積의 증손으로, 할아버지는 도승지 명형命珩이고, 아버지는 수찬 효수孝修이다. 어머니는 이언신李彦臣의 딸이다. 형이 이조판서 유린有隣이다. 1768년(영조 44)에 진사가 되어 음보로 교관教官을 지내다가 1772년 정시문과에 을과로 급제하고 이후 여러 관직을 역임하였다. 1795년 진하사進賀使의 부사副使로서 북경을 다녀왔다.

李裕元 (1814~1888)

　본관은 경주慶州. 자는 경춘景春. 호는 귤산橘山·묵농墨農. 1841년(헌종 7) 정시문과에 병과로 급제, 1845년 동지사冬至使의 서장관書狀官으로 청나라에 다녀온 후 여러 관직을 역임하였다. 저서에『귤산문고』,『가오고략嘉梧藁略』,『임하필기林下筆記』 등이 있다.

金有淵 (1819~1887)

　본관은 연안延安. 자는 원약元若, 호는 약산藥山. 할아버지는 재옥載玉이며, 아버지는 영이다. 1844년(헌종 10) 증광문과에 병과로 급제하여 초계문신抄啓文臣에 발탁된 이후 여러 관직을 역임하였다.

南廷順 (1819~?)

　본관은 의령宜寧. 초명은 종순鍾順, 자는 성휴聖休. 영중英中의 아들이다.

1848년(헌종 14) 증광별시 문과에 을과로 급제한 이후 여러 관직을 역임하였다.

趙秉鎬 (1847~1910)

본관은 임천林川. 자는 덕경德卿. 서울 출신. 참판 기진基晉의 아들이다. 1866년(고종 3) 정시문과에 병과로 급제한 이후 여러 관직을 역임하였다.

李用肅(?~?)

역관譯官. 행적은 미상이다.

베트남 사신 약전

梁鵠 (?~?)

자는 상보翔甫이며, 홍리에우(Hồng Liễu) 촌, 자록(Gia Lộc) 현 출신이었다. 양곡은 1442년(려태종黎太宗 대보大寶 3) 제1갑 진사시에서 3등으로 합격하였다. 안부부사安府副使, 한림원직학사翰林院直學士, 예부시랑禮部侍郞, 도어사都御使, 감학생비서監學生秘書 등의 관직을 역임하였고, 명나라에 2번(1443, 1459) 사신으로 파견되었다. 홍리에우 촌의 주민들에게 목판인쇄술을 전해준 공이 있었다.

阮文質 (1422~?)

부지(Vũ Di) 촌 바익학(Bạch Hạc) 현 출신이며, 1444년(려인종黎仁宗 태화太和 6) 제2갑 진사출신으로 합격하였다. 그는 상서尙書로 역임하다가 1480년 사신으로 명나라에 갔다.

阮安 (1381~1453)

중국에서의 익명은 아류阿留다. 하동(Hà Đông) 성(현 하노이) 출신이며, 16세 때 진왕조의 궁궐건설 사업에 참여하였다. 1407년 명나라가 베트남 호왕조를 멸망시킨 후 호씨 왕족뿐만 아니라 미남자들을 환관으로 삼으려고 중국으로 끌어갔다. 그 중 차후 뛰어난 재능으로 유명해질 완안, 범횡(Pham Hoang), 왕건(Vuong Can) 등이 있었다. 완안은 건축 관련 능력이 뛰어나고 성질이 청렴하니 영락제에게 신뢰를 받고 북경자금성 재건하는 데 담당자로 쓰임을 받았다. 그는 중국에서 치수의 강둑체계를 중수하는 공이 컸다.

黎時舉 (?~?)

미상이다.

馮克寬 (1528~1613)

호는 의재毅齋, 자는 홍부弘夫, 그리고 속칭은 장봉狀逢이며 풍사(Phùng Xá) 마을 타익텃(Thạch Thất) 현(현 하노이)에서 태어났다. 풍극관은 완병겸阮秉謙의 제자이며, 50세가 되어서야 과거시험에 응시하고 1580년(려세종黎世宗 광흥光興 3), 제2갑 진사출신으로 합격하였다. 호부상서戶部尚書 겸 국자감제주國子監祭酒라는 관직을 역임하였고 1597년 70세의 나이로 중국 명조에 정사正使로 파견되었다. 사후 태재太宰를 하사받고 복신福神에 봉해졌다. 저작은 쯔놈 문자로『어부입도원漁夫入桃源』,『임천만林川輓』, 『주역국음가周易國音歌』등이 있고, 한자로는『언지시집言志詩集』,『사화필수택시使華筆手澤詩』,『다식집多識集』,『훈동시집訓童詩集』등이 있다.

阮登 (1577~?)

다이또안(Đại Toán) 촌, 꿰즈엉(Quế Dương) 현(현 박닝(Bắc Ninh) 성) 출신이었다. 그는 과거시험의 3급 향시, 회시, 정시에 모두 일등으로 합격하였다. 1602년(홍정弘定 3)에 제2갑 진사출신으로 합격한 후 좌시락左侍郎직을 역임했고 복암후福岩候로 봉해졌다. 1613년에 명나라에 사신으로 파견되었다. 사후 복신福神으로 봉해졌다.

劉廷質 (1566~1627)

꿰즈(Quỳ Chử) 촌, 황화(Hoằng Hóa) 현(현 타잉화(Thanh Hóa) 성)에 출신이며, 임군공林郡公 류정상劉廷賞의 아들이기 때문에 가문 위신으로 이과급사중吏科級事中직을 임하게 되었다. 1607년(홍정弘定 8) 과거시험 응시하여 진사 합격한 후 시경寺卿직을 역임하였다. 1613년(홍정 14)에 명나라에 사신을 파견되었다. 귀국 이후 이부우시랑吏部右侍郎직을 역임하다가 좌시랑左侍郎으로 승진하였다. 1623년(영조永祚 5) 큰 공로로 도어사都御使로 봉해졌고 또 호부상서戶部尚書직과 녹군공祿郡公의 작爵을 받았다. 사후 소사少師로 봉해졌다.

何宗穆 (1653~1707)

투언타익(Thuận Thạch) 촌, 티엔록(Thiên Lộc) 현(현재 하띠잉(Hà Tĩnh) 성)출신이었다. 1688년(려희종黎熙宗 정화正和 9)에 제3급 동진사출신에 합격하였다. 경략京略, 선광독동처宣光督同處직을 맡았고, 이후 시경寺卿, 배송겸무윤부봉천陪訟謙府尹府奉天, 국사관편수國使館編修, 좌시랑左侍郎 등의 관직을 역임하였으며, 1702년에 청나라에 정사로 임명되었다. 사후 호부상서戶部尚書로 봉해졌다.

阮公沆 (1680~1732)

호는 온보溫甫와 정암靜庵, 자는 태청太清이며, 푸전(Phù Chẩn) 촌, 동응안(Đông Ngàn) 현(현 박닝(Bắc Ninh) 성)출신이었다. 1700년(려희종黎熙宗 정화正和 21)에 제3갑 동진사출신으로 합격하였다. 도어사都御使, 병부좌시랑兵部左侍郎, 이부상서吏部尚書 등의 관직을 역임하였고 공신으로 봉해졌다. 1718년 청나라에 정사로 파견되었다. 노후 북쪽 정씨鄭氏 정권에 의하여 강직되어 자살하게 되었다. 저작으로는『북사시집北使詩集』이 있다.

黎貴惇 (1726~1784)

호는 계당桂堂, 자는 윤후允厚이며, 지엔하(Diên Hà) 촌, 띠엔흥(Tiên Hưng) 부, 선남(Sơn Nam) 진(현 타이빙 성) 출신이었다. 여귀돈은 1752년(려현종黎顯宗 경흥景興 13)에 제1갑 진사제이명第二名으로 합격하였다. 훌륭한 지식을 가진 그는 향시, 회시, 정시에는 다 일등이었다. 이후 여러 관직을 역임하였다. 1759년 청나라에 부사副使로 파견되었다. 사후 영군공穎郡公으로 봉해졌다. 저작으로는『계당시집桂堂詩集』,『계당문집桂堂文集』외에도,『군서고변群書考辨』,『성모현범록聖謨賢範錄』,『전월시록全越詩錄』,『황월문해皇越文海』,『대월통사大越通史』,『국조속편國朝續編』,『북사통록北使通錄』,『견문잡록見聞雜錄』등이 있다.

武輝珽 (1730~1789)

호는 이헌頤軒, 자는 온기溫奇이며, 모짜익(Mộ Trạch) 촌, 드엉안(Đường An) 현(현 하이즈엉(Hải Dương) 성) 출신이었다. 무휘정은 1754년(려현종黎顯宗 경흥景興 15) 제3갑 동진사출신에 합격하였다. 승정사承正使, 예부우시랑禮部右侍郞을 역임했고 홍택백洪擇伯의 작爵을 받았다. 1771년 중국 청나라에 사신으로 파견되었다. 저작으로는 『화정시집華程詩集』이 있다.

段阮俶 (1728~1783)

하이안(Hải An) 촌, 꿩꼬이(Quỳnh Côi) 현(현 타이빙(Thái Bình) 성) 출신이었다. 1752년(경흥景興 13) 제2갑 진사출신으로 합격하였다. 청나라로 사신을 다녀온 이후 서도통령西道統領직을 맡았다. 부도어사傅都御使로 승진했으며, 경원백鯨元伯으로 봉해졌다.

胡士棟(1739~1785)

호는 죽헌竹軒, 요정瑤亭, 자는 룽수隆首, 통보通甫이며, 호안허우(Hoàn Hậu) 촌, 꿩르루(Quỳnh Lưu) 현(현 응에안(Nghệ An) 성) 출신이었다. 호상동은 1772년(려현종黎顯宗 경흥景興 33), 제2갑 진사출신으로 합격하였다. 호부좌시랑戶部左侍郞, 동참송同參訟 등의 관직을 맡았고 경양후京陽候로 봉해졌다. 1778년 청나라에 부사로 파견되었다. 사후 군공郡公의 작爵을 하사받았다. 저작으로는 『사화총영使華叢詠』, 『화정견흥華程遣興』이 있다.

阮提(1761~1805)

호는 계헌桂軒이며, 띠엔디엔(Tiên Điền) 촌, 응이쑤언(Nghi Xuân) 현, 하이띵(Hà Tĩnh) 성 출신이었다. 그는 완엄阮儼의 아들이며, 완유阮攸의 형이다. 1783년(려현종黎顯宗 경흥景興 44) 학사로 합격하였다. 이후 추밀원機密院에서 역임했고 덕파후德派候로 봉해졌다. 떠이선西山 시기에도 여러 관직을 맡았고 의청후宜青候로 봉해졌으며, 1789년과 1795년에 청나라에 사신으로 파견되었다. 저작으로는 『화정소견집華程消遣集』이 있다.

潘輝益(1751~1822)

호는 유암裕庵, 덕헌德軒, 자는 겸수보謙受甫, 지화之和이며, 그는 투화익(Thu Hoạch) 촌, 티엔록(Thiên Lộc) 현(현 하띠잉(Hà Tĩnh) 성)출신이었다. 1775년(려현종黎顯宗 경흥景興 36) 제2갑 동진사출신으로 합격하였다. 려왕조 시기에는 한림원승지韓林院承旨 등의 관직을 역임했고 떠이선西山 왕조 시기에도 예부상서禮部尚書 등의 요직을 맡았다. 서안후瑞顏候의 작爵을 받았고 1790년 청나라에 사신으로 파견되었다. 저작으로는 『국추백영집菊秋百詠集』이 있다.

武輝晉 (1749~1800)

호는 담재澹齋이며, 모짜익(Mộ Trạch) 촌, 드엉안(Đường An) 현(현 하이즈엉(Hải Dương) 성) 출신이었다. 1768년(려현종黎顯宗 경흥景興 29) 향공시鄉貢試에 합격하여 떠이선 왕조 시기에는 공부시랑工部侍郎직을 역임하다가 공부상서工部尚書로 승진하여 상주국尚柱國으로 특별한 대우를 받았다. 1789년과 1790년 청나라에 사신으로 파견되었다. 저작으로는 『화원수보집華原隨步集』, 『오족추원단보吳族追遠壇譜』 등이 있다.

段阮俊 (1750~?)

호는 해옹海翁이며, 하이안(Hải An) 촌, 꿩꼬이(Quỳnh Côi) 현(현 타이빙(Thái Bình) 성) 출신이었다. 려현종黎顯宗 때 과거시험에 학사로 합격했고, 떠이선 왕조 시기에 한림원직학사韓林院直學士, 이부상서吏部尚書 등의 요직을 맡았고 해파후海派候에 봉해졌다. 1790년 청나라에 파견되었다. 저작으로는 『구한림단원준시집舊翰林段阮俊詩集』, 『정부음征婦吟』이 있다.

丁翔甫 (?~?)

미상이다.

范芝香 (?~1871)

호는 미천眉川, 자는 사남士南이며, 미쑤엔(My Xuyên) 촌, 드엉안(Đường

An) 현 출신이었다. 1828년(완성조阮聖祖 명명明命 9), 학사로 합격했으며 이후 지현知縣, 영태총독寧太總督, 태원포정太原布正 등의 직을 맡았고 1845년 청나라에 사신으로 파견되었다.

阮思僩(1822~1890)

호는 선농石農, 운록雲麓, 자는 순숙洵叔이며, 주럼(Du Lâm) 촌, 동응안 (Đông Ngàn) 현, 박닝(Bắc Ninh) 성 출신이었다. 1843년(완헌조阮憲祖 소치紹治 3)에 학사, 그리고 1844년(소치 4)에 제2갑 진사출신에 합격하였다. 내각제정內閣堤正 등의 직을 맡았고 1868년 청나라로 가는 사절단의 일원으로 임명되었다. 귀국한 후 이부상서部吏尚書 등을 역임하였다. 프랑스의 침공 시기 그는 주전主戰의 입장을 견지하였다. 저작으로는『송계년표초집送溪年表初集』,『연초필록燕軺筆錄』,『연초시집燕軺詩集』,『여청일기如清日記』 등이 있다.

范熙亮 (1834~1886)

호는 어당魚堂, 자는 회숙晦叔이며, 터쓰엉(Thọ Xương) 현, 하노이(Hà Nội) 성 출신이었다. 1858년(사덕嗣德 11) 학사로, 1862년(사덕 15) 진사시에서 2등으로 합격하였다. 호부원외랑戶部員外郎, 형부변리사무刑部辨理事務 등을 역임하였다. 프랑스군이 북부를 침략할 때 임금의 명령을 거슬러 의병을 모집하여 대항하였기 때문에 격하되었다가 이후 영평안찰사寧平按察使, 영평순무寧平巡撫로 복직되었다. 1870년 청나라에 부사로 파견되었다. 저작으로는『북명추우우록北溟雛羽偶錄』이 있다.

김석회(金碩會, Kim Seok Hoi)

서울대학교에서 「존재 위백규의 생활시에 관한 연구」로 박사학위를 취득하고, 현재 인하대학교 사범대학 국어교육과 교수로 재직하고 있다. 한국고전문학회와 한국문학치료학회의 회장으로 봉사하고 있다. 주요저서와 논문으로『존재 위백규 문학 연구』, 『조선후기 시가 연구』, 「서사전략의 측면에서 본 홍순언 일화의 변이양상」, 「농사하는 집 아낙과 글하는 집 아낙」 등이 있다.

찐 칵 마인(鄭克孟, Trinh Khac Manh)

1990년 소련 한림과학원 ─ 동방학원에서 문학박사학위를 취득했고, 현재 베트남 한놈연구원 원장, 『한놈리뷰』 편집장으로 재직하고 있다.

응웬 득 또안(阮德全, Nguyễn Đức Toàn)

하노이 인문사회과학대학교에서 석사학위를 취득하고, 현재 한놈연구원에서 재직하고 있다.